INTERMEDIATE TAGALOG

Developing Cultural Awareness
through Language

TERESITA V. RAMOS
ROSALINA MORALES GOULET

University of Hawaii Press
Honolulu

96 97 98 99 00 01   10 9 8 7 6

Library of Congress Cataloging in Publication Data
Ramos, Teresita V.
   Intermediate Tagalog.
   1. Tagalog language-grammar   I.   Goulet, Rosalina Morales.
II.   Title.
P16053.R277   499'.211'82421   81–16037
ISBN 0–8248–0776–6

University of Hawai'i Press books are printed on acid-free paper
and meet the guidelines for permanence and durability of the
Council on Library Resources

CONTENTS

IKALAWANG BAHAGI
BUHAY PILIPINO

IKATLONG BAHAGI
MGA BABASAHIN

ACKNOWLEDGMENTS

We are indebted to the Department of Indo-Pacific Languages, University of Hawaii, and to Peace Corps, Philippines for partially funding the typing of the manuscript. Our thanks to Irma Pena, Ninotchka Rosca, and Luis V. Teodoro, Jr. for their skillful assistance in preparing the manuscript.

INTRODUCTION

A long-neglected aspect of language learning is the concept that language and culture are intertwined. Pedagogical materials using the grammatical approach have mainly focused on drills and structures. Language teachers have come to the conclusion that focusing on linguistic skills alone does not lead to communication. To aim at communicative competence at the beginning level is unrealistic, as the semantic load will be too much while the student is just starting to put words together in a new language. At the intermediate level, when the basic skills and the high frequency vocabulary words have been mastered, the social rules of the language can be taught together with the linguistic rules so that communicative competence can be attained by the language learner.

The novel approach followed in *Intermediate Tagalog* is its emphasis on teaching culture. Each lesson focuses on a few aspects of Filipino culture, and often there is within the lesson an opportunity for students to refer to their own culture. Cross-cultural sensitivity and awareness are thus fostered.

As this book is meant for a course in intermediate or advanced Tagalog for Americans, the writers initially explored areas of potential cultural conflict between Filipinos and Americans and focused on them in writing these language materials. The language used, however, is authentic and not controlled at all.

Language is the principal means through which the culture of the speaker of that language manifests itself. Mastery of the linguistic code alone may contribute to cultural understanding, particularly if the speaker assumes that knowledge of the code is synonymous with knowledge of the cultural patterns of the native users of that code.

For instance, when an English speaker learns Tagalog, he should learn more than a new set of language sounds and structures and more than how to say, in a new way, something he has always said in his old language. He learns, or should learn, to look at life and its activities from a point of view different from the one he has always had.

xi

No two cultures have the same outlook on the world
and this is reflected in their respective languages.

An example is the familiar greeting in Tagalog:

Saan ka pupunta?

In most situations in which it is used it does not mean
"Where are you going?" but something like "Hello" or
"Hi." It should not be considered as impolitely
curious as it might be if "Where are you going?"
were said to an English speaker in the same situation.

Since a course in a given language is designed to
teach the student to say something in that language,
and since what he says and the way he says it depends
largely on the way native speakers of the language
look at the world, it is important that the student
be taught the native speakers' viewpoint as he is
being taught the sound, the grammar, and the lexical
system of their language.

This text is designed for intermediate level
students. At the minimum, they should have completed
a year's course in beginning Tagalog. This should
have given them a reasonably good knowledge but not
necessarily complete control of the sound system and
basic grammatical structures of Tagalog, a limited
but useful productive vocabulary, the ability to
read simple or adapted materials, and some ability
to write. They may understand almost everything
they hear and have considerable fluency, but not
necessarily accuracy, in speaking Tagalog.

Intermediate Tagalog is divided into three
parts: Part I *Tungkol Sa Iba't Ibang Bagay*
('On Day to Day Living'), Part II *Buhay Pilipino*
('Philippine Life'), and Part III *Mga Babasahin*
('Readings'). It is different from available
pedagogical materials in the following ways:

1. Choice of Subject Matter

Materials deal with topics of interest to the
mature reader: they are upbeat, contemporary, and
varied. Dialogs deal with everyday communication
as well as culture-loaded situations that help
give a composite picture of Filipino thought and
behavior. Value concepts are explored and dealt
with in detail. The materials are useful not only
for Americans wanting to learn about Filipinos but
also for Filipino-Americans who want to learn about
their cultural heritage and thus learn more about
themselves. The materials can therefore be useful as
orientation material for both cultural groups.

The materials are original and the topics provoke stimulating cross-cultural discussions. Lessons revolve around the following situations:

Part I: Common Everyday Situations: talking about the weather, clothes, food, job hunting, entertainment, hobbies, meeting people, small talk, dieting, housing, and shopping.

Part II: Culture-Loaded (Cross-Cultural) Situations: illustrating Filipino world view, cultural values (i.e., *pakikisama*), cultural practices in the Philippines (i.e., courtship), child-rearing practices, observation of American and Filipino customs, interpersonal relationships (i.e., use of 'intermediaries'), and Filipino fiestas.

Social relation skills or speech acts (language functions) that are introduced in the dialogs and developed in the lessons include: greetings, partings, introductions, getting someone's attention, opening a conversation, closing a conversation, addressing people, using honorifics or respect forms, asking and giving directions, complimenting, reprimanding/ admonishing/expressing anger, complaining/criticizing, placating someone with hurt feelings, obtaining information, comparing and contrasting, giving orders, extending invitations, rejecting invitations or requests, persuading, hiding feelings, requesting favors, using feelers in requests, and giving advice.

Lessons present a variety of practical communication situations and explore each situation in depth. For example, the section on complimenting includes complimenting a girl on her beautiful purse, complimenting someone on a new house, complimenting a person on his or her complexion, complimenting a man on his new car, complimenting a mother on her baby, and complimenting a woman on her craftsmanship.

The culture notes explain situations that might otherwise be misunderstood or not understood at all. Possible alternate responses are also given. The learner is given a chance to compare the ways in which a similar conversational situation would be conducted in his or her own language.

For example, Filipinos usually do not acknowledge a compliment with 'thank you.' Instead, they downgrade what is being complimented and return the compliment. Sometimes, to peers, however, a Filipina not only accepts the compliment but facetiously asks, *Ang damit lang ba ang maganda?* 'Is it only the dress that is pretty?' The usual

xiii

comeback is *Lalong gumaganda dahil sa nagsusuot,* 'It becomes even prettier because of the wearer.'

The cultural notes are followed by linguistic generalizations, exercises, problem-solving activities, and improvisations. Variations of the dialog are encouraged. The speaking component of the lesson is reinforced by additional reading materials that focus on potential cross-cultural conflicts. The reading materials should be discussed, enacted, and written about.

2. Exercises

Exercises go beyond simple drills and concentrate on developing communicative competence. This includes learning appropriate responses to a variety of communication situations, learning ways of starting a conversation, developing comprehension of not only the grammatical but also the cultural components of the materials, developing cultural awareness, and, most important of all, creating a feeling of ease in experimenting with the use of the language.

There are basically two types of skills that the exercises aim to develop; linguistic skills (learning the grammar), and sociolinguistic skills (learning the functions of the language and developing cultural awareness). The development of both skills leads to communicative competence, which means not only the knowledge of the linguistic forms of the language but also a knowledge of when, how, and to whom it is appropriate to use these forms.

The focus in this text is on the development of sociolinguistic skills. If more linguistic knowledge is needed, a grammar text, such as *Tagalog Structures* by Teresita V. Ramos (Honolulu: University Press of Hawaii, 1971) should be used to accompany the language text.

Intermediate Tagalog consists of twenty-one units, one hundred thirteen lessons, and twelve readings.

A standard format for each lesson, with variations, is used throughout the book. Usually each lesson contains the following components.

      Dialog
      Vocabulary (words and expressions)
      Cultural Notes
      Comprehension/Interpretation Questions

Discussion Questions
Grammar Notes
Grammatical Exercises
Dialog Variation
Dialog Improvisation
Other Integrative Activities
 (communication exercises,
  problem-solving activities,
  translation exercises,
  writing exercises)

After each unit, cumulative exercises are given. Each of these components is discussed in detail below.

Dialog

The dialogs are used to highlight specific cultural features or norms. They are grouped in sets of two to fourteen either around a common theme (e.g., talking about the weather), a cultural feature (e.g., honorifics), a speech function (e.g., complimenting), or a custom (e.g., fiesta). The dialogs are still the best way available to simulate reality in a classroom. In this book they are used as a device for contextualizing sociolinguistic rules of speaking, rather than simply as a means of contextualizing particular grammatical structures. The dialogs are used as an explicit means of presenting sociolinguistic rules of speaking as well as the means for illustrating Filipino cultural values and customs.

The language used in the dialogs approximates, as closely as possible, the kind of linguistic interaction that takes place in real language use. It involves the re-creation in class of real-life situations. The dialogs are models, used to stimulate role playing at the end of each lesson, which require the learner to attempt to exhibit the very language behavior that manifests knowledge of the sociolinguistic rules of speaking.

Vocabulary

The vocabulary section, which immediately follows the dialog lists specific words and expressions related to the theme of each dialog. They are specifically defined as used in the dialog. They are meant to assist the learner in understanding these words or expressions in the context within which they are used in the dialog.

Cultural Notes

Relevant cultural notes give an elaborate explanation of certain values, concepts, or practices mentioned or illustrated in each dialog. The comments are meant to assist the learner in analyzing different aspects of culture in the Philippines and also to compare them with certain aspects of American culture.

Comprehension/Interpretation Questions

This section gives both the teacher and the students an excellent opportunity to evaluate the students' comprehension and interpretation of the situation in the dialog, as well as a comprehension of the vocabulary words/expressions that have been used. The main purpose of comprehension questions is to ensure that the students understand the essential ideas presented in the dialog.

Discussion Questions

This section, where deemed necessary, sometimes follows the section on comprehension questions. These are more abstract questions about personal student attitudes and beliefs regarding some cultural aspects of the dialog, or questions meant to encourage observations of differences between Filipino and American culture. The purpose of these questions is to motivate class discussion, as well as to encourage the free exchange of ideas on sometimes controversial issues and to inform the student about the target culture. They are designed to stimulate cross-cultural communication.

Grammar Notes

In this section, simple linguistic generalizations or explanations are made about selected grammar structures used in the dialog. Eclecticism rather than theoretical orientation to a particular linguistic model is used. The main references used in writing the generalizations in this section were *Tagalog Reference Grammar* by Paul Schachter and Fe T. Otanes (Berkeley: University of California Press, 1972) and *Tagalog Structures* by Teresita V. Ramos. Much of the material focuses on word formation as well as on Tagalog structures beyond the sentence level.

Grammatical Exercises

After each grammatical explanation or description, examples and exercises are given. Exercises are normally short. They are used mainly to reinforce the grammatical point described and to test whether the student comprehends the grammatical explanation and can use the structure correctly. Unlike beginning level exercises, the exercises in this book train students to create their own sentences, to supply missing clauses, to transform and combine sentences, and to form complex sentences.

Dialog Variation

This section supplies the student with a range of ways with which, for example, the same speech function (e.g., complimenting, complaining) can be expressed. This list offers alternative ways that can be used as a bank of resources to be drawn on by the student in recreating the model dialog with some variations. The expressions in this section develop the ability of the learner to interpret fragments of speech, to listen for clues in what is said, and to develop sensitivity to what is *not* said.

Dialog Improvisation

This section is designed to help the learners develop productive sociolinguistic competence. They are given a situation to develop based on the particular theme of the lesson they have just been studying. Dialog improvisations are, in effect, forms of role playing that are engaging devices to stimulate students to use their newly acquired sociolinguistic or cultural behavior. In this section of the lesson, learners are left free to create their own dialogs based upon the situations given. This part of the lesson tests whether the students have learned that particular sociolinguistic behavior or cultural content introduced in the lesson.

Other Activities

To vary the exercises, problem-solving activities, translation exercises, comprehension exercises, and communicative activities are added to some of the lessons. These aim to give the student various possibilities for self-expression. They are productive exercises of a more creative nature, including written work wherever this fits naturally with the theme of the dialogs.

Cumulative Exercises

At the end of each unit, there are special exercises that attempt to integrate most of what has been presented in the unit. They involve testing the learner's communicative competence by having him use the appropriate expressions in specific social contexts, and determining his comprehension, translation, and writing skills as well.

3. Reading Selections

The reading selections (Part III) were written expressly as reinforcement of the cultural content found in the dialogs. They include a variety of readings that range from very simple to more complex. Like the dialogs, the readings are not controlled.

Each reading selection is followed by a list of vocabulary words, alphabetically arranged for easy reference, and comprehension questions.

Some of the selections that focus on potential cross-cultural conflict can be used as the basis for cross-cultural discussions. The reading materials can also be used as subject matter for role-playing activities or compositions.

A Note on Spelling

In some words, there is free alternation of the presence or absence of *i*, as in *lumpiya/lumpya*, or *u* as in *puwede/pwede*. These spelling variations occur often in words in which a vowel is followed by *y* or *w*. In rapid speech a consonant cluster -*py*- or *pw*- is sometimes heard instead of the more careful -*piya* and *puwe*- pronounciation. In an attempt to approximate natural speech there is free variation of these spellings in the text.

How to Use the Text

Central to the design of this intermediate level material is role playing. It is a valuable and valid means of mastering a language within a cultural context. Role playing contributes greatly to the free use of language and facilitates rapid transfer of language to real-life situations.

Suggestions for Teaching the Lessons

Dialog

1. Read the entire dialog (or have the class listen to a taped version of the dialog).

2. Have the class repeat the dialog in chorus, directing actions (i.e., facial expressions, gestures, physical movements) and tones.

3. Choose, or have the class choose, one student to perform each role.

4. Students should concentrate on stress and rhythm as they perform and should emphasize various emotions portrayed by the characters within the dialog.

5. The dialog may be given a free translation by the students in class, in order to check their comprehension.

Vocabulary

1. Ensure that the learner understands the meaning of the words and expressions in the context of the dialog.

2. Words and expressions may be studied first to prepare the students for the dialogs.

3. Use the words and expressions listed in a more general context; explore their other meanings.

4. Have the students use the new words and expressions in original sentences.

Cultural Notes

1. Discuss (or translate) the cultural comments in Tagalog.

2. If translated, tape record them, and use them in dictation exercises.

3. Use the comments as motivating materials for cross-cultural discussions.

Comprehension/Interpretation and Discussion Questions

1. Have students answer the questions orally.

2. For additional work, ask students to write their answers to the questions as homework.

Grammar Notes

Grammatical explanations or generalizations may be discussed in English (if deemed necessary).

Grammatical Exercises

1. Exercises may be assigned as homework and corrected in class.

2. Focus the discussion on common errors.

3. Expand the exercises if the students require more illustrations of the generalization.

Dialog Variation

Teach the students when the expressions are to be used (i.e., in *what* situations or speech event, *when* to use them, and with *whom*), as well as with what individual intents and social consequences. In short, teach them to recognize the social meaning of the expressions and how to use them.

Dialog Improvisation

1. Encourage students to write their own parallel dialogs based on situations given in the text.

2. Use the student-created dialogs for further role-playing activities.

3. Long dialogs may be duplicated for class use.

4. Tape record each performance and note the lapses. Correct only the structure, vocabulary, and intonation that caused the student to be unintelligible.

5. Comment on the students' use of nonverbal communication (i.e., gestures, facial expressions, etc.).

For the most part, however, the method or procedure to be used depends entirely on the instructors, how comfortable they are in working with the materials, and which methods they feel are best suited to their classroom. Procedures should be varied to eliminate monotony of classroom routine. The suggested teaching time for each lesson is from one to two hours.

It is hoped that the exercises and activities in *Intermediate Tagalog* will help the student learn some of the rules of speaking in Filipino social situations, some aspects of Filipino culture, and to refer to his own culture for similarities or differences. The desired result is that, in situations that pose both language and cultural problems, a student's ability to communicate will not be limited by a lack of cultural understanding of Filipino life and values.

PAGBATI

Lesson 1

Dialog

SAAN KA PUPUNTA?

(Binati ng isang matandang lalaki ang isang dalagang nagdaraan.)

A: Saan ka pupunta? Ang aga-aga mo yata.

B: Diyan lang ho sa tabi-tabi.

Vocabulary

1. Words

ho'	a less formal variant of the polite particle *po'*.
yata'	it seems, perhaps, maybe. (This particle is usually used to express uncertainty or to 'soften' a statement so that it does not sound so definite or positive.)
tabi-tabi	lit., side-side, i.e., no definite place.

2. Expressions

Saan ka pupunta?	Where are you going?
Ang aga-aga mo...	You're very early...
Diyan lang...	There only...

Cultural Notes

1. A very common greeting in Tagalog is *Saan ka
    pupunta?* 'Where are you going?' It is not
    meant to elicit information, but is an informal
    greeting equivalent to 'hello' or 'hi' in
    English. A vague *Diyan lang* 'there only', a
    smile, or a lift of the eyebrows to acknowledge
    the greeting often suffices as an answer.

2. *Po'* is a participle which is roughly equivalent to
    'sir' or 'ma'am' in English, used to show respect
    or social distance. It is used when talking to
    older people, to one's superiors or to strangers.
    It is often present in the speech of older people
    talking to each other and absent in interchanges
    between young equals. *Ho'* is a less formal var-
    iant of *po'*. *Po'* is obligatorily accompanied by
    kayo (second person plural), not *ka* nor *ikaw*
    (second person singular), or by what is even more
    respectful, *sila* (third person plural).

    Po' or *ho'* is often found right after the first
    word or unit in the sentence. For example,
    Pupunta po/ho ba kayo sa ospital? 'Are you
    going to the hospital?'

3. The greetings, *Magandang umaga (tanghali, hapon,
    gabi)*, lit., 'Beautiful morning (noon, afternoon,
    evening)' are used in more formal situations such
    as: (1) greeting an audience in a political rally,
    a television or radio program; (2) announcing
    one's presence when calling on someone, usually
    preceded or followed by *Tao po,* lit., 'Person
    (polite particle),' i.e., 'Anybody home?'

    Magandang gabi po' is the polite greeting to the
    members of a household by young men courting a
    young woman, and the expression *May nagmamagandang
    gabi na sa inyo,* lit., 'There is someone saying
    good evening to you' means that one has a daughter
    old enough to be courted.

Comprehension/Interpretation Questions

1. Sino si A?

2. Sino si B?

3. Paano ninyo alam na si A ang matandang lalaki?

4. Anong oras kaya nangyari ang tagpong ito?

Sentences having *ang* followed by word bases are exclamatory sentences.

Example:

Ang	*aga*	*mo!*	You're early!
topic	adj.	you	
marker	base	(*ng* form)	

An exclamatory sentence can be intensified by reduplicating the first two syllables of the adjective base.

Example

Ang	*aga-aga*	*mo!*	You're very early!
topic	redup.	you	
marker	adj. base	(*ng* form)	

Exercises

A   Intensify the following exclamatory sentences by reduplicating the adjective.

Example:

Ang bagal ng kotse!   How slow the car is!
Ang bagal-bagal ng kotse!   How very slow the car is!

1. Ang bilis nila!   _____

2. Ang tagal ninyo!   _____

3. Ang yaman ni Cora!   _____

4. Ang tanga ni Jorge!   _____

5. Ang pangit ng palabas!   _____

6. Ang laki ng sunog!   _____

7. Ang ganda ng kanta niya!   _____

8. Ang hirap namin!   _____

9. Ang taas ng kapareha niya!   _____

10. Ang baba ng grado ko!   _____

B   Translate your answers in Exercise A into English.

C   If you are addressing an older person, how will you change the following sentences?

1. Kumain ka.

2. Walang tao.

3. Maupo ka.

4. Gusto mo ba ng serbesa?

5. May sasakyan ka ba?

Dialog Variation

How else could B have answered A?

A: Saan ka pupunta?

B: _____

Possible responses:

1. Sa trabaho po.
2. Sa iskuwela ho.
3. Sa palengke po.

A: Ang aga-aga mo yata.

B: _____

Possible responses:

1. Kasi ho puno na ang mga bus pag tanghali na.
2. Kasi papasok pa ako.
3. Kasi wala nang ulam pag tanghali na.

Dialog Improvisation

With a partner, role play a dialog using one of these situations:

1. You are hurrying to get to the airport when a neighbor (your peer) greets you.

2. You look out the window and see your uncle walking by. It's late afternoon.

3. You meet your boss/teacher on your way to the cafeteria.

4. You see your younger brother/sister and you greet him/her.

Exchange roles with your partner.

4

Lesson 2

Dialog

SAAN KA GALING?

(Nagkita sa daan ang magkaibigan.)

A: Hoy, Aida! Saan ka galing?

B: Diyan lang. Ikaw, saan ka pupunta?

A: Bibisitahin ko ang mga tiya ko. Malapit ang bahay nila sa inyo.

B: Siyanga ba? Dumaan ka naman sa amin pagkatapos.

A: Hayaan mo.

Vocabulary

1. Words

bibisitahin	will visit
pagkatapos	afterwards

2. Expressions

Saan ka galing?	Where have you been?
ang mga tiya ko	my aunt (and her family)
sa inyo	to your (house)
Siyanga ba?	Is that right?
Dumaan ka sa amin.	Stop by our place.
Hayaan mo.	We'll see.

Cultural Note

Another common greeting in Tagalog is *Saan ka galing?*, 'Where have you been?', which is also equivalent to the English 'Hello'. Note the vague response *Diyan lang*, 'There only'. *Hayaan mo* or *Bayaan mo*, lit., 'Let it be' as a response to the invitation to stop by, is vague and can mean that the person will indeed stop by or is too polite to say he/she cannot.

5

1. Saan galing si B?

2. Saan pupunta si A?

3. Ano ang anyaya ni B?

4. Ano ang sagot ni A?

5. Dadaan kaya si A kina B? Bakit?

Grammar Notes

The *-in* verbal suffix is commonly used as an object focus marker. If the base ends in a vowel, *-hin* is suffixed to the root instead.

Example:

Root:	bisíta	
Neutral:	bisitáhin	visit, to visit
Completed:	binisíta	visited
Incompleted:	binibisíta	visiting
Contemplated:	bibisitáhin	will visit

Note the absence of the suffix *-hin* in the completed and incompleted forms of the verb. Note, too, the shift in stress when the suffix is added.

Exercises

A   Below are some more verbs that have *in-* forms. Write down their different aspectual forms.

	Neutral	Completed	Incom-pleted	Contem-plated
ayos	_____	_____	_____	_____
basa	_____	_____	_____	_____
tahi	_____	_____	_____	_____
bili	_bilhin_	_____	_____	_____

6

B Fill in the blanks with the appropriate verb and all possible verb forms that can be used.

_____ niya ang buhok ko.

_____ ng estudyante ang magasin.

_____ ng modista ang damit na pangkasal.

_____ ng milyonaryo ang buong isla.

Dialog Variation

What are some appropriate responses to the following?

1. Saan ka galing?

_____

2. Saan ka pupunta?

_____

3. Dumaan ka sa amin. (Give several ways of refusing the invitation.)

a) _____ (Not now, you are in a hurry.)

b) _____ (Yes you will, next time.)

c) _____

d) _____

Dialog Improvisation

Including appropriate greetings, write dialogs for the following situations:

1. Nagdaraan ang isang lalaki sa tapat ng isang bahay.

2. Nagkita ang magkaibigan sa 'shopping center'.

3. Nagmamadali ang isang babae.

4. Nagkasalubong ang magpinsang si A at B.

Choose a partner and act out the dialogs you have written.

Lesson 3

Dialog

PAPASOK KA NA BA?

(Nadaanan ng bata ang isang matandang babae sa tapat ng kanyang bahay.)

A: Papasok ka na ba?

B: Oho. Pang-umaga ho ako.

A: Mabuti't maaga rin ang uwi.

Vocabulary

1. Words

na	already
pang-umaga	morning schedule
rin	too, also

2. Expressions

Papasok ka na ba?	Are you going to school/work? Lit., Are you going to enter already?

Cultural Note

Sometimes a greeting takes the form of a question like *Papasok ka na ba?*, 'Are you going to school?' even when it is obvious that one is on his/her way to school.

Comprehension/Interpretation Questions

1. Bakit kaya *Papasok ka na ba* ang bati ni A?

2. Maghapon ba ang pasok ni B?

3. Bakit raw mabuti ang pang-umaga?

8

Adjectives may be formed by prefixing *pang-* to certain noun bases. The adjectives formed with noun bases mean, roughly, 'for + noun base'. Some of these bases express time segments.

Example:

pang-umaga	for the morning (schedule)
pang-hapon	for afternoon (wear)
pang-gabi	for evening (use)

Exercise

Use *pang-umaga, pang-hapon,* or *pang-gabi* following the underlined cues:

Example:

You work <u>every</u> <u>morning</u>.   Pang-umaga ka.

1. She works <u>every</u> <u>evening</u>.

2. They work <u>every</u> <u>afternoon</u>.

3. We work from <u>7:30 a.m.</u> <u>to</u> <u>11:30 a.m.</u>

4. You work from <u>1:00 p.m.</u> <u>to</u> <u>5:00 p.m.</u>

5. Maria works from <u>8:00 p.m.</u> <u>to</u> <u>11:00 p.m.</u>

6. Ask Tony if he works <u>every</u> <u>evening</u>.

Dialog Variation

Complete the following dialog:

A: Papasok ka ba?

B: Oho, _____.

A: Mabuti't _____.

Dialog Improvisation

Write dialogs for each of the following situations:

1. Nakasalubong ng isang babae ang kaibigan niyang babae sa malapit sa isang sine.

2. Nakita ng isang matanda ang isang bata na may dalang basketbol.

3. Binati ng isang babae ang kapitbahay sa harap ng simbahan.

4. Nagkita ang magkaibigan sa 'shopping center'.

Choose a partner and act out your dialogs.

Lesson 4

NAMALENGKE YATA KAYO?

(Nagkasalubong ang dalawang matandang babae.)

A: Namalengke yata kayo.

B: Oho. Ang mahal masyado ng bilihin. Wala akong nabili.

A: Naku! Kayo ba naman ang mawawalan?

B: Harinawa.

Vocabulary

1. Words

namalengke	went marketing
bilihin	goods

2. Expressions

Wala akong nabili	I couldn't buy a thing
Kayo ba naman ang mawawalan?	lit., Will you ever be without (money)? i.e., You're not the type who will run out of money.
Harinawa	So be it. May it be true.

Cultural Notes

1. Another example of a greeting that takes the form of a question with an obvious answer is *Namalengke yata kayo*, 'It looks like you went marketing', when the person addressed has clearly come from the market.

2. *Naku!* is a contraction of *Ina ko!*, 'My mother!' It is used as an exclamation roughly equivalent to 'Gosh!', 'Oh, my!', 'Gee!', to express surprise, fear, disbelief, or simply as a preface to an exclamatory sentence.

11

1. Paano binati ni A si B?

2. Bakit raw walang nabili si B?

3. Naniwala ba si A?

Grammar Notes

Distributive Actor Focus Affix *Mang-*.

1. *Mang-* is an actor focus verbal affix which has a special use indicating plurality or distributiveness of action or habitual, repeated action. The final */-ng/* in *mang-* undergoes sound changes depending upon the initial sound of the root.

   Examples:

   mang + *b*ili → ma*m*ili, to buy   (*-ng* becomes *-m*
         + *p*ili → ma*m*ili, to choose   before *p-* and *b-)*

   mang + *t*ahi → ma*n*ahi, to sew   (*-ng* becomes *-n*
         + *d*a- → ma*n*alangin,   before *t-, d-,*
          langin   to pray   *s-)*

         + *s*unog → ma*n*unog, to set fire to

   Note that the first consonant of the root is dropped.

2. Before *k* and *'*, *mang-* remains the same, but the first consonant of the root is dropped.

   Examples:

   mang + *k*uha   → *mang*uha   to get
         + *'*isda → *mang*isda   to fish

3. Before *g, h, y,* and *w, mang* is just attached to the root.

   Examples:

   mang + gulo   → *mang*gulo   to make trouble
         + huli   → *mang*huli   to catch
         + yakap → *mang*yakap   to embrace

4. Some bases having initial *l*, a few *d*'s and *b*'s, do not drop their initial sounds when preceded by *mang-*.

Examples:

```
mang + batok → mambatok    knock someone on the head
     + dukot → mandukot    pick someone's pocket
     + loko  → manloko      fool someone
```

Others may or may not drop their initial sounds.

Example:

```
mang + pukpok → mamukpok/mampukpok    pound
```

Other forms of *mang-* verbs are as follows:

Neutral: mamili   to choose

Completed: namili   chose

Incompleted: namimili   is/are choosing

Contemplated: mamimili   will choose

Exercise

Give the other forms of the following *mang-* verbs:

Root	Completed	Incompleted	Contemplated
bigay (give)			
tahi (sew)			
palo (hit)			
gapang (crawl)			
suntok (box)			
kuha (get)			
'akit (attract)			
hingi (ask)			
damo (weed)			
dalangin (pray)			

13

Dialog Variation

Supply possible responses to the following comments:

1. Namalengke ka yata.

   _____

2. Wala akong nabili.

   _____

Dialog Improvisation

With a partner, write dialogs based on the following situations:

1. May bitbit na bayong ang isang ale. Nakasalubong siya ng isang babae.

2. Tumitingin ng isda ang isang babae sa palengke.

3. May dalang basket ng gulay ang isang babae.

4. May dalang mga prutas ang isang bata.

Lesson 5

Dialog

DAAN MUNA!

(Nagdaraan si Mrs. Alcaraz sa tapat ng bahay ni Mrs. Santos.)

A: Ginabi yata kayo, Mrs. Alcaraz. Daan muna kayo.

B: Saka na ho, Mrs. Santos. Ginabi nga ho ako. Masyado ang trapik.

A: Halina muna kayo. Sandali lang. May gusto akong ipakita sa inyo.

B: O sige ho, pero sandaling-sandali lang. Naghihintay na ang pamilya ko sa bahay. Baka nag-aalala na sila.

Vocabulary

1. Words

ginabi	benighted
muna	first, before
halina	come
nagdaraan	going by
ipakita	to show
nag-aalala	getting worried

2. Expressions

saka na ho	some other time
sandali lang	just a second
sa tapat ng bahay	in front of the house *tapat*, directly across from

Cultural Notes

1. Sometimes, the question as greeting consists of verbs with time expressions as base, such as

15

Ginagabi ka yata, 'You're late', lit., 'It seems you're being benighted'.

2. It is polite to ask a neighbor or a friend to stop by and visit when one sees him/her passing by one's house. In the dialog, A is not just being polite, she really wants B to stop by.

Comprehension/Interpretation Questions

1. Sino ang ginabi?

2. Bakit siya ginabi?

3. Dumaan ba siya kina Mrs. Santos?

4. Sino ang naghihintay sa kanya?

Grammar Notes

The *-in/-hin* affix has a special use of verbalizing noun time bases such as:

umaga, morning	*umagahin,* to be overtaken by morning
tanghali, noon	*tanghaliin,* to be late
gabi, evening	*gabihin,* to be benighted

Exercises

A   Write the aspectual forms of the following time words:

Neutral	Completed	Incompleted	Contemplated
umaga	_____	_____	_____
tanghali	_____	_____	_____
gabi	_____	_____	_____

B   Fill in the blanks with the correct form of the verb:

1. Madalas siyang _____ (umaga) sa opisina niya.

2. _____ (tanghali) na naman siya.

3. Tuwing Biyernes, _____ (gabi) siya.

4. _____ (umaga) na naman siya sa trabaho.

5. Ewan kung bakit lagi siyang _____ (gabi) nang dating.

Dialog Variation

How would you greet someone who was:

1. coming home from a party very early in the morning?

2. coming home from work at dusk?

3. on the way to school quite late?

Dialog Improvisation

Write and perform dialogs based on the following situations:

May nakasalubong ka:

1. Maagang-maaga pa.

2. Tanghaling-tanghali na.

3. Gabing-gabi na.

Lesson 6

PINAKYAW MO YATA ANG TINDAHAN

(Maraming dala si Nina. Binati siya ng kapitbahay.)

A: Pinakyaw mo yata ang tindahan.

B: Hindi naman ho. Pabili ho lahat ito. Gagamitin sa iskuwelahan.

A: Tutulungan kitang magdala.

B: Hindi na ho bale. Malapit lang ang bahay ko. 0, ayun, may salubong na ako.

Vocabulary

1. Words

pinakyaw	bought the whole store *pakyaw,* to buy in bulk
pabili	things bought for somebody else who could not go to the store himself/herself
salubong	one who meets another, (in this case, to help Nina carry her bundles)

Cultural Note

Another form of greeting involves comments such as *Pinakyaw mo yata ang tindahan,* 'You must have bought the store', or *Ang dami mo yatang pinamili,* 'You bought a lot of stuff'. The answer can merely be a smile or a denial such as *Hindi naman,* 'Not really'.

Comprehension/Interpretation Questions

1. Para saan ang binili ni Nina?

2. Ang kapitbahay ba ni Nina ay maramot, matulungin, masipag, o maunawain?

3. Si Nina ba ay tamad, masipag, matulungin, o mabait?

18

4. Sino ang tutulong kay Nina?

5. Ang binili ba ni Nina ay kaunti, marami, para sa iskuwelahan, o para sa kanila?

Grammar Notes

Object focus verbs have objects as subjects (i.e. marked by *ang/si*) in the sentence.

Examples:

Pinakyaw mo yata *ang tindahan.*
obj./subj.

Gagamitin (*ang binili ni Nina*) sa iskuwelahan.
obj./subj.

Exercises

A   Supply subjects for the following sentences:

1. Binili niya _____.

2. Pinakyaw niya _____.

3. Iinumin nila _____.

4. Kinakain namin _____.

5. Kukunin ni Mario _____.

6. Tinatahi ni Nanay _____.

7. Dadalhin ng estudyante _____.

8. Gamitin mo _____.

B   Change the sentences above, using the following actor-focus verbs.

Example:

Binili niya ang papel.   Bumili *siya ng papel.*

Note the change of the *ng* phrases into *ang* phrases.

1. Pumakyaw _____   _____.

2. Iinom _____   _____.

19

3. Kumakain _____ _____.

4. Kukuha _____ _____.

5. Tumatahi _____ _____.

6. Magdadala _____ _____.

7. Gumamit _____ _____.

Dialog Variation

Give different ways of responding to 'Tutulungan kita'.

Possible responses: a. Hindi na (ho) bale.
b. Salamat, magaan naman.
c. Huwag na (ho), kaya ko naman.

Dialog Improvisation

Write and perform dialogs based on the following situations:

1. May dalang basket na puno ng gulay at prutas ang isang ale. Nakasalubong siya ng isang dalaga.

2. Mabigat ang mga librong dala ni Ana.

3. Malaki ang balutang dala ng bata.

Lesson 7

SAAN BA ANG SUNOG?

(Nakasalubong ni Tony si Benny na humahagibis.)

A: Benny, bakit ka ba humahagibis? Saan ba ang sunog?

B: Ikaw pala, Tony. Hindi kita napansin. Nagmamadali kasi ako dahil huli na ako sa aking lakad.

A: Dahan-dahan ka. Baka ka ma-'heart attack'.

B: Hindi naman siguro. O sige, diyan ka na. At saka na tayo mag-usap.

Vocabulary

1. Words

humahagibis	rushing
napansin	noticed
dahan-dahan	slow down

2. Expressions

Diyan ka na	lit., You be there, i.e., Goodbye.
At saka na tayo mag-usap	Let's talk later.

Cultural Note

Bakit ka ba humahagibis?, 'Why are you in such a rush?', is another example of a comment form or greeting. The accompanying sentence Saan ba ang sunog?, 'Where is the fire?', implies that the person is running as if there were a fire.

Comprehension/Interpretation Questions

1. Bakit humahagibis si Benny?

2. May sunog bang talaga? Bakit ito ang tanong ni Tony?

3. Bakit daw dapat magdahan-dahan si Benny?

When attached to words referring to disease, the *ma-* prefix means 'to have', or 'to be sick of', whatever the disease is.

Examples:

ma-'heart attack'	to have a heart attack

Other forms are:

na-'heart attack'	had a heart attack
na-ha'heart attack'	is having a heart attack
ma-ha'heart attack'	will have a heart attack

Exercise

How would you say that someone had:

1. a cold (sipon)?

2. the flu ('flu')?

3. typhoid fever (tipos)?

4. the measles (tigdas)?

5. chicken pox (bulutong-tubig)?

Dialog Variation

What are other ways of saying *Bakit ka humahagibis?*

Example:

Sino ba ang humahabol sa iyo?	Who's chasing you?

_____

_____

Dialog Improvisation

Write dialogs based on the following situations:

1. Nagmamadali ang isang babae. Binati siya ng isang kaibigan.

2. Nagtatatakbo ang isang lalaki. Binati siya ng isang matandang babae.

3. Parang may humahabol sa isang binata. Binati siya ng isang matandang lalaki.

4. Humahagibis ang isang bata. Binati siya ng kaniyang nanay.

Dialog

HOY, NAGMAMALAKI KA NA!

(Hindi nakita ni Betty ang kaibigan niyang si Flor.)

A: Hoy, Betty! Nagmamalaki ka na. Hindi man lang bumati.

B: Hoy, Flor. 'Sorry', ha? Hindi kita napansin. Nagmamadali kasi ako.

A: Saan ba ang pasyal natin? Pusturang-pustura ka.

B: Dito lang. O, sige, uuna na ako sa iyo. Papasyalan kita isang araw.

Vocabulary

1. Words

nagmamalaki	to be a snob
pusturang-pustura	to be all dolled/dressed up

2. Expressions

O, sige, uuna na ako sa iyo.	O.K., I'm going ahead of you, i.e., goodbye.
Papasyalan kita isang araw.	I'll visit you one of these days.

Cultural Notes

1. Another form of greeting involves comments such as *Nagmamalaki ka na,* 'You're getting to be a snob'.

2. *O, sige, uuna na ako sa iyo,* is a common expression for leave-taking. Sometimes, it is followed by *Diyan ka na,* lit., 'You be there' i.e., 'Goodbye'.

Comprehension/Interpretation Questions

1. Bakit daw nagmamalaki si B?

2. Bakit hindi napansin ni B si A?

24

3. Sino ang pusturang-pustura?

4. Paano nagpaalam si B?

5. Papasyalan ba niya si A?

As mentioned earlier, reduplication is a device used to show intensification of the quality expressed by the adjective base.

Examples:

pusturang-pustura	all dressed up
mabait na mabait	very kind
magandang-maganda	very pretty

Note that the whole adjective including the prefix *ma-* (where it exists) is reduplicated. The *-ng* is a linker which becomes *na* following consonants except 'n'.

Examples:

damit *na* bago	new dress
daho*ng* tuyo	dried leaf

Exercise

Intensify the adjectives in the following sentences:

Example:

Maganda ang suot niya.   Magandang-maganda ang suot niya.

1. Magara ang kotse niya.   _____

2. Bihis siya.   _____

3. Salbahe ang kontra-bida.   _____

4. Mabait ang bida.   _____

5. Mura ang gulay at prutas.   _____

6. Mali ang sagot niya.   _____

7. Tama ang hula niya.   _____

8. Pangit ang panahon. _____

9. Mahal ang pasahe. _____

10. Mayaman si Rockefeller. _____

Dialog Variation

1. Use an appropriate response to the following greeting as comment:

   Hoy, nagmamalaki ka na.

   _____

2. What are other ways of saying 'goodbye'?

   O, sige, uuna na ako sa iyo.

   O, sige diyan ka na.

   Mauuna na ako.

   _____

   _____

3. What other reasons can you have for leaving?

   May pupuntahan pa ako, eh.

   Mahuhuli ako sa bus ko.

   _____

   _____

4. How else can you say 'Papasyalan kita isang araw'?

   _____

Dialog Improvisation

Write dialogs based on the following situations:

1. May nasalubong kang kaibigan na nagmamadali. Hindi ka nakita. Ano ang sasabihin mo? Ituloy ang 'dialog'.

2. Nakita ka ng isang kaklase mo, pero hindi mo siya nakita kaagad. Sinabi niya na nagmamalaki ka na. Ituloy ang 'dialog'.

3. Sa isang restawran, binati ka ng isang kaibigan mo. Hindi mo siya nakilala kaagad. Humingi ka ng paumanhin.

Lesson 9

SAAN BA ANG LAKAD NATIN?

(Nasalubong ng isang lalaki ang kanyang kaibigan.)

A: Hoy, Pare. Ang gara-gara natin. Saan ba ang lakad natin?

B: May importante akong lakad. Kailangan, medyo magpasiklab.

A: Maganda ba siya? Kilala ko ba?

B: Loko mo. Hindi dalaga ang ka-'date' ko. May aaplayan akong trabaho.

A: O, sige, pagbutihin mo. 'Good luck' sa iyo.

B: Salamat. Sige, maiwan na kita.

Vocabulary

1. Words

nasalubong	met
ang lakad	destination, appointment
magpasiklab	to show off (by wearing fancy clothes) lit., *siklab* means to flare up, to explode
aaplayan	will apply, (from apply)

2. Expressions

ang gara-gara	to be all dressed up
pagbutihin mo	make it good, i.e., give a good impression
maiwan na kita	I'll leave you, Goodbye

Cultural Notes

1. Another way of greeting is by giving a compliment on someone's appearance, such as *Ang gara-gara natin,* 'You look very fancy'.

28

2. Like *Saan ka pupunta?*, *Saan ang lakad natin?*
(lit., 'Where is our appointment?') is a simple
equivalent to the English 'Hello', or 'Hi'.

3. *Sige, maiwan na kita*, 'I have to leave you now',
is an expression of leave-taking or parting.

Comprehension/Interpretation Questions

1. Sino ang magara?

2. Bakit siya magara?

3. May ka-'date' ba siya?

Grammar Notes

An ordinary *ma-* descriptive sentence, such as
Magara tayo, can be intensified by reduplicating the
ma- adjective (Lesson 8). It can be changed into an
exclamatory sentence such as *Ang gara natin!* (Note the
use of *ang*, the dropping of *ma-* and the use of the *ng*
pronoun instead of the *ang* pronoun.) The same exclam-
atory sentence above can be intensified by redupli-
cating the base: e.g., *Ang gara-gara natin!* (See
Lesson 1.)

Exercise

Change the following sentences into three other
forms:

Example:

Ang sipag *ng bata!*	a) Masipag ang bata.
	b) Masipag na masipag ang bata.
	c) Ang sipag-sipag ng bata!

1. Madali ang iksamen.

2. Ang mahal ng bahay mo.

3. Murang-mura ang prutas.

4. Ang dali-dali mong magalit.

5. Mahina ang loob niya.

6. Ang husay niyang magluto.

29

7. Malaking-malaki ang bahay niya.

8. Ang buti-buti ng buhay niya.

Dialog Variation

Other forms of greeting-as-compliment are as follows:

1. *Ang taba mo ngayon. Iba na ang yumayaman.*
   (Being stout is considered a compliment since it means that life is treating one well.)

2. *Lalo yatang gumaganda ang kaibigan kong ito. Mayroon sigurong nagpapaganda.* (Lit., 'This friend of mine is getting prettier. Maybe someone is making her pretty.' [a suitor])

   In response, one could:

   a) deny the compliment:
      hindi naman. Not really

   b) return the compliment:
      Ikaw nga itong It's you who are getting
      yumayaman.   richer

   c) humbly accept the compliment:
      Sa awa ng Diyos. With God's mercy.
      Tumataba sa hirap. Getting stout from
             hardship.

Dialog Improvisation

Choose a partner and prepare dialogs based on the following situations. Act out your dialogs afterwards.

1. You see a friend who is all dressed up. Greet her and ask if she's going out on a date. (Continue the dialog.)

2. Your brother is getting all dressed up. Ask him if he is going courting. (Continue the dialog.)

3. Your mother is all dressed up. Ask her if she is going to a party. (Continue the dialog.)

Lesson 10

Dialog

PANAY NA PANAY ANG PASYAL MO!

(Binati ang dalaga ng isang babaeng may asawa.)

A: Rita, mabuti ka pa at panay na panay ang pasyal
mo.

B: Dadalawin ko ho ang ate ko sa ospital. Inoperahan
siya.

A: A, ganoon ba? Ikumusta mo na lang ako. Hindi ako
makaalis ng bahay. Mahirap ang may bata.

B: Makakarating ho.

Vocabulary

1. Words

dadalawin	going to visit
ate	older sister
inoperahan	operated on

2. Expressions

panay na panay	always, often, frequently
A, ganoon ba?	Is that right?
Ikumusta mo na lang ako	Say hello for me.
Hindi ako makaalis ng bahay	I can't leave the house.
Makakarating ho	I'll give her your best, lit., (Your greeting) will get there.

Cultural Note

*Rita, mabuti ka pa at panay na panay ang pasyal
mo,* 'Rita, how lucky you are to be able to go
places', is still another form of greeting which
involves a compliment. Such exchanges are nec-
essary to show friendliness.

31

1. Ano ang bati kay Rita?

2. Sino ang dadalawin ni Rita?

3. Bakit nasa ospital ang ate ni Rita?

4. Bakit hindi makaalis ng bahay si A?

5. Ano ang makakarating?

Grammar Notes

The prefix *i-* in *ikumusta,* 'say hello (for somebody)' indicates that the subject of the sentence is the beneficiary of the action.

Example:

Verb	Actor	Subject	Directional
Ikumusta	mo	ako	sa ate mo.

Other verbs that take *i-* are: *kuha, bili, kanta, kain, buhat, sayaw, pili, hingi, hiram, kopya.*

Aspectual forms of *kuha* are:

Neutral (infinitive):	ikuha
Completed (past):	ik*in*uha (-in- insertion)
Incompleted (progressive):	Ik*inu*kuha (-in- + reduplication)
Contemplated (future):	Ik*uku*ha (reduplication)

Exercise

Using the *i-* verbs above, translate the following into Tagalog:

1. I am getting some food for her.

_____

2. Mother bought him a pair of shoes.

_____

3. She will sing for us at the program.

---

4. Eat for me (i.e., on my behalf) at the banquet.

---

5. He is lifting the piano for us.

---

6. Dance for me (i.e., on my behalf) since I can't go.

---

7. I chose the best watermelon for him.

---

8. Ask for more posters for him.

---

9. The father is borrowing money for his son.

---

10. He is copying the poem for her.

Dialog Variation

Study the following leave-taking expressions and sample responses:

1. Leave-taking expressions

   Mauna na ako.   Diyan na kayo.
   I'll go ahead.   I'll be leaving you behind.

   Naku, huli na pala ako.   Aalis na ako.
   Gosh, I'm late.   I have to go.

   Sige, diyan na muna kayo.
   O.K., I'll be leaving you behind.

   Kumusta na lang sa lahat.
   (Just) give my regards to everybody.

33

2. Responses to leave-taking expressions

O, sige, 'bye'.	O.K., 'bye'.
Sige na, baka mahuli ka.	Go ahead, you might be late.
O, sige, lakad na.	O.K., run along.

3. Possible responses to the leave-taking expression
   '*Ikumusta mo na lang ako sa tatay mo* (or whomever)'

Makakarating po.	(Your message) will reach (him).
Sasabihin ko.	I will tell (him).
Maaasahan ninyo/mo.	You can count on it, i.e., the message will reach him.
Basta ikaw.	Anytime. Lit., so long as it's you.

Dialog Improvisation

Construct dialogs using the situations below:

1. Someone will take an examination.

   Possible comments: *'Good luck', ha?*
   Kayang-kaya mo iyan.

2. Someone is sick.

   Possible comments: *Ano ang masakit sa iyo?*
   Nagpatingin ka na ba sa
   doktor?
   May lagnat ka ba?
   Magpahinga ka.
   Kasi trabaho ka nang trabaho.

3. Someone is making a bet (e.g., at the races).

   Possible comments: *'Good luck.'*
   Balato, ha?

4. Someone is getting married.

   Possible greeting: *Maligayang bati.*

34

6. Someone just delivered a baby.

   Possible questions: *Babae ba o lalaki?*
   Kailan ipinanganak?
   Saan ipinanganak?
   Maputi ba?
   Sino ang kamukha?

Communication Exercises

A   May nakasalubong kang kakilala. Batiin mo.

1. Nagmamadali ang babae.

   _____

2. May dalang libro ang batang lalaki.

   _____

3. Pusturang-pustura ang binata.

   _____

4. May basket ng gulay at prutas ang matandang
   babae.

   _____

5. Nagtatatakbo ang isang lalaki.

   _____

6. Maagang-maaga pa.

   _____

7. Hindi ka nakita ng kaibigan mo.

   _____

8. Gabi na.

   _____

9. Nasa may simbahan ang babae.

   _____

10. May dalang malaking balutan ang matandang lalaki.

    _____

B   May bumati sa inyo. Sagutin ninyo ang bati.

1. Tinatanghali ka yata.

   _____

2. Ang ganda naman ng sapatos mo!

   _____

3. Panay na panay ang lakad mo.

   _____

4. Mukhang may importante kang 'appointment'.

   _____

5. Nagmamalaki ka na.

   _____

6. Binili mo na ba ang buong tindahan?

   _____

7. Papasok ka na ba?

   _____

8. Bakit ka ba humahagibis?

   _____

9. Saan ang sunog?

   _____

10. Magsisimba yata kayo.

   _____

PAKIKIPAGKILALA AT PAKIKIPAGKAIBIGAN

Lesson 11

Dialog

TAGA-SAAN KA SA AMERIKA?

(Nag-uusap ang isang Amerikano at Pilipino sa isang kasayahan.)

A: Taga-saan ka sa Amerika?

B: Nasa Massachusetts kami ngayon, pero sa Arizona ako ipinanganak.

A: Marami bang Pilipino sa Arizona?

B: Mayroon din, pero sa palagay ko, mas marami sa Massachusetts. Ang totoo, may kapitbahay kaming mga Pilipino. Taga-Maynila daw sila.

A: Ano ang pangalan?

B: Santos daw. Kilala mo ba sila?

A: Maari. Pero maraming Santos, kapareho din ng Smith.

B: Ganoon ba? Hindi ko sila masyadong kakilala. Hindi sila nangangapitbahay.

A: Nahihiya siguro.

Vocabulary

1. Words

kasayahan	gathering, lit., a happy occasion
ang totoo	the truth is
daw	it is said, according to someone (not the speaker)
kapareho	same as

kakilala	acquaintance
nangangapitbahay	to go neighboring/visiting

2. Expressions

sa Arizona *ipinanganak*	was born in Arizona
sa palagay ko	I think, in my opinion

Cultural Note

Filipinos are usually not inhibited about initiat-
ing conversations because talking to a stranger is
generally not considered intrusive. If thrown
together for almost any reason, someone will break
the ice. A common conversation opener is *Taga-
saan ka?*, 'Where are you from?'

Comprehension/Interpretation Questions

1. Taga-saan si B?

2. Saan siya ipinanganak?

3. Saan mas maraming Pilipino, sa Massachusetts o
   sa Arizona?

4. Sino ang kapitbahay ni B?

5. Sa anong paraan kapareho ng Smith ang Santos?

6. Bakit daw hindi nangangapitbahay ang mga Santos?

Discussion Questions

1. Taga-saan ka sa Amerika?

2. Marami bang Pilipino sa lugar mo?

3. Marami ka bang kakilala?

4. Anu-ano ang mga apelyido nila?

Grammar Notes

A   *Ka* + base
    Meaning: having a reciprocal relationship
    indicated by the base.

Examples:

kaklase, classmate   (*klase*, class)

kaiskuwela, schoolmate   (*iskuwela*, school)

kapareha, partner   (*pareha*, pair, same)

katabi, someone next   (*tabi*, side)
   to another

kalahi, of the same   (*lahi*, race)
   race

kasama, companion   (*sama*, accompany)

kapatid, brother/   (*patid*, cut, sever)
   sister

B   *Mag* + *ka* + base
    Meaning: having a reciprocal relationship indi-
    cated by the base. The *magka-* construction re-
    quires a plural subject.

    Example:

    Magkaklase kami   We're classmates

Exercise

    Translate the following sentences using *ka-* or
magka-.

    Example:

    He is my companion.   *Kasama ko siya.*
    We are companions.   *Magkasama kami.*

1.   He sits beside me.

    _____

2.   He is my brother .

    _____

3.   We went to the same school.

    _____

4.   We are of the same race.

    _____

5. We resemble each other.

_____

6. She helps me.

_____

7. We are of the same height. (*pantay*, level, even)

_____

8. We know each other. (*kilala*, acquaintance)

_____

9. He is my housemate.

_____

10. She is my classmate.

_____

Dialog Variation

Other questions that can be used as conversation openers are:

Gaano katagal ka na sa Amerika? (kung bagong dating lang sa Amerika)

Ano ang pinag-aaralan mo?

Mahilig ka bang magsine?

Saan ka nakatira?

Nagdya-'jogging' ka ba?

Dialog Improvisation

Pretend you are at a cocktail party and going around making small talk among the guests. Make a mental note of how you are similar to or different from those you meet.

Other Activities

Report to the class three things you have in common with the guests and another three things you do not have in common with them.

Lesson 12

Dialog

TAGA-MAYNILA KA BA?

(Nag-uusap ang isang Amerikana at isang Pilipina.)

A: Nadestino po daw kayo noon sa Maynila?

B: Taga-Maynila ka ba?

A: Oho. Siguro marami kayong kakilala sa Maynila.

B: Noong araw, pero ngayon wala na siguro sila sa dating tirahan. Bumalik 'yong huli kong sulat.

A: Naroon pa ho siguro. Alam naman ninyo ang Pilipino, hindi mahilig sa lipat nang lipat. Kung saan daw ipinanganak, doon ililibing.

B: Kilala mo kaya si Jack at Marina Mendoza? Doon sila nakatira sa 1112 Peñafrancia.

A: Aba, tiyo't tiya ko ho sila. Wala na nga ho sila sa Peñafrancia. Nag-'immigrant' na sila sa Amerika. Ibibigay ko sa inyo ang bago nilang 'address'.

Vocabulary

1. Words

nadestino	was assigned, had a tour of duty

2. Expressions

lipat nang lipat	to keep moving
kung saan daw ipinanganak, doon ililibing	it is said that where one is born, there one should be buried (reflects the traditional lack of physical as well as social mobility among Filipinos. One usually keeps the same address for life.)

41

In this dialog, the Filipina and American find out that they know some people in common; in fact a relative of the Filipina.

Comprehension/Interpretation Questions

1. Ang Pilipino daw, ayon kay B, ay hindi mahilig ng lipat nang lipat. Bakit kaya? Totoo pa ba ito sa ngayon?

2. Sa Amerika ba ay ganito rin, 'kung saan daw ipinanganak, doon ililibing?'

Grammar Notes

A   The reduplication of the root or base plus *nang* functions as an adverbial phrase meaning *frequently*.

Example

tawa, laugh   *tawa nang tawa,* to laugh
                                   frequently

Exercise

Change the following into phrases meaning frequently:

1. *daldal,* talk _____ to talk frequently

2. *tulog,* sleep _____ to sleep frequently

3. *kain,* eat _____ to eat frequently

4. *trabaho,* work _____ to work frequently

5. *linis,* clean _____ to clean frequently

6. *bihis,* dress _____ to dress frequently

B   *Kaya* is an adverbial enclitic which adds the meaning of uncertainty to the sentence.

Example:

Kilala mo *kaya* si Jack?   I wonder if you
                                 know Jack.

42

Translate the following into phrases showing uncertainty:

1. I wonder if she arrived. _____

2. I wonder if he called me up. _____

3. I wonder if he got lost. _____

4. I wonder if they work here. _____

5. I wonder if he won. _____

C   Usually, the affix *mag-*, when affixed to a borrowed word, can transform the word into a verb. *Mag-* can verbalize the following English loan words: basketball, swimming, shopping.
Thus, *magbasketbol, magswimming, magsyaping.*

Exercise

How do you translate the following into Tagalog?

1. to do the disco   _____

2. to play scrabble   _____

3. to play badminton   _____

4. to play tennis   _____

5. to go mountain climbing_____

Tagalog nouns, too, can be verbalized by *mag-*.

Examples:

magpansit, to cook noodles
maglumpya, to cook lumpya/spring rolls

Exercise

Using *mag-*, give the corresponding terms in Tagalog:

1. to make fried rice   _____

2. to cook adobo   _____

3. to make sinigang   _____

4. to use soap   _____

5. to play 'patintero' _____
   (a Tagalog game of tag)

Dialog Variation

Other question openers are:

1. Matagal na ba kayo sa States?

2. Ano ang 'maiden name' mo/ninyo?

3. Kakilala mo ba si (Greg)?

4. Saan ka natutong magsalita ng Tagalog?

Dialog Improvisation

You meet a person who lives in a neighborhood you used to live in years ago. Construct a dialog based on the dialog in Lesson 12.

Lesson 13

Dialog

KAANU-ANO MO SI 'ENGINEER' CODILLA?

(Sa isang 'international students' party'.)

A: Tinitingnan ko ang 'name tag' mo. Kaanu-ano mo si Engineer Codilla?

B: Bakit, kilala mo ba si Kuya Felix?

A: Oo, at kaibigang-kaibigan ko ang asawa nila. Magkasama kami sa opisina noong araw.

B: Pinsan ko si 'Engineer'. Ang nanay nila at ang tatay ko, magkapatid.

A: Kaya pala medyo nahahawig ka sa kanila.

B: O, sige, sasabihin ko sa Ate Titing na nagkakilala tayo. Pihong matutuwa 'yon.

A: Sige nga, pakikumusta mo na lang ako sa kanila. Susulatan ko 'kamo sila. Matagal na akong walang balita tungkol sa kanila.

Vocabulary

1. Words

nahahawig	to resemble, to look like
'kamo	you say, (from *wika mo*, also *'ika mo*, where the *w-* is contracted from *wika*)
balita	news

2. Expressions

kaanu-ano mo	how are you related to...

Comprehension/Interpretation Questions

1. Ano ang tawag ni B kay Engineer Codilla?

2. Bakit nabanggit ni A si Engineer Codilla?

3. Kaanu-ano ni B si Engineer Codilla?

45

4. Sino si Ate Titing? Kaanu-ano siya ni A?

5. Bakit madalas ang gamit ng titulong 'Engineer'?

Grammar Notes

A   Reciprocal relationships (quality shared equally
by two persons, things, places, etc.) expressed
by the prefix *ka-*, (Lesson 11) can be intensified
by repeating the *ka* + base and joining the two by
the linker *na/ng*.

Example:

kaibigan, friend → *kaibigang-kaibigan*, close
friend

Exercise

Intensify the following:

kagalit, enemy → _____arch enemy

kapareho, similar → _____very similar

kakilala, familiar → _____very familiar
with   with
kabati, ally → _____close ally

Note the particles used in the sentences:

Kaibigan *ni* Pedro *si* Maria.

Kaibigang-kaibigan *ng* tatay ko *ang* tatay niya.

Exercise

Use the *ka-* words above in the non-intensified
and intensified sentences.

B   Another way of expressing reciprocal relation-
ships involving two or more persons, places, or
things, is by the use of *mag-* added to *ka* + noun/
adjective. Plural subjects are required for
these.

Examples:

*Mag*kaibigan sila.   They are friends.

*Mag*kaibigan sina   Pedro and Maria are
Pedro at Maria.   friends.

46

When *ka-* is repeated, more than two persons are involved in a reciprocal relationship.

Example:

Mag*kaka*ibigan sila.   They are friends.   (More than two persons are involved.)

Exercise

Change the following roots to express reciprocity involving two persons and more than two persons:

Root	Two Persons	More than Two Persons
bati	magkabati	magkakabati
galit	_____	_____
-patid	_____	_____
pareho	_____	_____
kilala	_____	_____
sama	_____	_____
iskuwela	_____	_____

The *magka* + base can be intensified by repeating and then joining the two by the linker *ng/na*.

Example:

*magka*ibiga*ng* *magka*ibigan   the best of friends

Exercise

Intensify the following sentences:

1. Magkalaban sila.   _____

2. Magkabati ang mga bata.   _____

3. Magkaaway ang mga
   trabahador.   _____

4. Magkatulong ang mga
   kargador.   _____

5. Magkasundo kami.   _____

47

C   There are *magka-* prefixed words expressing recip-
     rocal relationships that are used as verbs.

     Example:

     Nagkakilala sila nang   They got to know each
     di-sinasadya.   other (without meaning to).

Exercise

     Use the following words in *magka-* verbal sentences.

malay _____   (to gain consciousness)

mali _____   (to make a mistake)

lokoloko _____ (to go haywire)

sirasira _____ (to be damaged)

Dialog Variation

     Other casual conversation openers are as follows:

1.   Kilala mo ba si...?

2.   Kaanu-ano mo si...?

3.   Pinsan mo ba si...?

4.   May kaklase ka bang...?

Dialog Improvisation

Construct a dialog based on the following situation:

     You meet a Filipino who looks vaguely familiar
to you. You find out in the course of your conver-
sation with him that he went to the same school you
attended. He looks younger than you.

Lesson 14

Dialog

MALIIT ANG MUNDO!

(Sa isang salu-salo, kinakausap ng isang batang-batang dalaga ang isang may-edad na babae.)

A: Taga-U.P. din daw kayo?

B: Oo, bakit, ikaw din ba?

A: Lahat ho kami sa pamilya namin, pero mas huli ako sa inyo. Kasabay ninyo siguro ang ate ko.

B: Anong taon siya?

A: Mga 1958 ho siguro. Bagong 'graduate' pa lang ho ako ngayong taong ito. Kadarating ko lang sa States.

B: Oo, kasabay ko nga ang ate mo sa U.P. Baka mag-kakilala pa kami.

A: Namumukhaan ko ho kayo dahil sa 'graduation pictures' sa album ng ate ko.

B: Ano ang pangalan ng ate mo?

A: Lourdes ho. Lourdes Santos.

B: Si Lulu? Kaibigang-kaibigan ko siya noong araw. Maliit talaga ang mundo!

Vocabulary

1. Words

may-edad	lit., has years, i.e., middle-aged
mundo	world, (from Span. *el mundo*, the world)
salu-salo	party, gathering

2. Expressions

batang-batang dalaga	very young unmarried woman

namumukhaan ko	you look familiar
ho kayo	

Again in this dialog, A is trying to find a common tie with B by asking her if she is a graduate of U.P.

Comprehension/Interpretation Questions

1. Saan nag-aral si A at si B?

2. Sino ang mas matanda, si A o si B?

3. Sino ang kasabay ni B sa U.P.?

4. Bakit namumukhaan ni A si B?

5. Bakit nasabi ni B na 'maliit ang mundo'?

Grammar Notes

A   Tagalog has a recently completed aspect which is formed by prefixing *ka-* to the base and reduplicating the first syllable of the base.

Examples:

dating, to arrive → *kadarating,* has just arrived

(Note the change of *d* to *r* when in between vowel sounds.)

alis, to leave   → *kaaalis,* has just left

Exercise

Fill in the missing letters:

bili, to buy → ka ___ bili, has just bought

kuha, to get → kaku ___ ha, has just taken

kain, to eat → ___ kain, has just eaten

B   In sentences where this aspect occurs, there are no *ang* phrases. Instead, the *ng* forms are used.

Examples:

Kadarating *ko* lang.

Kabibili *ni Jose* ng 'jeep'.

C   The particle *lang*, 'only', or 'just', often accompanies this verb form to stress recency of action.

Exercise

Combine the following words using the recently completed aspect form of the verb. Supply the necessary affixes and particles:

Example:

kain/lang/niya/restawran/nang/pasok/ako

Kakakain lang niya sa restawran nang pumasok ako.

1.   kanta/lang/Sylvia/radyo/nang/alis ako

_____

2.   sayaw/lang/nila/entablado/nang/dating/bisita

_____

3.   basa/lang/Pepe/harap/klase/nang/tawag/ka

_____

4.   upo/lang/namin/mesa/nang/tayó'/Ginang Solis

_____

Dialog Variation

Other questions that may follow conversation openers tracing relationships are as follows:

Naging titser mo ba si...?

Kaklase mo ba si...?

Ano ang natapos mo?

Anong taon ka nagtapos?

Dialog Improvisation

1. Nasa isang salu-salo ka. May nakita kang isang babaeng namumukhaan mo. Ano ang sasabihin mo?

2. Nag-aral din sa Unibersidad (ng Pilipinas) ang isang bisita. Parang kilala mo siya. Paano mo siya babatiin?

3. May isang panauhing taga-(Maynila) na kagaya mo. Kausapin mo siya.

4. Sa isang 'class reunion', may isang dating kaklase na bumati sa iyo. Nagbalitaan kayo.

Dialog

PILIPINO KA BA?

(Binati ng isang matandang Amerikano ang isang Pilipina.)

A: Pilipino ka ba?

B: Aba, marunong pala kayo ng Tagalog.

A: Limang taon ako sa Pilipinas, mula 1960 hanggang 1965. Siguradong hindi ka pa ipinanganak noon.

B: Naku, tao na ho ako noon. Nagustuhan ba ninyo ang Pilipinas?

A: Oo. Marami pa akong kaibigan doon hanggang ngayon. Nagpapalitan kami ng 'Christmas cards'. Heto ang aking 'card'. Tawagan mo ako at nang makapasyal ka sa amin. Matutuwa ang misis ko na makilala ka. Gustong-gusto niya sa Pilipinas.

B: Hayaan ho ninyo, pagkatapos ng aking mga iksamen, tatawagan ko kayo.

Vocabulary

1. Words

   mula...hanggang...   from...to...

   nagpapalitan   exchanging

2. Expressions

   marunong kayo ng   lit., you know Tagalog
   Tagalog   i.e., you speak Tagalog

   tao na ho ako noon   lit., I was already a
                             person then, i.e., I was
                             already born then

Cultural Note

Filipinos abroad are more likely to start a conversation with a fellow-countryman in a chance encounter than would Americans in the same situation. In this context, a common conversation opener would be *Pilipino ba kayo?*, 'Are you a Filipino?', or, *Matagal na ba kayo sa States?'* 'Have you been in the States long?' If the other party is friendly, such a meeting is likely to lead to a more lasting relationship.

Comprehension/Interpretation Questions

1. Bakit nagulat si B kay A?

2. Saan natuto si A ng Tagalog?

3. Nagustuhan ba ni A ang Pilipinas?

4. May kaibigan pa ba siya doon?

5. Paano ipinakita ni A na gusto niya ang Pilipino?

6. Kailan daw pupunta si B kina A?

7. Sa palagay ba ninyo, talagang pupunta si B kina A?

Grammar Notes

A   Reciprocal verbs are marked by the compound affix *mag- -an/-han*. When *-(h)an* is added to a word, the non-final syllable stress of the root shifts to the suffix.

Examples:

*mag*palítan	to exchange something with each other
*mag*suntúkan	to box each other
*mag*halíkan	to kiss each other
*mag*sulatán	to write to each other
*mag*basahán	to read to each other

Exercise

Change the following roots into reciprocal verbs:

kuról, to pinch   →_____ to pinch each other

hila, to pull   →_____ to pull each other

sampál, to slap → _____ to slap each other

yákap, to embrace → _____ to embrace each other

B   Sentences can be combined and the relationships between the two clauses or sentences can be expressed by conjunctors.

1.   *At nang*, 'so that', is a conjunctor that expresses the purpose for carrying out the first clause.

Example:

First Clause	Conjunctor	Second Clause
Tawagan mo ako	at nang	makapasyal ka sa amin.
Call me	so that	you can come to our place.

2.   *Pagkatapos*, 'after', is a conjunctor which joins clauses that have a sequential relationship. *Pagkatapos* precedes or introduces the first event.

Example:

Conjunctor	First Event	Second Event
Pagkatapos	*kong mag-iksamen	tatawagan ko kayo.
After	my exams	I'll call you.

   * Note the use of the *ng* pronoun to indicate the actor.

Exercises

A   Use *pagkatapos* in response to the following questions:

1.   Kailan ka matutulog?

2.   Kailan ka manunood ng T.V.?

3.   Kailan ka maglilinis ng bahay?

55

4. Kailan ka mag-aaral?

5. Kailan ka magluluto?

6. Kailan ka maghahanap ng trabaho?

7. Kailan ka papasok sa iskuwela?

8. Kailan ka mag-aasawa?

B. Use *at nang* clauses to complete the following:

1. Kumain ka ng marami _____

2. Sunduin mo ako nang maaga _____

3. Magtiyaga kayo sa Lolo ninyo _____

4. Mag-'jogging' ka _____

5. Mag-ipon ka ng pera _____

6. Mag-aral kang mabuti _____

7. Magpapa-'plastic surgery' siya _____

8. Magkita tayo ng alas dose ng tanghali _____

Dialog Variation

Other questions that can be asked in a similar context as *Pilipino ka ba?* are:

Saan ka sa Pilipinas?

Matagal ka na ba dito?

Saan ka nagtratrabaho?

Narito ba ang pamilya mo?

Saan ka nakatira?

Dialog Improvisation

Construct a dialog similar to Dialog 15, considering the following situation:

You are at a party and you start a conversation
with someone who looks like a Filipino. You
have been to the Philippines and want to talk
to him/her about some of your pleasant experiences
and about people you might know in common.

Lesson 16

Dialog

KILALA MO BA SI STEVE?

(Nagkita sa kampus sina Manny, Steve at Joe.)

A: Oy, ano Manny, kumusta? Kilala mo na ba si Steve?

B: Kumusta ka, Steve? Kailan ka dumating? Mainit
   lang dito sa amin.

K: Isang buwan pa lamang ako dito. Gusto ko nga ng
   mainit. Ayoko ng 'winter'.

A: Mag-usap muna kayo. Dadaan lang ako sandali sa
   'Post Office'.

B: Isang buwan pa lang? Bakit magaling ka nang
   mag-Tagalog?

K: Nag-aral ako sa 'University of Hawaii'. Magaling
   ang aking mga titser sa Tagalog.

B: Bilib ako...Taga-saan ka sa 'States'?

K: Sa Minnesota ako ipinanganak, pero lumipat na
   ako sa California. Sawa na kasi ako sa ginaw.

B: May nanay at tatay ka pa ba?

K: Oo, at may dalawa akong kapatid; isang babae at
   isang lalaki. Pero hiwa-hiwalay kami. Nasa
   Oregon si 'Mom' at 'Dad'. Si Janet, nasa
   Wisconsin, at si Tom naman, nasa 'East Coast'.

B: Layu-layo nga pala. Iba sa amin. Dito bihira
   ang malayo sa pamilya. Kahi't nga may asawa na,
   hindi pa bumubukod. Saan ka nakatira?

K: Nakikituloy muna ako kina Mrs. Cruz sa España.
   Magpapatulong nga ako sa inyo ni Joe sa paghanap
   ng 'apartment'. Gusto ko 'yong malapit sa lahat.

B: Madali lang 'yon. O, heto na pala si Joe.
   Magkape muna tayong tatlo.

58

Vocabulary

1. Words

layu-layo	far apart
bihira	unusual, not common
nagkita	met by chance or by appointment
sawa	tired of, fed up with
bumubukod	to live separately from the rest of the family
nakikituloy	to stay in someone's house temporarily

2. Expressions

hiwa-hiwalay kami	we are in different places
bilib ako	I am impressed
magkita tayo bukas	Let's meet tomorrow
malapit sa lahat	close to everything, conveniently located

Cultural Notes

1. It is not considered rude nor nosey to ask a new acquaintance personal questions similar to the ones Manny is asking Steve.

2. *Mainit lang dito sa amin, ano?* 'It's hot here, isn't it?' (lit., 'It's only hot here, isn't it?'), is a way of apologizing for the discomfort that the country's hot weather may give the American visitor.

Comprehension/Interpretation Questions

1. Sino ang bagong dating sa Pilipinas?

2. Gusto ba ni Manny ng mainit na panahon?

3. Ayaw ba ni Steve ng mainit na panahon?

4. Gaano katagal na si Steve sa Pilipinas?

5. Magaling ba siyang mag-Tagalog? Bakit?

6. Taga-saan si Steve sa 'States'?

7. Bakit siya lumipat sa California?

8. May nanay at tatay pa ba siya?

9. May mga kapatid ba siya?

10. Nasaan ang mga magulang at kapatid ni Steve?

11. Saan nakatira si Steve?

12. Anong klaseng 'apartment' ang gusto ni Steve?

13. Sino ang tutulong kay Steve na humanap ng 'apartment'?

Discussion Questions

1. Ano ang kaibahan ng pamilyang Pilipino sa Amerikano?

2. Anong uri ng pamilya mayroon kayo? Katulad ba ito ng Amerikano o ng Pilipino?

Grammar Notes

Adverbial or enclitic particles occur only in a certain fixed word order in relation to other elements in the sentence. When these particles are added to the sentence, their most common meanings expressed are as mentioned in the exercises below.

Exercises

Translate the following statements with enclitic particles:

A   *Na,* 'already', denotes completed action.

Kilala mo *na* ba si Steve?   Have you (already) met Steve?

1. Sawa *na* kasi siya kaya hindi na siya kumain ng suman.

2. May asawa *na* ang kapatid niyang bunso.

3. Magaling ka *nang* mag-Tagalog.

4. Pero lumipat *na* ako nang bumisita ka.

60

B   *Pa,* 'still', denotes incompleted action.

Isang buwan *pa,* tapos na siya.   'One more month and he'll be through.'

1. May tatay at nanay ka *pa* ba?

2. Hindi *pa* bumubukod ang mga anak niya.

C   *Nga,* 'really', 'in fact', usually expresses affirmation or confirmation.

Gusto ko *nga* ng mainit na panahon.   'I *do* like warm weather.'

1. Kahit *nga* may asawa na ang anak niya, nakatira pa sa kaniya.

2. Magpapatulong *nga* ako sa inyo.

D   *Muna* is often translated as 'first', (*before* one does anything else).

Makikituloy *muna* ako kina Mrs. Cruz.   'I'll stay with Mrs. Cruz first'. (for the time being).

1. Mag-kape *muna* tayo.

2. Magbihis ka *muna.*

E   *Lang,* or   *lamang,* 'only', commonly expresses a meaning of limitation (in quantity, extent, importance, etc.)

Mainit *lang* dito sa amin.   'It's (only) hot in our place.'

1. Madali *lang* 'yon.

2. Isang buwan pa *lang* ba?

3. Dadaan *lang* ako sandali sa 'Post Office'.

F   *Naman,* 'on the other hand', or 'anyway', shows that the statement is a contrast to the previous statement.

Si Janet, nasa Wisconsin, at si Tom *naman,* nasa 'East Coast'.   'Janet is in Wisconsin, (while/whereas) Tom is on the East Coast.'

G   *Pala* expresses surprise over an unexpected turn
of events.

Layu-layo *nga pala* sila.   'I see, you're right.
They *are* all living in different places.'

O, heto na *pala* si Joe.

Note that the enclitics usually follow the first
word of the sentence except when enclitic monosyllabic
pronouns such as *ko*, *ka*, *mo*, are present, in which
case, these precede the adverbial particles.

Exercise

Insert the indicated enclitics in the following
sentence and translate the resulting sentences.   Follow
the model.

Bumili siya ng bahay.

1.   (na)   *Bumili na siya ng bahay.*
            They already bought a house.

2.   (nga) _____

     _____

3.   (pala) _____

     _____

4.   (muna) _____

     _____

5.   (naman) _____

     _____

6.   (na, nga, pala) _____

     _____

Dialog Variation

Questions eliciting 'biographical' information
such as the following, are asked of new
acquaintances.

Taga-saan ka?

Saan ka nakatira?

Nag-aaral ka pa ba?

Ano ang pinag-aaralan mo?

Kailan ka pa rito?

Saan ka nagtratrabaho?

Ilan kayong magkakapatid?

Narito na ba kayong lahat sa Amerika?

Personal questions, which should be interpreted as a sign of genuine friendliness rather than intrusion, are also often asked.

Examples are:

May asawa ka na ba?

Ilan ang anak mo?

Magkano ang upa ng bahay mo?

Bakit wala ka pang anak?

If such questions irritate the hearer, he or she can avoid direct answers by either keeping quiet or giving a vague reply.

Dialog Improvisation

Choose a partner or partners and develop dialogs illustrating the following situations, assuming one of the roles:

1. A new student talks to another student, and they get information about each other.

2. A professor introduces a new colleague to another.

3. A male cousin introduces his female cousin to a male friend of his.

4. An elderly person meets a younger person of the opposite sex at a party.

5. A young girl introduces her girlfriend to her mother.

Talk or write about your friend Steve to your friends. Mention as much information about him as possible.

Lesson 17

Dialog

KABABAYAN PALA TAYO!

(Narinig ng isang matandang babae na nag-uusap sa
Tagalog ang dalawang dalaga.)

A: 'Excuse me', narinig ko kayong nag-uusap. Mag-
kababayan pa yata tayo.

B: Bakit ho, taga-Batangas rin ba kayo?

A: Oo, pero matagal na akong hindi umuuwi sa atin.
'Retired navy officer' ang asawa ko, at dito na
kami tumigil sa Cleveland.

B: Kami naman ho, 'exchange students' sa Michigan
University. Bakasyon ho namin kaya nagpapasyal
kami.

A: May kakilala ba kayo dito?

K: Wala nga ho. May 'reservations' ho kami sa
YWCA.

A: Mag-'weekend' kayo sa amin. May bakante akong
kuwarto. Nag-asawa na lahat ang aking mga anak,
kaya kami na lang dalawa ng asawa ko.

Vocabulary

Words

magkababayan	town or country mates
umuuwi	to go home (Many Filipinos who have lived in the States for a long time still think of the Philippines as their home; hence, they use the verb *uwi* instead of *punta*, 'to go', to refer to going to the Philipines.)

Cultural Note

Kababayan pala tayo, 'Oh, we come from the same
town', is used as a way of meeting a stranger.
Many Filipinos tend to befriend their country
mates when they meet them in the States and the

'old timers' invite the 'newcomers' to their homes.

Comprehension/Interpretation Questions

1. Anu-anong uri ng Pilipinong dayuhan ang nabanggit sa 'dialog'? Taga-saan sila?

2. Anong uri ng dayuhan ang di nabanggit?

3. Natutuwa bang makakilala ng kababayan si A? Saan niya iniimbita ang dalawang dalaga?

Discussion Questions

1. Lahat ba ng dayuhan ay natutuwang makakilala ng kababayan?

2. Kapag kayo ay may kakilalang kararating sa Amerika buhat sa ibang bansa, ano ang inyong ginagawa?

Grammar Notes

A   *May* expresses existence or something owned or possessed. The latter function is illustrated in the following sentences:

May kakilala ba kayo dito?   'Do you know anyone here?'

May 'reservations' ho kami sa YWCA.   'We have reservations at the YWCA.'

May is never separated from the element possessed in the sentence. Note, however, that pronouns may separate the modifier from the noun possessed.

Example:

May *bakanteng kuwarto*.   'There is a vacant room.'

May *bakante* akong *kuwarto*.   'I have a vacant room.'

Exercise

Change the following possessive sentences into *may* sentences:

Example:

Kay John ang libro. → May libro si John.

1. Sa kotse ang gulong. _____

2. Sa bata ang tsokolate. _____

3. Akin ang bahay. _____

4. Sa madre ang rosaryo. _____

5. Kay Lita ang damit. _____

B. *Mayroon* is a variant form of the existential particle *may*. It is a combination of *may* and *doon*; the latter, meaning 'there', is a *sa* demonstrative. *Mayroon* and its negative counterpart *wala* both take linkers that are attached directly before the possessed noun.

Examples:

Mayroo*ng* bisita si Ana.
Mayroon si Ana*ng* bisita.

Unlike *may*, *mayroon* or *wala* does not have to be followed obligatorily by the possessed object.

Examples:

Mayroon ba kayo*ng kakilala?*
Wala ba kayo*ng 'reservations'?*
Mayroon ako*ng bakanteng kuwarto.*

Exercises

A Change the following *may* sentences into sentences using *mayroon:*

1. May kapatid siya. _____

2. May kotse ka ba? _____

3. May posporo si Ben. _____

4. May aso ang kapitbahay ko. _____

5. May bisikleta ba siya? _____

B Change the above sentences using *wala.*

Dialog Variation

Other expressions used in an attempt to trace one's roots, one's family and regional background are:

1. Santos pala ang pangalan mo. Kaanu-ano mo ang mga Santos ng Calumpit, Bulacan?

2. May kilala ka bang Santos na sastre sa Calumpit, Bulacan?

3. Kaanu-ano mo si Dr. Santos sa taga-Meycauayan?

Dialog Improvisation

Choose a partner and develop a dialog illustrating the following:

1. Two townmates meet in a shopping center and try to trace common friends they may have from their hometown.

2. Two strangers having the same surname try to trace each other's relatives.

Lesson 18

Dialog

PROPESOR GONZALEZ, KILALA BA NINYO
SI DR. JONES?

(Sa opisina ni Propesor Gonzalez.)

A: Propesor Gonzalez, kilala ba ninyo si Dr. Jones?
Sila ang ating 'visiting professor' na bagong
dating mula sa Amerika. O, maiwan ko muna kayo,
Dr. Jones.

B: Kumusta po kayo? Maupo kayo at magpapakuha ako
ng maiinom. Baka hindi kayo masiyahan dito sa
amin. Masyadong mainit.

K: Sanay ho ako diyan. Umiinit din doon sa amin sa
Washington, D.C. Minsan nga, umaabot pa sa 105°F
ang temperatura.

B: A, ganoon ba? Akala ko pa naman, sa States,
laging maginaw. Sana magustuhan ninyo dito sa
amin. Magsabi lang kayo kung may maitutulong kami
sa inyo.

K: Talagang hihingi ako sa inyong lahat ng tulong.
Marami akong matututunan sa inyo. Ngayon pa
lamang ako makapagtuturo sa ibang bayan.

Vocabulary

1. Words

masiyahan	to be satisfied/content (with the situation)
sanay	used to
umaabot	reaches
makapagtuturo	to be able to teach

2. Expressions

magsabi lang kayo	(don't hesitate to) say it (if something is wrong)
maraming matututunan	will learn a lot

69

1. Introductions are very informal, if made at all, and may include information regarding the person's title or office he/she fills, as in, *Sila ang ating 'visiting professor'*.

2. *Maiwan ko muna kayo.* The speaker is asking for permission to leave Dr. Jones with Professor Gonzalez so they could talk in private.

3. *Maiinom*, 'something to drink', is either coffee or tea, or a cold soft drink served with cookies, biscuits or some other snack. It is polite to offer a guest something to eat even if it is at a business trip.

Comprehension/Interpretation Questions

1. Sino si Dr. Jones? Bakit siya pumunta sa Pilipinas?

2. Nakapagturo na ba si Dr. Jones sa ibang bayan?

3. Kanino daw siya hihingi ng tulong?

4. Bakit daw maaaring hindi masiyahan si Dr. Jones sa Pilipinas?

5. Ano ang sagot niya?

Grammar Notes

Po', or its variant form *ho'*, as mentioned in Lesson 1, is used to show respect or social distance. It is often found right after the first word or unit in the sentence.

The second person plural pronoun is used to address a person, to show respect or social distance. In situations that require the utmost respect or politeness, such as when one addresses or refers to one's grandparents or important officials, the third person plural pronoun is used.

Note the use of *po/ho* and the plural pronouns in the following examples:

1. *Sila* ang ating 'visiting professor'.

2. Kumusta *po kayo?*

3. Baka hindi *kayo* masiyahan dito.

4. Sanay *ho* ako diyan.

5. A, ganoon *ho* ba?

6. Sana magustuhan *ninyo* dito.

7. Magsabi lang *kayo* kung may maitutulong kami sa *inyo*.

Exercise

Add *po,* or *ho,* to the following sentences and make the corresponding changes in the pronouns.

1. Kumain ka na ba? _____

2. Magpahinga ka na. _____

3. Akina ang dala mo. _____

4. Heto ang tsinelas mo. _____

5. Sasama ako sa iyo. _____

6. May pera ka ba? _____

7. Wala ka na bang bilin? _____

8. Dito ka na matulog. _____

9. Dumating na siya. _____

10. Sa iyo ito. _____

Dialog Variation

Other expressions used in introductions are:

1. Magkakilala na ba kayo?

2. (Phillip), gusto kong ipakilala sa iyo si (Nick).

3. (Bob), ito si (Janet).

Responses are either formal or informal:

Formal: Ikinagagalak ko kayong makilala.

Informal: Kumusta (ka)?

Develop a dialog illustrating the following situations:

1. Introduce a visiting professor from the Philippines to your colleague.

2. You meet an elderly man who happens to be the townmate of your parents.

Lesson 19

Dialog

INAY, ITO HO SI LISA

(Isinama ni Meding sa bahay niya si Lisa.)

A: Inay, ito ho si Lisa. Siya 'yong kaklase ko na taga-Maynila. Nagbabakasyon siya sa mga tiya niya sa ating probinsya.

B: Aba, Lisa, anak. Maupo ka. Lagi kang nababanggit ng kaibigan mo. Mabait at marunong ka raw.

K: Naku, hindi ho. Si Meding nga ho ang pinakamarunong sa amin.

B: O, siya, pareho na kayong marunong at mabait. Ipalagay mo ang sarili mo dito sa amin, ha, at sumaglit-saglit ka naman sa amin.·

K: Magsasawa ho kayo sa akin. Kaya nga dito ako nagbakasyon nang magkita kaming lagi ni Meding.

B: Sana hindi magbago ang inyong pagtitinginan.

Vocabulary

1. Words

nagbabakasyon	to spend one's vacation, (from the Spanish *vacacion,* vacation)
nababanggit	to be mentioned
magsasawa	will get tired of/fed up with
pagtitinginan	caring for each other/looking after each other's welfare

2. Expressions

ipalagay mo ang sarili mo	make yourself at home
sumaglit-saglit ka naman	drop in once in a while

1. Students from Manila usually go to the provinces to spend their summer vacation.

2. Friendships are very important, and a friend is usually considered to be a part of the family. Note the use of *anak*, 'child', by Meding's mother when addressing Lisa. It is also common to call the older relatives of one's friend by their kinship title. Thus, Lisa may call Meding's mother *Inay*, 'mother'. The use of kinship terms is one way of extending the family.

Comprehension/Interpretation Questions

1. Sino si Lisa? Taga-saan siya?

2. Taga-saan si Meding?

3. Ano ang sabi ng nanay ni Meding tungkol kay Lisa?

4. Sino raw ang pinakamarunong sa klase?

5. Kaninong pagtitinginan ang di raw sana magbago?

Grammar Notes

A   *Aba* is an interjection of surprise or wonder, equivalent to the English 'Oh!'

Exercise

Add *Aba!* to the following sentences to express strong emotion such as wonder or surprise.

Example:

Nanalo siya.   Aba, nanalo siya!

1. Nahulog ang bata.   _____!

2. Ano iyon?   _____?

3. Nasunog ang ulam.   _____!

4. Nakarating ang mga naiwan. _____!

5. Kumakanta siya.   _____!

B   *Raw,* or *daw* (if after a consonant), means 'according to...' or 'it is said...', and is used to disclaim responsibility for what is being said in indirect discourse.

Exercise

Disclaim responsibility for the following sentences:

Example:

Nanalo si Kennedy.   Nanalo raw si Kennedy.

1. May kalaguyo siya.   _____

2. Darating si Abe bukas._____

3. Natalo siya nang malaki._____

4. Narimate ang bahay nila._____

5. Maraming salapi ang
    ginasta nila sa ospital._____

C   *Sana* is a particle used to express a wish or hope for something to happen.

In the following example, note that *sana* occurs with a verb in its basic or infinitive form, when the hope relates to an event that has not yet occurred.

Example:

Sana hindi *magbago* ang inyong pagtitinginan. 'I hope that your relationship/friendship does not change.'

Note, too, that the actor need not be expressed by a personal pronoun.

Exercise

Translate the following sentences using *sana*. *(Sana* often occurs before or after the first word of the sentence.)

Example:

'I hope she's happy.' *Sana* maligaya siya.
                        Maligaya *sana* siya.

75

1. I hope my candidate wins._____

2. I hope he gets well. _____

3. I hope I pass my exams._____

4. I hope it does not rain._____

Dialog Variation

Introductions include information regarding the person's relationship with the introducer.

Examples:

Itay, ito ho si Alex. Kaklase ko ho siya.
Marie, si Carina, pinsan ko.

Other explanatory introductions are:

1. ...kapatid ko.

2. ...kaibigan ko.

3. ...kasamahan ko sa trabaho.

4. ...anak ng matalik kong kaibigan.

5. ...kumpare ko.

6. ...kapitbahay namin.

Dialog Improvisation

Prepare a dialog using the following situations:

1. Introduce a friend to your father or mother.

2. Introduce a relative to a friend of yours.

3. Introduce a friend to another friend.

Lesson 20

Dialog

GUSTO KO SANANG MAKILALA MO SI BERT

(Nag-uusap ang magpinsang binata at dalaga.)

A: Gusto ko sanang makilala mo ang kaibigan kong si Bert. Naghahanap siya ng mga kaibigang dalaga.

B: E bakit ako ang nakikita mo?

A: Tingnan mo ito, galit kaagad. Sige na, ipapasyal ko si Bert dito, kung payag ka.

B: Sino ba siya? Binata bang talaga?

A: Oo, binatang binata. Kababata ko siya, kaya ko alam. Guwapo na, marunong pa, at mabait sa magulang.

B: Siguro marami na siyang nobya.

A: Tingnan mo ito, suko kaagad. Dadalhin ko dito mamaya at nang makilala mo si Bert. Pihong magugustuhan mo siya.

Vocabulary

1. Words

naghahanap	is looking for
nobya	girlfriend (from Spanish *novia,* fiancée or bride)

2. Expressions

ipapasyal ko si Bert	I will take Bert to visit you
kung payag ka	if you agree
binatang binata	really a bachelor
suko kaagad	is giving up easily

1. Young women are traditionally shy about meeting young men, if it seems obvious that the object is a possible courtship. They do not want to be considered aggressive.

2. *Binata bang talaga?*, 'Is he really a bachelor?', is a joke, half-serious, half-playful.

3. *...at mabait sa magulang*, 'and kind to parents', i.e., 'a dutiful son', which is considered a great quality for a prospective husband.

Comprehension/Interpretation Questions

1. Sino ang gustong ipakilala ni A kay B?

2. Natuwa ba si B? Bakit?

3. Sa palagay ninyo, interesado ba si B kay Bert? Bakit?

4. Bakit kilala ni A si Bert?

5. Ano kaya ang sagot ni B sa huling sinabi ni A?

6. Sa palagay ba ninyo si B ay naghe-'hele-hele bago quiere'? Bakit?

7. Ano ang katangian ng isang 'mahinhing Pilipina'?

Grammar Notes

When used as an adjectival base, *galit* is accented on the last syllable. When used as a noun or as the base of the verbal affix *mg-*, the accent is on the first syllable (magalit, galit). Other verbs that follow this pattern are *sira, gutom, uhaw, takot, basag.*

Exercises

A Change the following noun bases into adjectives and *ma-* verbs. Accent the words.

Noun	*Ma-* Verb	Adjective
síra	masíra	sirá
gútom	_____	_____

Noun	*Ma-* Verb	Adjective
úhaw	_____	_____
tákot	_____	_____
básag	_____	_____

B Change the following verbal predicates into adjectival predicates:

1. *Nasíra* ang kotse.

2. *Naúhaw* ang aso.

3. *Nagútom* sila noon.

4. *Natákot* kami sa kidlat.

5. *Nabásag* ang pinggan.

C Identify whether the underlined words are used as nouns or as adjectives. Mark the accents on those words. In what contexts do you find the nouns? Where do you find the adjectives?

1. Malaki ang _sira_ ng kotse.
   Talagang _sira_ ang kotse.

2. Naalis din ang _uhaw_ niya.
   Uhaw na _uhaw_ siya.

3. Ganoon na lang ang _gutom_ niya.
   Gutom nga siya.

4. _Basag_ ang boses niya.
   May _basag_ ang baso.

5. _Takot_ siya sa aswang.
   Wala siyang _takot_ sa dilim.

Dialog Variation

Desirable qualities for prospective spouses are the following:

For husbands	For wives
guwapo	maganda
marunong	mahinhin
mabait	masipag
mapagmahal	mabait
magalang	matiyaga

Use the adjectives mentioned above in sentences having *na* and *pa*.

Example:

Guwapo *na,* marunong *pa.*

Dialog Improvisation

Instead of talking about a prospective husband, have A and B talk about a prospective wife.

Lesson 21

Dialog

HALIKA AT IPAKIKILALA KITA

(Sa isang sayawan.)

A: Rudy, bakit hindi ka sumasayaw? Ang dami-daming magagandang dalaga. Sayang ang tugtog!

B: Ikaw pala, Victor. May gusto akong isayaw, pero hindi niya ako kilala. Ang isa pa, laging may kapareha.

A: Sino ba doon?

B: 'Yong nakarosas na bestida at nakaputing sapatos. Ang gandang ngumiti at ang lambot ng katawan.

A: A, si Kathy ba ang sinasabi mo? Kapatid kong bunso 'yon. Halika at ipakikilala kita.

(Lalapitan si Kathy.)

A: Kathy, gusto ka raw makilala ng kaibigan kong si Rudy. Rudy, ito ang kapatid kong si Kathy.

K. Kumusta po kayo?

B: Huwag mo naman akong pupuin. Hindi pa naman ako katandaan... ...maaari ba kitang makasayaw?

A: Sige, makipagsayaw ka, Kathy. Kanina ka pa inaabangan ni Rudy.

K: Sa susunod na, Kuya. Naipangako ko na itong sayaw na ito kay Andy. O, sige ho, Mang Rudy, pagkatapos ng tugtog na ito.

Vocabulary

1. Words

kapareha	partner
naipangako	had promised

2. Expressions

may gusto akong isayaw	there's someone I'd like to dance with

81

ang lambot ng katawan	lit., the body is very soft, i.e., graceful
Huwag mo naman akong pupuin, hindi naman ako katandaan.	Don't use *po* with me. I'm not that old. (The man wants to bridge the social distance between himself and the girl)

Cultural Notes

1. Kathy uses the polite *po* not only because Rudy is older but also because he is a new acquaintance. Note that she also calls him Mang Rudy. *Mang/ mama*, an honorific used with males. (The female honorific is *Ale/Aling.*)   A young woman who is not interested in a closer relationship with a young man uses *po* or *ho* as a cue for him to lay off.

2. Victor plays his role as a big brother and in effect gives Kathy permission to dance with Rudy.

3. *Naipangako ko na itong sayaw na ito kay Andy,* 'I've promised this dance to Andy.'

   Girls have to be careful not to offend men who ask them for a dance. If a girl refuses to dance with a man, she has to have an excuse or a pretext like *Hindi ako marunong ng sayaw na iyon,* 'I don't know that kind of dance', or, *Nagpapahinga ho ako sandali,* 'I'm resting'. In addition she has to sit out that particular dance or not dance with any other man until she has danced with the man she had refused earlier.

   One's manhood is 'on the line' when one asks for a dance; to be refused is to 'lose face'.

Comprehension Questions

1. Sino ang di sumasayaw? Bakit?

2. Sino ang gustong isayaw ni Rudy?

3. Ano ang suot ni Kathy?

4. Kaanu-ano siya ni Victor?

5. Sino ang namumupo? Bakit?

6. Makikipagsayaw ba si Kathy kay Rudy?

A Adjectives can be pluralized. The first CV or V of the root is reduplicated.

Example:

Affix	+	Root	Plural Form
		CV-:	CVCV-:
ma	+	*ga*nda	ma*gaga*nda
		V-:	VV-:
ma	+	*a*sim	ma*aa*sim

Exercise

Pluralize the following adjectives:

Affix	+	Root	Plural Form
ma	+	*ta*as	_____
ma	+	*hu*say	_____
ma	+	*la*ki	_____

B *Naka-* is an adjectival prefix which can be followed by nouns (limited to things or accessories that can be worn or put on).

Examples:

nakarosas   in (a) pink (dress)

nakaputing sapatos   (wearing) white shoes

Naka- is also prefixed to verb roots to indicate static positions.

Examples:

*naka*upo   seated, in a sitting position

*naka*tayo   standing, in a standing position

Exercise

Write sentences having *naka-* plus the following nouns:

Example:

maong → *Nakamaong ang manggagawa.*

1. saya   _____

2. uniporme   _____

3. luksa   _____

4. sapatos na mataas   _____

5. asul na blusa   _____

Write sentences having *naka-* plus the following verb roots:

1. sakay sa kotse   _____

2. tingin sa iyo   _____

3. luhod sa simbahan   _____

4. tayo sa kanto   _____

5. higa sa sopa   _____

C   The affix *ka- -an/-han* is a noun-forming affix. *-Han* is suffixed to words ending in vowel sounds.

Examples:

tanda' → *katandaan*   age
ganda → *kagandahan*   beauty

Exercise

Fill in the blanks with *ka- -an/-han* words:

1. May _____ (ganda) siyang pambihira.

2. Ang _____ (yaman) niya ay kinaiinggitan.

3. Ang _____ (buti) niya ay alam ng lahat.

4. Ang _____ (sama') ay dapat iwasan.

5. Ang _____ (palalo') ay walang kahihinatnan.

D   The object focus verb in the following *may* sentence does not require an overt object.

Example:

May gusto akong *kainin* pero masama sa akin.
I want to eat (something) but (it's) not good
for me.

Exercise:

Construct similar *may* sentences using the verbs
below:

1. (kunin) _____

2. (bilin) _____

3. (inumin) _____

4. (panoorin)_____

5. (hiramin) _____

You can add an object to these sentences.

Example:

May gusto akong kaini*ng* *isda,* pero masama sa akin.

Add objects to each of the sentences above. Be
sure to add the linker -*ng/na* after the verb.

Dialog Variation

Some conversation openers at a party are the
following:

1. Ang daming tao, ano?

2. Kukuha ako ng maiinom. Ano ang gusto mo?

3. Kapatid ka ba ni (Benny)?

4. Kaibigan mo ba si (name of host)?

Dialog Improvisation

Prepare dialogs based on the following situations:

1. You are at a Filipino party and are attracted to
   the popular girl in red. You ask a friend about
   her and have him introduce you to her.

85

2. How would an American approach a girl at a party? Develop a dialog based on this situation.

Lesson 22

Dialog

MAY PINSAN KA PALANG DALAGA

(Nagpupulong ang isang grupo ng binata sa tindahang
sari-sari.)

A: May pinsan ka palang dalaga. Bakit hindi mo sa
amin ipinakikilala?

B: Bagong dating lang si Marita. Taga-Maynila siya
pero dito siya nagbabakasyon kung tag-init.

K: Puwede kayang maharana?

B: Maaari siguro. Hindi naman siya masungit.

A: Sige, pakisabihan mo naman ang pinsan mo. Mga
alas otso ng gabi.

B: Abangan lang ninyo si Lolo. Baka buhusan kayo
ng tubig.

A: Hindi bale, basta makilala lang namin ang pinsan
mo, ayos na.

Vocabulary

Words

nagpupulong	talking in a group
tindahang sari-sari	a general store
puwedeng maharana	may be serenaded
masungit	grouchy
pakisabihan	please let her (him) know
abangan	watch out for

Cultural Notes

1. A group of men are discussing ways of getting to
   meet Marita who is visiting from Manila. They
   use Marita's cousin as their intermediary, and
   the *harana*, 'a serenade' as the means to meet
   her.

2. *Baka buhusan kayo ng tubig,* 'Water might be thrown at you.' Sometimes, the girl's father or grandfather, who may not want to let the serenaders in, may throw water at them to discourage them from courting his daughter or grand-daughter.

Comprehension/Interpretation Questions

1. Ano'ng ginagawa ng mga binata sa probinsya kapag may dalagang bumibisita mula sa ibang lugar? Sino si Marita?

2. Sino ang dapat abangan ng mga manghaharana? Bakit?

Grammar Notes

Object focus verbs are usually identified by the presence of the *-in-* affix.

Example:

kunin   to get

alisin   to remove

The *-in-* object focus verb has been discussed in previous lessons. Other object focus verbal affixes are *-an* and *i-*.

Examples:

-an Verb		Subject/Object
Pakisabi*han*	mo	ang pinsan mo.
Abang*an*	ninyo	si Lolo.

The *-an* suffix, however, is more commonly used as a locative focus affix.

Example:

-an Verb	Subject/Location	Object
Baka buhusan	kayo	ng tubig.

Exercise

Other *-an* object focus verbs are the following. Use them in sentences.

1. punasan _____

2. hugasan _____

3. sulatan _____

Exercise

Examples of the *i-* object focus verbs are as follows. Use them in sentences.

1. ibuhos _____

2. ilagay _____

3. ibigay _____

4. itapon _____

Dialog Variation

Some expressions used during a 'harana' are as follows:

By the serenaders:

Tao po. Magandang gabi po!

Maaari ho bang makilala ang dalaga ninyo?

Usually, the serenaders ask the girl they have serenaded to sing for them. Some of the expressions are:

Maaari ho ba kayong mahilingan ng isang awit?

Isang awit naman ho diyan.

Sige na ho. Tayu-tayo lamang naman.

Pagbigyan naman ninyo kami.

By the girl:

Hindi ho ako marunong kumanta.

Wala ho akong boses.

Pangit ho ang boses ko.

Paos ho ako ngayon.

May sipon ho ako.

Sa ibang araw na ho.

Dialog Improvisation

Continue the dialog at the beginning of this lesson and cajole the girl you serenaded, to sing for you.

Make the necessary closing expressions before ending the dialog.

Examples:

1. Maari po bang makadalaw muli?

2. Maaari ba kayong makumbida sa baryo namin sa Linggo?

3. Magpapaalam na po kami.

4. Marami pong salamat sa inyong pagmamagandang loob sa amin.

Sing the following song during the serenade:

"Harana"

Dungawin mo hirang
Ang nananambitan
Kahit sulyap mo man lamang
Iyong idampulay.

Sapagkat ikaw lamang
Ang tanging dalanginan
Ang puso kong dahil sa iyo'y
Nabubuhay.

Lesson 23

Dialog

MATAGAL NA TAYONG HINDI NAGKITA

(Nagkasalubong sa daan ang dalawang babaeng magkai-
bigan.)

A: Oy, Marie! Ano, kumusta? Matagal na tayong
hindi nagkikita.

B: Aba, si Nadette! Oo nga, bisi kasi akong masyado.
Kahi't Sabado may pasok. Ngayon nga lang ako
nakapasyal.

A: Panay naman yata ang kayod mo. Sige ka, baka
ka yumamang bigla.

B: Hindi nga, ganoon pa rin.

A: (pabulong) Sino ba 'yong kasama mo? Guwapong-
guwapo.

B: Wala. 'Cousin' ko. Sinasamahan niya akong mag-
'shopping'.

A: Baka naman 'cousin'-tahan. Ipakilala mo naman
ako.

B: E, nagpauna na. O sige, hahabulin ko...Kailan
tayo magkikita uli?

A: Ikaw.

B: Papasyalan kita minsan sa opisina mo pagkatapos
ng trabaho. Kumain tayo sa labas at magsine
pagkatapos.

A: O, siya, hihintayin kita.

Vocabulary

1. Words

pabulong	in a whisper
nagpauna	went ahead
ikaw	(it's up to) you

2. Expressions

panay ang kayod you're working very hard
lit., constantly grating

hahabulin ko I'll run after (him)

Comprehension/Interpretation Questions

1. Bakit matagal nang hindi nagkikita si A at si B?

2. Sino ang kasama ni B? Totoo nga bang pinsan niya 'yon?

3. Ano ang ginagawa ng kasama ni B?

4. Ano ang gagawin ni A at ni B sa susunod nilang pagkikita?

Grammar Notes

A The following verbs are object focus verbs:

ipakilala	(introduce)
hahabulin	(will run after)
papasyalan	(will stop by for a visit)
hihintayin	(will wait for)

1. Use each of the verbs above in a sentence.

2. Pick out from the dialog the subject of each of the verbs used.

B   Enclitics *na, pa, nga, muna, lang, naman* and *pala* were introduced in Lesson 16. Adverbial particles introduced in this lesson are the following:

1. *Kasi* ('that's because') expresses cause.
   Bisi *kasi* akong masyado.
   (That's because) 'I've been so busy.'

2. *Din* ('too' or 'also') is used to express similarity between two situations. *Rin* is usually a variant after vowel sounds.

   Hindi nga, ganoon pa *rin*.
   'On the contrary, (the situation) remains the same.'

Exercises

Translate the following sentences, first without the enclitics, and second, with the enclitics. Review the meanings of the enclitics introduced in Lesson 16.

Example:

Oo (nga), bisi (kasi) akong masyado.

a) Yes, I've been busy. (without the enclitics)
b) Yes, (you're right), I've been busy (that's why).

1. Ipakilala mo (naman) ako.

a) _____

b) _____

2. Panay (naman) (yata) ang kayod mo.

a) _____

b) _____

3. Hindi (nga), ganoon (pa) (rin).

a) _____

b) _____

4. Ngayon (nga) (lang) ako nakapasyal.

a) _____

b) _____

5. Nagpauna (na).

a) _____

b) _____

Dialog Variation

1. Informal greetings among male friends: 'Hoy, Pare, kumusta?' Among female friends, though not as common: 'Hoy, Mare, kumusta?'

2. Informal introductions:

   Rosa, pinsan ko, si Mely.
   Chelo, si Alex.
   Oo nga pala, ito si Roger, kaklase ko.
   Si Phillip ito, kasamahan ko sa trabaho.

Dialog Improvisation

Construct a dialog based on the following situation:

You run across an old friend whom you haven't seen for some time, with a male companion who obviously is her boyfriend. She seems embarrassed to have met you and introduces her companion as her cousin. To cut the conversation short, she hastily bids you goodbye, giving a flimsy excuse for leaving.

Lesson 24

Dialog

'PEACE CORPS' KA BA?

(Sa kapiterya ng isang unibersidad. Nag-uusap ang
isang Pilipino at isang Amerikano.)

A: 'Peace Corps' ka ba?

B: Hindi. Estudyante ako. Sa 'College of Medicine'.

A: Aba, dito ka pa sa amin dumayo.

B: Mahusay ang inyong mga unibersidad dito. Basta
    tapos sa magaling na iskwela dito, sigurado ang
    trabaho pagka-'graduate'.

A: At isa pa siguro, mas mura dito ang 'tuition',
    ano? Balita ko mahirap daw pumasok sa 'College
    of Medicine' sa 'States'.

B: Ganoon nga. Dito rin, mahirap, pero mas may pag-
    asa kang matanggap. Sa 'States' kasi, limitadong
    masyado ang tinatanggap sa mga 'College of
    Medicine'.

A: Babalik ka ba sa Amerika para mag-'intern'?

B: Gusto ko sana dito na ako, kung makakakuha ako
    ng 'permanent visa'. Gusto kong maging doktor
    sa isang baryo. Isa pa, may nagugustuhan akong
    isang Pilipina.

A: Aha, dito ka na nga titira sa Pilipinas, kung
    ganoon. O, sige, 'good luck' sa iyo. Estudyante
    din ako, pero sa 'College of Law'. Si Joe Reyes
    ako.

B: Si Steve Jones naman ako.

A: O, sige, Steve. Kung may kailangan ka, hanapin
    mo lang ako sa 'College of Law'. Madalas din
    ako sa 'Library'.

Vocabulary

1. Words

    dumayo   to go to, or come from
                                a far place for a
                                purpose

95

2. Expressions

magagaling na iskwela	good schools
may nagugustuhan akong isang Pilipina	I'm in love with a Filipina
balita ko	I've heard
hanapin mo lang ako	just look for me

Cultural Notes

1. *Peace Corps ka ba?* 'Are you a member of the Peace Corps?' is used as a conversation opener in this dialog.

2. It is not unusual for two complete strangers to carry on a conversation similar to this one in a Philippine school setting. Notice that there were no introductions at the beginning.

Comprehension/Interpretation Questions

1. Bakit napagkamalang 'Peace Corps' si Steve?

2. Bakit sa Pilipinas nag-aaral si Steve?

3. Matulungin ba si Joe Reyes?

Grammar Notes

Pa and *na* have various uses depending upon the context in which they are used. Mentioned earlier is their meaning of 'still' and 'already', respectively.

How is *pa* used in the following examples?

a) ...dito ka *pa* dumayo.　'and you came here *yet*.' (unexpected)

b) At isa *pa*...　'and one *more* (thing)...'

In the first example, the closest equivalent is *yet* or *still*. In the second example, *pa* means 'in addition'.

How is *na* used in the following examples?

a) Gusto ko sana dito *na* ako.   'I would like to be here (now).'

b) Aba, dito ka *na* nga titira sa Pilipinas.   'Aha, you (really) will live here in the Philippines.'

In the first example, *na* means 'now'; in the second, it means 'really'.

Exercise

How are *na* and *pa* used in the following sentences? Translate them.

1. Mataas *na* siya.

2. Wala *pa* siya.

3. Mayaman *na* siya, guwapo *pa*.

4. Tawagan mo *pa* siya.

5. Akina *na* ang pera.

6. Saan *na* tayo pupunta?

7. Maganda *pa* siya, kahi't may edad.

8. Ikaw *na* ang tatawagin.

9. Mahirap *na* kung ako lang ang sasagot.

10. Mahirap *pa* siya hanggang ngayon.

Dialog Variation

Among the various expressions introduced from Lesson 11 on, which ones can you use, given the following situations?

1. You would like to meet a girl at a party but you do not see anyone who could introduce you to her. What kinds of conversation openers will you use?

2. Assume the role of a Filipino who is sitting beside an American on a bus bound for Manila. You want to find out more about the American.

3. You are an American. This is your first trip to Manila. Your co-passenger on the bus seems kind and helpful. What questions would you ask him?

If the questions you want to ask have not been introduced, get the help of your teacher or tutor.

Dialog Improvisation

Role-play the situations given above.

Communication Exercises

1. Nasa isang salu-salo ka. Ano ang sasabihin mo kung:

a) may bisitang Amerikana?

b) malaman mo na ang pangalan ng isang bisita ay pareho ng sa iyo?

c) malaman mo na nag-aral din sa Unibersidad ng (Hawaii) ang isang dalaga?

d) may isang binatang mukhang Pilipino?

e) may isang taong taga-(Honolulu) na kagaya mo?

f) ibig mong ipakilala sa tatay mo ang iyong kaibigan?

g) gusto mong makilala ang isang binata/dalaga?

h) ipinakilala ka sa isang may edad na panauhin?

i) gusto mong ipakilala ang kasama mo sa mga kaibigan mo?

2. Sumulat ng dalawang 'dialog' tungkol sa pakikipagkilala at pakikipagkaibigan.

PANAHON

Lesson 25

Dialog

ANG LUNGKOT NG PANAHON, ANO?

(Nag-uusap ang isang Pilipina at ang bisita niyang
Amerikana.)

A: Ang lungkot ng panahon, ano? Panay ang buhos ng
ulan.

B: Oo nga. Siyam yata. Hindi tuloy ako makapaglaba
Hindi matutuyo ang mga damit sa loob ng bahay.
Mabuti kayo sa Amerika, may 'washer' at 'dryer'.

A: Ano kaya ang mabuting gawin? Mahiga at magbasa?

B: Oo sana, pero siguro manunulsi ako ng mga damit
ng anak ko.

A: Ako naman, susulat sa amin.

B: O, sige, mamaya magluto tayo ng aros kaldo,
pangmeryenda. Masarap 'yon kung malamig ang
panahon.

Vocabulary

1. Words

matutuyo	will get dry
mahiga	to lie down
aros kaldo	rice soup (Spanish *arroz caldo*)

2. Expressions

ang lungkot ng panahon	the weather is gloomy
manulsi ng damit	will mend or darn clothes

1. *Siyam yata,* 'It's perhaps a nine-day rain': during the rainy season, it sometimes rains for nine consecutive days.

2. *Pangmeryenda,* 'for merienda', snacks eaten between meals.

Comprehension/Interpretation Questions

1. Ano ang ibig sabihin ng 'ang lungkot ng panahon?' Nalulungkot ba ang panahon? Sino ang nalulungkot?

2. Ano ang kahulugan ng 'siyam yata' kapag tinutukoy ang panahon?

3. Nagkakaroon ba ng 'siyam-siyam' sa Amerika?

4. Ano ang ginagawa ng Pilipino kapag walang tigil ang ulan?

5. Nakatikim ka na ba ng 'aros kaldo'? Anong pagkaing Amerikano ang katulad nito?

Grammar Notes

A   *Pang* + Noun/Verb base

Adjectives may be formed by prefixing *pang-* to certain noun and verb bases. Adjectives with bases mean roughly 'for use in/on/at etc. + noun base'. Most of these bases express a time segment (i.e., *gabi* 'night,')an occasion (i.e., *piyesta* 'feast', *Pasko* 'Christmas') or location (i.e., *opisina* 'office', *Maynila* 'Manila').

Depending upon the initial sound of the root, the final sound of *pang-* is sometimes changed to *-n* before *d* or *l* or *-m* before *b* or *p*. Sometimes the initial sound of the root is lost especially when they are voiceless sounds such as *p, t,* and *k*. There are exceptions such as *pantulog,* not *panulog*. More often, the initial sound of the root may or may not be dropped, (i.e. *pang + punas → pamunas* or *pampunas)*.

Pang- does not change before vowel sounds *m, h,* and *g*.

pang +	gabi	→	for evening use
pang +	piyesta	→	for festive occasions
pang +	Pasko	→	for use during Christmas
pang +	opisina	→	for office use
pang +	Maynila	→	for use in Manila
pang +	bahay	→	for use in the house

Adjectives with verb bases mean roughly 'for use in the action of...+ verb base'. These *pang-* constructions are used as instruments used in carrying out the action expressed by the verb.

Exercise

Combine the following:

pang +	lakad	→	used for walking
pang +	pasyal	→	used for going around
pang +	hukay	→	used for digging
pang +	dilig	→	used for watering plants
pang +	sungkit	→	used for picking (e.g., fruits)
pang +	kuha	→	used for getting (something)

Exercise

What happens when you combine the following?

1. pang + bata   → _____
2. pang + hiwa   → _____
3. pang + tali   → _____
4. pang + matanda → _____
5. pang + ahit   → _____
6. pang + dikit   → _____
7. pang + kalos   → _____

101

8. pang + sukat   →   _____

9. pang + Las Vegas →   _____

10. pang + gupit   →   _____

B   *Maka* Abilitative / Aptative Actor-Focus Affix

The *maka-*(pag) affix indicates that the actor has the ability to do the action named by the verb base.

Exercise

Give the missing meanings of the following:

maka + sayaw   →   ability to dance

_____ + kanta   →   _____

_____ + lakad   →   _____

_____ + kain   →   _____

When the indicative verb form is a *mag-* verb, like *maglaba*, 'to launder', the abilitative affix form is *makapag-*, hence, *makapaglaba*, 'to be able to launder'.

Exercise

Supply the missing *maka-* affixes and meaning of the following bases:

_____ luto _____

_____ bili _____

_____ langoy _____

_____ linis _____

Dialog Variation

When asked 'Kumusta ang panahon ngayon?', possible answers are as follows. Translate them into Tagalog.

1. It's hot   Mainit.

2. It's pleasant.   _____

3. It's gloomy.   _____

4. It's cloudy. _____

5. It's cold. _____

6. It's dark. _____

7. It's nice. _____

8. It changes. _____

Dialog Improvisation

Nagkita kayo sa daan ng isang kaibigan ninyo. Mag-usap kayo tungkol sa panahon at buhay-buhay.

Lesson 26

Dialog

ANG GINAW-GINAW NAMAN!

(Nagrereklamo sa ginaw ang isang taga-Pilipinas.)

A: Ang ginaw-ginaw naman sa inyo. Lagi bang ganito sa Denver?

B: Mainit pa nga 'yan. Pag nag-'below freezing', doon mo talaga mararamdaman. Manunuot sa iyong buto ang lamig at tutulo ang ilong mo. Ang masama kung may hangin; 'yong tinatawag na 'wind chill factor'. Nagpapababa lalo ng temperatura.

A: Ay, Diyos ko po. Uuwi na yata ako sa atin. Baka hindi ko makaya ang lamig. E walang kuwenta pala ang lamig sa Baguio.

B: Kapalan mo lang ang suot mo. Kailangan takpan mo ang iyong ulo't tenga. May makapal na medyas at guwantes ka ba?

A: Eto nga't doble-doble na ang suot ko. Para akong 'Boy Scout' sa medyas ko.

B: Saka ka na magpa-'sexy'. Kung nasa labas lang maginaw. 'Heated' ang mga 'building'.

Vocabulary

1. Words

nagrereklamo	is complaining
mararamdaman	will feel
nagpapababa	makes (temperature) lower
kapalan	make thick

2. Expressions

manunuot sa iyong buto	will seep to your very bone
tutulo ang ilong mo	your nose will drip

hindi makaya ang lamig	cannot stand the cold
Walang kuwenta pala ang lamig sa Baguio.	so the cold in Baguio is nothing
saka ka na magpa- 'sexy'	worry about looking sexy later on (a response to A's complaint that thick socks make her look like a Boy Scout)

Cultural Note

Baguio City is in the Mountain Province in Northern Luzon. It is the summer capital of the Philippines. The average temperature in Baguio is in the upper 40's or lower 50's.

Comprehension/Interpretation Questions

1. Ano ang inirereklamo ng bisitang taga-Pilipinas? Kailan talagang maginaw?

2. Ano ang nararamdaman ng tao kung maginaw?

3. Paano nagdadamit ang tao laban sa ginaw?

4. Kapag 'winter', maginaw ba sa lahat ng lugar sa Amerika?

Grammar Notes

A   Adjective base + *-an*

Certain verbs may be formed by the addition of the suffix *-an* to certain adjective bases. The combination means 'to make + adjective'. For example: *haba*, 'long' → *habaan* 'to lengthen'. The affix *-han* is used after roots ending in vowel sounds with no glottal stop. For example: *dami* → *damihan* 'to increase in number'.

Exercise

Supply the missing suffixes.

1. unti'_ʌn_   4. kapal_ʌn_   7. laki_han_

2. taas _ʌn_   5. ikli'_han_   8. liit _an_

3. nipis_an_   6. dagdag_an_

105

B   Verb base + -*an*

A number of verb bases undergo loss of final vowel when combined with the verbal suffix -*an*. The process is optional producing only a variant form. Usually three-syllable verbs are reduced to two.

Example:

takipan → takpan

Exercise

Change the following verb bases according to the above example:

1. bukasan   →   *buksan*
2. sunudan   →   *sundan*
3. lakipan   →   *lakpan*
4. sapinan   →   *sapnan*
5. labahan   →   *labhan*
6. asinan   →   *asnan*

Dialog Variation

Expressions used for cold weather:

Napakaginaw/napakalamig naman.

Nanginginig (siya) sa lamig.

Giniginaw (siya).

Malamig ang hangin.

Dagdagan (mo) ang suot (mo).

Magsweter (medyas, guwantes, gora, balabal) (ka).

Patong-patong ang damit (niya).

Magtakip (ka) ng ulo't tenga.

Magsuot (ka) ng makapal.

   May isang Pilipinong nagtatanong sa iyo tungkol sa tag-lamig sa Amerika. Ipaliwanag mo sa kanya kung ano ang ginagawa ng tao kapag tag-lamig.

   May isang Amerikanong ibig malaman kung paano ang panahon sa Pilipinas. Ipaliwanag kung paano ang tag-init at tag-ulan.

Lesson 27

Dialog

ANG GANDA NAMAN NG PANAHON DITO!

(Nagbibisita sa Hawaii ang mga Pilipinong kaibigan ng isang pamilya mula sa 'mainland'.)

A: Ang ganda naman ng panahon dito sa Hawaii! Ang ali-aliwalas ng langit at walang kaulap-ulap. Tamang-tama ang timpla ng panahon--hindi mainit, hindi maginaw.

B: Galing ka nga pala sa maginaw.

A: Ang masarap, hindi na kailangang magsuot ng marami. Sa amin, ubos ang panahon mo sa paghuhubad ng pangginaw.

B: Napansin ko nga na naka-'shorts' ka na at nakayapak. Papunta ka na yata sa 'beach'.

A: Tingnan mo si Rita. Naka-'muumuu' na at may bulaklak pa sa ulo. Mamaya mo, naghuhula-hula na 'yan.

B: Aba, samantalahin 'nyo na. Bakasyon 'nyo yata.

Vocabulary

1. Words

pagsusuot	putting on (one's clothes)
paghuhubad	taking off (one's clothes)
nakayapak	barefoot
samantalahin	take advantage of

2. Expressions

ang ali-aliwalas	How very clear! (c.f. *Maaliwalas na maaliwalas.* It's very clear.)
walang kaulap-ulap	There's not a cloud (in the sky).
tamang-tama ang timpla ng panahon	the weather is just right *timpla*, mixture, blend from Span., *templar* to mix/tune.

108

Maaliwalas is also used to describe a well-ventilated house and an open, likeable, pleasant face.

Comprehension/Interpretation Questions

1. Gaano kaganda ang panahon sa Hawaii?

2. Ano ang masasabi ninyo tungkol sa pananamit sa maginaw na lugar?

3. Sino kina A at B ang taga-Hawaii?

4. Anu-ano ang suot ng mga kaibigan ni A?

5. Saan sila galing?

Discussion Questions

Magkatulad ba ang panahon sa Hawaii at sa Pilipinas? Paano?

Grammar Notes

Exclamatory sentences may be formed by making the predicate adjective the topic or the subject of the sentence. The adjective prefix *ma-* is deleted, and the adjective base is then introduced by the topic/subject marker *ang*. Note the change of the article to *ng/ni* of the phrases originally marked by *ang/si*.

Examples:

Sentence	Exclamatory Sentence
Maganda ang panahon.	Ang ganda ng panahon!
Mabait si Josie.	Ang bait ni Josie!
Masaya si Rosie.	Ang saya ni Rosie!
Magulo si Resty.	Ang gulo ni Resty!

Exclamatory sentences may also be introduced by *anong* or *kay* in place of *ang*.

Examples:

Anong ganda ng panahon!

Kay bait ni Josie!

109

Anong saya ni Rosie!

Kay gulo ni Resty!

Exercise

Change the following sentences into exclamatory sentences introduced by *ang, anong* or *kay:*

1. Bastos ang kanto 'boy'.

   _____

2. Mataba ang asawa niya.

   _____

3. Malaki ang bahay nila.

   _____

4. Mahal ang kotse ng manedyer.

   _____

5. Mabagal ang karitela.

   _____

Dialog Variation

Give other ways of expressing the following exclamatory sentences:

Anong ganda ng Hawaii!

Ang ginaw naman!

Kay init-init sa labas!

Ang lungkot ng panahon!

Kay ali-aliwalas ng panahon!

Dialog Improvisation

May magtatanong sa inyo tungkol sa panahon sa Hawaii. Ano pa ang masasabi ninyo tungkol sa Hawaii maliban sa panahon? Isadula ang situwasyong ito.

Lesson 28

Dialog

PAPALIT-PALIT ANG PANAHON

(Pinag-uusapan ng magkaibigan ang panahon.)

A: Ang ganda ng langit. Asul na asul. Pero bakit maginaw pa rin?

B: E, 'winter' kasi. Maaga pating dumilim.

A: Oo nga, alas singko pa lang madilim na. E, kung tag-init ba pareho sa atin?

B: Oo, pero minsan mas mainit pa. Kung 'summer' naman, alas otso na ng gabi, maliwanag pa.

A: Kailan kaya uulan ng yelo? Ibig kong makatikim. Ang ganda siguro, ano?

B: Oo, pag bagong kaiisno. Pero pag matagal na sa lupa at natunaw, nagpuputik at nagbabaha pa nga kung minsan.

A: Kailan naman nag-iiba't-ibang kulay ang mga dahon sa puno?

B: Kapag 'fall'--sa Setyembre. Maginaw-ginaw din. Napakaganda ng mga dahon sa puno-- may dilaw, pulahan, kulay kalawang, kulay 'orange' at kulay tsokolate.

A: Siguro ang pinakamaganda ang 'spring'.

B: Kani-kaniyang ganda ang panahon. Kung 'spring', naglalabasan ang mga bulaklak.

A: Maganda sigurong tumira dito. Gusto kong makaranas ng papalit-palit na panahon.

Vocabulary

1. Words

papalit-palit	keeps on changing
maliwanag	light (not dark)
makatikim	to have a taste of
natunaw	melted

111

nagpuputik	gets muddy
nagbabaha	gets flooded
pulahan	reddish (cf. *pula*, red)
kulay kalawang	rust-colored
naglalabasan	(they) come out
makaranas	to experience

2. Expressions

maaga pating dumilim	it also gets dark early
uulan ng yelo	will snow, lit., will rain ice
kani-kaniyang ganda ang panahon	each season is beautiful in its own way

Cultural Note

Some Filipino visitors, who are used to only two seasons, the wet and the dry, are fascinated with the change of seasons in the U.S.

Comprehension/Interpretation Questions

1. Kailan nangyayari ang sumusunod?

    _____ Maagang dumilim.

    _____ Mas mainit pa sa Pilipinas.

    _____ Umuulan ng yelo.

    _____ Nag-iiba-iba ang kulay ng mga dahon.

    _____ Medyo maginaw rin.

    _____ Pinakamaganda ang panahon.

    _____ Naglalabasan ang mga bulaklak.

    _____ Alas otso na ng gabi, maliwanag pa.

2. Saang lugar papalit-palit ang panahon?

3. Lagi bang maganda ang isno?

1. Anong panahon ang wala sa Pilipinas?

2. Nakaranas ka na ba ng 'winter'? Ng 'fall'?

3. Ano ang paborito mong panahon? Bakit?

Grammar Notes

1. Reduplication is a device used to show the degree of the quality expressed by the adjective base.

a) The construction *pa* + reduplication of the root indicates a manner of doing something intermittently.

Example:

pa + palit-palit	to change intermittently
pa + liku-liko	to turn now and then

Exercise

Translate the following into Tagalog using the *pa-* construction:

1. to jump now and then ___patalon - talon___

2. to sing intermittently ___pa kanta - kanta___

3. to stand now and then ___patayo - tayo___

4. to dance intermittently ___pa sayaw - sayaw___

5. to smile now and then ___pa ngiti - ngiti___

b) The construction *ma* + reduplication of the root indicates a moderation of the attribute. For adjectives that do not take the *ma-* prefix, only the reduplication of the root takes place.

Example:

Adjective		Moderative Degree	
mabait	→	*mabait-bait*	somewhat kind
múra	→	*murá-murá*	somewhat cheap

Note the shift of the non-final stress to the next syllable. A reduplication of the whole adjective connected by the linker *-ng* (after vowel sounds) or *na* (after consonants) indicates intensity.

Example:

Intensified Degree

mabait *na* mabait   very kind
múra*ng* múra   very cheap

Note that the stress does not shift as it does in the moderative degree.

Exercise

Supply the intensified and moderative forms of the following adjectives:

Adjective	Moderative	Intensified
malaki	malaki-laki	malaking malaki
maganda	maganda-ganda	magandang magari
mahusay	mahusay-husay	mahusay na mah-
magaling	_____	_____
maginaw	_____	_____
mali	_____	_____
basag	_____	_____
sira	_____	_____
pangit	_____	_____
kupas	_____	_____

How is the intensified form different from the moderative degree?

2. *Pinaka-* prefixed to *(ma-)* adjectives indicates a superlative degree of quality.

    Example:

    pinaka + maganda   most beautiful

Exercise

How would you say the following in Tagalog?

1. cheapest   pinaka mura
2. hottest   pinaka init

114

3. most popular _____

4. ugliest _____ 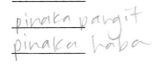 *pinaka pangit*

5. longest _____ *pinaka haba*

Dialog Variation

1. Expressions used to describe winter:

Ang ginaw-ginaw!
Nanunuot ang ginaw sa buto mo.
Maaga pa, madilim na.
Ang ganda ng isno.
Umuulan ng yelo.
Natutunaw ang isno.
Madulas ang yelo.
Nagpuputik ang yelo.
Maagang dumilim.
Malamig ang panahon.
Bumababa ang temperatura.

2. Expressions used to describe fall:

Maginaw-ginaw din kung taglagas.
Naninilaw ang mga dahon.
Nalalagas ang mga dahon sa puno.
Napakaganda ng kulay ng dahon.
Kulay dilaw, pula, kalawang, at 'orange' ang
mga dahon.

3. Expressions used to describe spring:

Pinakamagandang panahon ang tagsibol.
Namumulaklak ang mga halaman.
Naglalabasan ang mga halaman.

4. Expressions used to describe summer:

Mainit.
Matagal dumilim kung tag-init.
Napakainit naman.

Dialog Improvisation

Ipaliwanag sa isang Pilipino ang papalit-palit
na panahon sa Amerika.

A   Isalin sa Ingles.

1. Kung tag-init, gabi na, maliwanag pa.

2. Alas singko pa lang, madilim na.

3. Kapag taglagas, maginaw-ginaw at napakaganda ng mga dahon sa puno.

4. Kung umuulan ng siyam, panay ang buhos ng ulan.

5. Hindi ko makakaya ang lamig.

B   Isalin sa Tagalog.

1. How beautiful the weather is in Hawaii!

2. You're right. It's not like Michigan in the winter.

3. How cold it is at your place!

4. Just put on a sweater and heavy socks.

5. You need to cover your head and ears.

PAGBIBIGAY NG DIREKSYON

Lesson 29

Dialog

PAANO ANG PAGSAKAY SA BUS?

(Nagtatanong ang isang babaeng Pilipina sa kanyang kaibigang Amerikana.)

A: Janet, alam mo ba kung paano ang pagsakay sa bus?

B: Hindi, dahil hindi naman ako nagbubus.

A: Sino kaya ang marunong?

B: Tawagan natin ang 'Bus Company' at tanungin natin ang kanilang 'schedule'. Saan ka ba pupunta?

A: Sa 'shopping center' sana, sa 'downtown'.

(Tatawag sa telepono.)

B: Helo. Anu-anong oras ho ang daan ng bus sa kalye Wilder papuntang 'shopping center' sa 'downtown'?

K: Tuwing ika-15 minuto ho mula alas otso ng umaga ⟨↪ labing lima⟩ hanggang ika-alas diyes ng gabi. Kunin ninyo ang bus numero 5 at humingi kayo ng 'transfer'. Bumaba kayo sa kalye River at magtransper kayo sa numero 3.

B: Salamat ho.

K: Kung ibibigay ninyo sa akin ang inyong pangalan at tirahan, padadalhan ko kayo ng 'bus schedule'.

B: Hindi na ho bale. Salamat ho. (Ibababa ang telepono.) Tuwing ika-15 minuto daw. Kung magmamadali ka, aabot ka sa susunod na biyahe. Doon ang hintayan sa may kanto ng Wilder at Alexander. Ihanda mo ang barya mo at hindi sila nagsusukli. ⟨as soon⟩ (Pag-akyat na pag-akyat mo), ihuhulog mo ang bayad doon sa makinang hulugan ng pera. Wala silang konduktor dito. Humingi ka tuloy ng transper.

A: Paano ko malalaman kung saan ako sasakay at bababa?

B; Papunta, sumakay ka sa numero 5 sa kanto ng Wilder at Alexander, at bumaba ka sa kalye River. Maghintay ka ng bus numero 3. Dadalhin ka noon sa 'shopping center'.

A: Paano ang pagpapapara?

B: Mayroong binabatak na kordon. Pagmasdan mo ang ginagawa ng mga tao.

A: Ayoko na yata. Baka kung saan ako makarating.

B: Gusto mo ihatid na lang kita?

A: Huwag, kailangan matuto akong magbus. Kaya lang, pag wala pa ako ng alas otso ng gabi, hanapin mo na ako sa 'Lost and Found'.

Vocabulary

1. Words

padadalhan	will send (to you)
magmamadali	will hurry
hintayan	waiting place, i.e., bus stop
nagsusukli	gives change
pagpapapara	way of stopping
pagmasdan	watch
ihatid	to take someone to his/her destination
matuto	to learn

2. Expressions

tuwing ika-15 minuto	every fifteen minutes
kunin ninyo ang bus numero 5	take the number 5 bus
ihanda mo ang barya	be ready with your exact change
ihuhulog mo ang bayad	you will drop your fare

118

binabatak ang kordon	a cord is pulled
hanapin mo ako sa 'Lost and Found'	Look for me at the 'Lost and Found' section (is a joke)

Cultural Note

The Filipina here needs all the elaborate instructions for taking the bus because in the Philippines, city buses do not operate on a fixed time schedule.

Comprehension/Interpretation Questions

Fill in the blanks with the missing words:

1. Tawagan ang 'bus company' at tanungin ang

   _____.

2. Kunin ninyo ang bus numero 5 at humingi kayo ng

   _____.

3. Ihanda mo ang _____ at hindi sila nagsusukli.

4. Pag-akyat na pag-akyat mo, ihuhulog mo ang bayad

   sa _____.

5. Walang kasamang _____ ang tsuper ng bus dito.

6. Sa pagpapapara may binabatak na _____.

Grammar Notes

A   Pseudo-verb *alam*, 'to know'

Alam, similar to other pseudo-verbs like *gusto* and *ibig*, do not have actor subjects. Verbs in *alam* sentences are not inflected for aspect. Note the use of linkers before the uninflected verbs and the absence of linkers before nominalized constructions like '*ang pagsakay...* ' below.

Examples:

Statement: Alam *kong* manahi ng damit.
             Alam *niyang* magmaneho ng kotse.

119

Question: Alam *mo* ba*ng* manahi ng damit?
Alam *mo* ba kung paano*ng* sumakay sa bus?
Alam *mo* ba ang pagsakay sa bus?

Exercise

Complete the following *alam* sentences:

1. *Alam* _____(he)_____(to speak Tagalog).

2. *Alam* _____(Jose) _____(to play the guitar).

3. *Alam* _____(I)_____(to type).

4. *Alam* _____(they)_____(to swim).

5. *Alam* _____(you) *bang*_____(to cook adobo).

B   Verbs are nominalized by prefixing *pag-*, *pang-*, or *pagka-* to the following verb forms:

1. *Um-* verbs are nominalized by replacing *um-* with *pag-*.

Example:

umiyak → *pag*-iyak   crying

2. *Mag-* verbs are nominalized by replacing *mag-* with *pag-* and reduplicating the first syllable of the root.

Example:

maglaba → *pagla*laba   laundering

3. *Ma-* verbs are nominalized by replacing *ma-* with *pagka-*.

Example:

matulog → *pagka*tulog   sleeping

4. *Pang-* replaces *mang-* of *mang-* verbs.

Example:

manahi → *pananahi*   sewing

Exercise

Complete the following sentences having nominalized verbs and give the source verb of each (i.e., *mag-*, *um-*, *ma-* or *mang-* verbs).

120

1. Ang pagluluto ay _madali_ . ____Magluto____

2. Ang pag-aaral ay _____ . _____

3. Ang pangingisda ay nakakarelax . _____

4. Ang paglilinis ng banyo ay nakakapagod .

   magpagod

5. Ang pagtugtog ng piyano ay nakakantohg.

_____

C The repetition of *pag-* or *pagka-* verbs linked by *na/-ng* means 'as soon as whatever action is being done'.

Examples:

pag-akyat na pag-akat	as soon as (someone) goes up
pag-alis na pag-alis	as soon as (someone) leaves
paglabas na paglabas	as soon as (someone) gets out
pag-upung pag-upo	as soon as (someone) sits down
pagkalutong-pagkaluto	as soon as (someone) finishes cooking (something)

Exercise

Change the following *pag(ka)-* verbs into constructions meaning 'as soon as' and use them in sentences.

1. pagkatulog   *Pagkatulog na pagkatulog ko, kumiriring ang telepono.*

2. pagdating   _____

3. pagkapaligo   _____

4. pagkasigaw   _____

5. pagtalon   _____

Dialog Variation

In giving directions on how to catch a bus, use the following verbs:

121

1. tawagan	6. ihulog
2. tanungin	7. kumuha
3. hintayin	8. batakin
4. sumakay	9. humingi
5. umakyat	10. bumaba

Dialog Improvisation

Ipaliwanag sa isang di-sanay magbus ang pagpunta sa iyong tirahan mula sa airport.

Lesson 30

Dialog

MAY ALAM KA BANG MAGANDANG OTEL?

(Nagtatanong ang Amerikano sa kaibigan niyang Pilipino)

A: Kailangan ko ang tulong mo. Darating ang 'mom'
   at 'dad' ko. May alam ka bang magandang otel?

B: Gaano sila katagal dito?

A: Mga isang buwan siguro. Ayaw nilang tumigil sa
   Maynila kaya gusto nilang dito humanap ng
   matutuluyan.

B: Kung hindi sila delikado, sabihin mo sa amin na
   lang sila.

A: Nakakahiya naman sa mga nanay at tatay mo.

B: Hindi, matutuwa nga sila. Gusto rin nilang (maka-
   ganti ng utang na loob) dahil ang mga kapatid kong
   nasa 'States' ay inaalagaan ng mga kaibigan nilang
   Amerikano.

A: Hindi ba malaking abala?

B: Hindi. Kaya lang pasensiya sila. Hindi malaki
   ang bahay namin at simple lang ang aming buhay.

A: 'Yon nga ang gusto ni 'mom', ang makatikim ng
   buhay sa probinsiya. Kung hindi lang kay 'Dad',
   nag-Peace Corps siguro ang 'mom' ko.

B: Magkakasundo sila ng nanay ko. Maestra si Nanay
   at mahilig siyang makipagkaibigan sa iba't ibang
   tao. Sige, sulatan mo ang 'mom' at 'dad' mo at
   sabihin mong inaanyayahan sila ng mga magulang
   ko.

A: Hindi mo pa sinasabi sa kanila...

B: Kasi alam kong papayag. May otel nga dito sa
   probinsiya namin pero ang tumutuloy lang doon
   ay mga istranghero o mga ahenteng galing sa
   Maynila. Kung papayagan naming mag-otel ang
   aming kaibigan, kami ang kahiya-hiya.

123

Vocabulary

1. Words

matutuluyan	(a place) to stay
delikado	fussy, choosy
nakakahiya	embarrassing
inaalagaan	being taken care of
abala	bother
magkakasundo	will get along well
inaanyayahan	is/are being invited
papayag	will agree
istranghero	stranger (from Spanish *estrangero*, stranger)
ahente	agent (From Spanish *agente*)

2. Expressions

makaganti ng utang na loob	to repay favors received
mahilig maki-pagkaibigan	fond of making friends

Cultural Note

B offers to put up A's parents in B's home as a gesture of hospitality. Filipinos usually do not stay in hotels but stay with friends when they visit a different town. Only strangers and traveling salesmen stay in hotels. Hotels are traditionally associated with clandestine meetings.

Comprehension/Interpretation Questions

1. Bakit humahanap ng otel si A?
   Kasi darating daw ang mga magulang n'ya

2. Gaano daw katagal ang 'mom' at 'dad' ni A sa Pilipinas? mulat isang buwan

3. Sino ang nag-aanyaya sa kanila na tumira sa bahay niya?

   ang mga magulang ng kaibigan na Pilipino

124

4. Bakit matutuwa ang magulang ni B sa pagtira sa
   kanila ng magulang ni A?
   gusto nilang makaganti ng utang na loob

Grammar Notes

Two or more Tagalog sentences can be combined
using the conjunction *at* 'and', as in the example
below.

S_1	at	S_2
Nagsayaw si Belen	*at*	tumugtog si Mario
Hindi malaki ang bahay namin	*at*	simple lang ang aming buhay

In these constructions, nothing is said at all
about the logical or temporal relation of the two
sentences. Other conjunctions are not so neutral.

Consider the following sentences with non-
neutral conjunctions:

S_1		S_2
Cause		Effect
Tumugtog si Mario	*kaya*	nagsayaw si Belen.
Ayaw nilang tumuloy sa Maynila	*kaya*	gusto nilang dito humanap ng matutu-luyan.

Effect		Cause
Tumugtog si Mario	*dahil(sa)*	nagsayaw si Belen
Gusto rin nilang makaganti ng utang na loob	*kasi*	ang mga kapatid kong nasa 'States' ay inaalagaan ng mga kaibigan nilang Amerikano.

Both conjunctions signal a cause and effect
relationship between component sentences. *Kaya* makes
the first sentence the cause and the second sentence
its effect or result. On the other hand, *dahil (sa)*

or *kasi* makes the first component sentence the effect
or result and the second sentence the cause.

Exercises

A   Supply the missing <u>effect</u> of the following clauses:

1.   Umulan nang pagkalakas-lakas kaya hindi kami puede lumabas.

2.   Nahulog siya sa kama kaya umiyak s·yang malakas.

3.   Kumain kasi siya ng alimasag kaya meron sya mga rashes
     turn your ankle

4.   (Natapilok) ang bata kaya _____.

5.   Nakapasa si Carlos sa 'board' kaya certified abogado.
     na s·ya

B   Supply the <u>cause</u> of the following clauses:

1.   Nasunog ang ulam dahil sa lakas ng heat (apoy) .

2.   Hindi ka na kasama sa lakad kasi hindi daw puede .
     ang mga bata sa discotecques

3.   Hindi ka natawagan dahil sa ___ulan___ .

4.   Gusto kong isauli itong susi kasi hindi (sa) akin ito.

5.   Sumigaw ako dahil sa _galit ko_ .

Dialog Variation

     Opening expressions for asking directions:

     Mama/Ale, puwede/maaari (po) bang magtanong?

     Saan (po) ba ang otel dito?

     Mawalang galang na nga po.   Saan po ba ang <u>X</u>?
     (very formal)

     Malayo/Malapit (po) ba rito?

Note: *Po* is used when asking directions from stran-
      gers.

Dialog Improvisation

     Hindi ninyo alam ang pagpunta sa isang lugar.
Humingi kayo ng tulong sa:

a) isang kaibigan

b) isang taong hindi ninyo kakilala

Lesson 31

Dialog

SAAN BA DITO ANG BAHAY NI MANG AMBO?

(Humihingi ng direksyon ang isang matandang lalaki sa isang binata.)

A: Maabala kita, iho. Saan ba dito ang bahay ni Mang Ambo?

B: Si Mang Ambong sastre ho ba? 'Yong asawa ni Aling Tale na modista?

A: 'Yon nga.

B: A, diretsuhin ninyo itong kalyeng ito. Tapos lumiko kayo sa kanan. Pagdating sa Kalye Ibarra, lumiko kayo sa kaliwa. 'Yon ang Kalye Sisa. May makikita kayong tindahan sa kanan. Sa tapat naman, may basketbolan. Hindi ko ho matandaan ang numero ng bahay. Mabuti kaya samahan ko kayo.

A: Hindi ba malaking abala?

B: Hindi, malapit lang naman ho. Mabuti nga at nang makumusta ko tuloy ang anak na dalaga ni Mang Ambo.

A: O, sige, pakisamahan mo ako, kung hindi maka-aabala.

B.   Halina kayo.

Vocabulary

1.   Words

pagbibigay	giving
humihingi	is asking for
iho	son (from the Spanish *hijo* son)
diretsuhin	go straight
tapos	then
lumiko	turn

128

mataandaan	remember
makumusta	to say hello
pakisamahan	please go with, please accompany

2. Expressions

| *maabala kita* | lit., May I bother you? i.e., Excuse me. |
| *malaking abala* | a big bother |

Cultural Note

It is not unusual for someone who has been asked for directions to go with the person to the place he/she is looking for.

Comprehension/Interpretation Questions

1. Sa palagay mo ba ay maraming 'Mang Ambo' sa lugar na ito?

2. Saan malapit ang bahay ni Mang Ambo?

3. Bakit sinamahan ni B si A?

Discussion Questions

Pareho ba ng pagbibigay ng direksyon ang Pilipino at Amerikano? Ano ang kaibahan?

Grammar Notes

Transition words

In giving directions, or in extended narrations, the continuity of the flow of events as well as the logical coherence of the narrative is maintained through the use of transition words. These transition words typically introduce sentences.

Examples:

a) Temporal relationships

pagkatapos	then, afterwards
kung minsan	sometimes
ngayon	now

b) Logical relationships

gayun pa man	nevertheless
samakatuwid	therefore
at nang	so that
kung kaya	that's why

Lumiko ka sa kanan. (Pagka) tapos, lumiko ka sa
kaliwa.

Turn right. Then, turn left.

Other transition words express a logical relation-
ship, similar to the cause and effect relationship
expressed in conjunctions.

For example:

S₁	S₂
S_1	S_2
Cause	Effect
Nasunog ang kanyang bahay.	*Samakatuwid*, wala man lang siyang maisuot sa katawan.
His house burned down.	<u>Therefore</u>, he didn't even <u>have</u> anything to wear.

Exercises

Supply the missing clauses:

A   Temporal relationships

1. Sumakay ka sa bus, pagkatapos _sa harap_____.

2. Maghintay ka sa kanto, kung minsan_____.

3. Ngayong madalang ang daan ng bus, _____.

B   Topical relationships

1. Malayo ngang lakarin, gayun pa man _kailangan pupunta tayo_.

2. Nagdaan na ba ang bus? Samakatuwid,_____.

3. Magdala ka ng mapa at nang _hindi tayo maliligaw_.

4. Iniba na pala ang pangalan ng kalye, kung kaya
_hindi namin nakita_____.
           ang street

130

A Expressions for asking directions

Paano (po) bang pumunta sa X̲?

Ito (po) ba ang daang patungo sa X̲? *papunta*

Anong bus ang papuntang X̲?

Gaano (po) ba kalayo ang X̲ dito?

Paano (po) ako makararating sa X̲?

Puwede (po) bang makarating ang bus/jeepney/
kalesa sa X̲/doon?
carriage

B Expressions used in giving directions

Diretsuhin mo ang _____.

Lumiko ka sa kanan/kaliwa.

Nasa tapat/tabi/likod ng _____.

Nasa kanto ng Kalye _____ at

Kalye _____.

Pagdating mo sa Kalye _____, lumiko

ka sa _____.

'Yon ang Kalye _____. 'Yon ang bahay

ni _____.

Sumakay ka sa bus numero _____. Bumaba ka sa

kanto ng _____ at _____. Diretsuhin

mo ang _____.

Pagdating mo sa _____, lumiko ka sa

_____.

Sa tapat ng _____ ang _____ na

hinahanap mo.

C   Expressions used in identifying the person one is looking for.

Question:

   Saan (ho) ba rito ang bahay ni (Mang Ambo/Aling Sisa)?

Responses:

   Si Mang Ambong *sastre* (karpintero, abogado, arkitekto) (ho) ba?

   Si Aling Sisang *modista* (labandera, magbibigas, alahera) (ho) ba?

or

   Si Mang Ambong *sastre* na asawa ni Aling Juanang nagtitinda ng karne sa palengke?

Note: In small towns, people know each other and often use elaborate ways of identifying themselves.

Dialog Improvisation

   You are at a train station in a province in the Philippines. An American tourist would like to visit the family of his Filipino friend who now resides in Kansas. The father who is a barrio captain (kapitan del baryo) lives close to the town plaza across from the municipal building. Using an improvised map of the town, direct the tourist to the barrio captain's house.

   You are at the university. You meet a freshman who wants to get to the auditorium to register. Using a campus map, show him how to get there.

Communication Exercises

   Role-play these scenes with another student.

Ask for directions to the following locations:

the restroom	the nearest supermarket
the post office	the telephone booth
the gas station	the library
the drugstore	the bus stop
the airport	downtown
the university	

PAGKAIN

Lesson 32

Dialog

ANO ANG INAALMUSAL MO?

(Nag-uusap ang magkaibigan tungkol sa almusal.)

A: Ano ang inaalmusal mo?

B: Ako? Kape lang.

A: Hindi ka ba ginugutom? Masama 'yong hindi nag-
    aalmusal.

B: Sa Pilipinas, sa oras ng 'break', kumakain ako sa
    kapeterya ng kakanin at tsaa o kape kaya. Minsan
    lugaw at goto pa nga. Pero dito, wala akong
    panahon. Nagkakape at 'doughnut' lang ako sa
    aking mesa.

A: Hindi puwede sa amin ang hindi mag-aalmusal nang
    husto. Iba-iba pa nga ang gusto ng mga alaga ko.
    Ang mga bata, gusto ng 'cereal', 'bacon', pritong
    itlog at 'toast'. Ang asawa ko naman, ipinag-
    sasangag ko at ipinagpiprito ng daing. Ako,
    gusto ko rin ang sinangag pero nakakataba.
    Umiinom na lang ako ng 'tomato' o 'orange juice'
    at kumakain ng kapirasong 'toast' at piniritong
    baloni o salami kaya.

B: Para ka palang 'short order cook'. E anong oras
    ka gumigising?

A: Maagang-maaga nga. Pero sanay na ako. Hindi ba
    sa atin sa Pilipinas alas kuwatro pa lang ng
    umaga, gising na tayo?

B: Oo, pero natuto na akong magtamad-tamaran dito.
    Malapit lang kasi ako sa aking opisina kaya
    puwede akong umalis nang tangha-tanghali.

133

Words

inaalmusal	to have for breakfast
almusal	breakfast (from the Spanish *almozar* to have breakfast or lunch)
kakanin	native Philippine snack food (such as *suman*, glutinous rice with coconut cream wrapped in banana or palm leaves; or *puto*, white rice-cake often eaten with grated coconut)
lugaw at goto	rice soup with tripe
alaga	person, animal or thing being taken care of (in this case, A's family)
pritong itlog	fried egg
ipinagsasangag	to cook fried rice for (someone)
daeng	salted and dried fish
tangha-tanghali	a little late

Cultural Note

Many Filipinos in the United States cannot get used to American-type breakfasts. They continue to have the heavy Philippine breakfast consisting of *sinangag* 'fried rice', and fish or meat, usually left over from the previous night's dinner.

Comprehension/Interpretation Questions

1. Ano ang inaalmusal ni B?

2. Ano ang kinakain niya sa 'break' sa Pilipinas? Sa Amerika?

3. Bakit kaunti lang ang kinakain niya sa Amerika?

4. Ano ang inaalmusal ng pamilya ni A?

5. Ano ang inaalmusal ng mga bata? Ng mga matanda?

6. Maaga bang gumising si B? Bakit?

1. Ano ang karaniwang almusal sa Amerika? Ano ang inaalmusal mo?

2. Ano ang pagkakaiba ng almusal sa Pilipinas at sa Amerika?

3. Bakit hindi umiinom ng 'juice' ang mga Pilipino sa umaga?

Grammar Notes

A *Mag- -an* + reduplication of the adjective base means 'to pretend to be'.

For example:

tamad (lazy) → *magtamad-tamaran* to pretend to be lazy

Note the change of *d* to *r* when between vowel sounds.

Exercise

Fill in the blanks with the correct construction to match the gloss.

1. to pretend to be rich   (yaman) _____

2. to pretend to be poor   (hirap) _____

3. to pretend to be dead (patay) _____

4. to pretend to be sick (sakit) _____

5. to pretend to be asleep (tulog) _____

6. to pretend to be a   (nanay) _____
   mother

7. to play house   (bahay) _____

There is a shift in the stress mark to the next syllable if the root is accented on the first syllable. *-Han* is used after the last root ending in a vowel sound.

Example:

loko → magloko-loko*han*

B   Adjectives express moderative degree of quality
    when the first two syllables of the root are
    reduplicated.

    Examples:

    tanghali late   → *tangha-tanghali* a little late
    maganda beautiful → *maganda-ganda* somewhat beau-
                                             tiful

Exercise

    Make the following adjectives express the mod-
erative degree of quality:

1. mataas   _____somewhat tall

2. mataba   _____somewhat fat

3. maluwang   _____somewhat wide

4. mahirap   _____somewhat diffi-
                                         cult

5. mapait   _____somewhat bitter

    Most adjectives that do not take the *ma-* prefix
cannot be reduplicated. Instead, to express the
moderative degree, *medyo* 'semi-' or 'half', is used
before the adjective.

    Example:

    payat (thin) → *medyo payat* somewhat thin

    As an alternate form, *medyo* can be used with
adjectives to express the moderative degree of
quality.

    Example:

        medyo maganda   somewhat beautiful

C   *Ipag-* is a benefactive focus affix. It indicates
    that the topic/subject is the beneficiary of the
    action.

    There are two forms of the benefactive focus
    affix: *i-* (discussed in Lesson 9) and *ipag-*.

Um- actor focus affixes are often changed to *i-* and *mag-* verbs to *ipag-*.

The different aspects of the *ipag-* verbs are as follows:

Neutral: *ipag*-luto

Completed: *ip*-in-*ag*-luto

Incompleted: *ip*-in-*ag*-lu-luto

Contemplated: *ipag*-lu-luto

Exercise

Construct the different aspects of the following *ipag-* verbs:

Neutral	Completed	Incompleted	Contemplated
ipagsangag	ip̄inag̱		
ipagprito			
ipaghain			
ipaghanda			
ipag-adobo			

Dialog Variation   *ipagprito mo ang isda·
kanne*

1. Invitation to eat:

   Halina kayong kumain.

   Nakaahin na. Halina kayo.

   Kain na. Sabayan na ninyo si _____.

   Halina kayo. Lalamig ang pagkain.

   Huwag iwan ang pagkaing naghihintay.

2. Possible responses:

   Mauna na kayo. Busog pa naman ako.

   Sige ho. Kumain na ako.

   Mamaya na ako.

137

Nakakahiya yata. Dito pa ako dumayong kumain.

O sige na nga. Ang sarap ng pagkain ninyo.

3. Expressions often used by the host/hostess:

Kain nang kain, ha? Huwag kayong mahihiya.

Umabot kayo. Baka magkahiyaan pa kayo.

Sige, kumain pa kayo.

4. Other expressions used relating to certain superstitions:

To avoid accidents:

Iikot ninyo ang pinggan (when one leaves before the meal is over)

To avoid being an old maid:

Huwag ninyong pagligpitan si _____. (When someone is still eating and the table is being cleared.)

Dialog Improvisation

Construct dialogs to resolve the problems described below:

1. A Filipino is invited to an American home for dinner. He doesn't like salads. They offer him some.

2. An American is invited to a Filipino home for breakfast. They serve him dried fish *(tuyo)*, fried rice, fried eggs, and tomatoes. He'd rather not eat the *tuyo*. The host insists.

Lesson 33

Dialog

MAAARI BANG MAGKAMAY?

(Kumbidado ng isang 'old timer' ang kaibigan niya sa isang hapunan.)

A: Saan ka nakabili ng papaksiwin? Matagal na akong hindi nakakakain ng sariwang isda.

B: Dinayo ko sa 'Chinatown'. Alam ko na gustunggusto mo ng paksiw.

A: Naku, mayroon ka pang bulanglang. Saan ka bumili ng sitaw at ampalaya? At may ginisang bagoong pa!

B: May isang Pilipino na nagtanim ng ampalaya at sitaw noong 'summer'. Binigyan niya ako nang marami kaya ipinris ko 'yong iba para may gulay na Pinoy sa 'winter'. Marami na rin ngayong pagkaing Pilipino na nabibili sa 'Chinatown'.

A: Wala sa amin. Kasi siguro walang mga 'ethnics' doon. Kami lang yata ng pamilya ko ang hindi puti.

B: Sige, kumain na tayo. Umabot ka ng kanin. Kung gusto mo, magkamay ka.

A: Pwede ba talagang magkamay? Hindi ba nakakahiya sa asawa mong Amerikano?

B: Hindi. Sanay siya sa akin. Paminsan-minsan, kung ako'y ginaganahan, nagkakamay ako. Sinubukan na rin ni Roger, pero 'very sloppy' daw siya at hindi kagaya natin kung magkamay. ⟶ diet

A: Naku, kakalimutan ko yata ang (dyeta) ko ngayon. Sa Amerika lang siguro may nagkakamay 'by candlelight'.

B: Dito lang 'kamo 'romantic' 'yan. Hindi ba sa probinsya na walang kuryente, ganyan talaga ang pagkain?

Vocabulary

1. Words

magkamay	to eat with one's hands (instead of a fork and a spoon)

papaksiwin	that which can be made into *paksiw*, fish cooked in vinegar, ginger, salt and peppercorns
dinayo	went purposely
bulanglang	a vegetable dish usually consisting of eggplants, bitter melon, yellow squash, *kangkong* (a green, leafy vegetable), tomatoes, onions, and broiled fish
sitaw	string beans
ampalaya	bitter melon
puti	white, i.e., Caucasian
iprinis	froze (from English freeze)
ginaganahan	to be in the mood, or, to have an appetite for
'old-timer'	someone who has been in the States for a long time; also referred to as 'O.T.'
paminsan-minsan	once in a while
sinubukan	tried
kakalimutan	will forget
kuryente	electricity

2. Expression

gulay na Pinoy	Philippine vegetables, in contrast with vegetables grown natively in the United States

Cultural Notes

Even sophisticated Filipinos in the United States sometimes feel the need to eat with their hands when served Philippine food. It is something like engaging in a native ritual. Otherwise, Filipinos eat with a spoon and a fork. To cut meat, the traditional way is to poke the meat with the fork, using the left hand, and to cut the meat with the spoon, using the right hand. Eating with a fork and knife (instead of a spoon) is considered 'Stateside'.

Comprehension/Interpretation Questions

1. Saan nakabili si B ng papaksiwin?

2. Anong gulay and inilalagay sa bulanglang?

3. Saan galing ang ampalaya at sitaw?

4. Puti ba ang pamilya ni A?

5. Bakit sinabi ni B na magkamay si A?

6. Nagkakamay rin ba ang asawa ni B?

7. Ano ang kahulugan ng pagkain sa 'candlelight' sa Amerika at sa Pilipinas?

Grammar Notes

A   *I-* or *-in* affixes are used with verbs indicating a manner of cooking. Some verbs are nominalized to refer to food cooked in a certain style.

Example:

papaksiwin (n) (a nominalized form of the verb *paksiwin* or *ipaksiw)* 'fish that can be cooked' as *paksiw* (with vinegar, ginger and peppercorns)

Other nominalized forms with the affix *-in* are the following:

Root	Verb	Nominalized Verb
gisa	igisa, gisahin (to sauté)	ginisa (sauteed food)
laga	ilaga, lagain (to boil)	linaga (boiled food)
prito	iprito, prituhin (to fry)	pinirito, prito (fried food)

Some verbs used in the process of cooking do not have nominalized forms:

Root	Verb	Equivalent Nominalized Verb
adobo	iadobo, adobohin (to cook using soy sauce, vinegar, garlic and peppercorn)	adobo

Root	Verb	Equivalent Nominalized Verb
tapa	itapa, tapahin (to slice thin, marinate in salt and spices and dry in the sun)	tapa
daing	idaing, daingin (to marinate fish in vinegar, salt and peppercorns and dry in the sun)	daing

Exercise

1. Give the different aspects of the following verbs for cooking:

Neutral	Completed	Incompleted	Contemplated
igisa	iginisa	iginigisa	igigisa
gisahin	ginisa	ginigisa	gigisahin
ilaga	inalaga	inilalaga	ilalaga
~~lagain~~	nilaga		
iprito	iprinito	ipiniprito	ipiprito
~~prituhin~~			
itapa	itanapa	itinatapa	itatapa
tapahin	tinapa		
idaing	idanaing	idadaing	
daingin			
iadobo		inaadobo	
adobohin	inaadobo	inaadobo	aa
ipaksiw	i		ipapaksiw
paksiwin	pinaksiw	pinapaksiw	papaksiwin
pakuluin	pinakulo	pinapakulo	pakukulin

2. Other verbs often used for cooking are:

hiwain, hatiin, gayatin, tagain, kutsilyuhin,
(*tadtarin*) *pirasuhin, biyakin, putulin, gilitin,*   [written above: mince]

hugasan, salain, pukpukin, dikdikin, balutin,

tuyuin, gawain, patayin, (*pitpitin*)*, banlian,*   [written above: flatten]

haluin, hanguin.

Note that these verbs are object focus verbs.
Look up their meanings.

Use the verbs listed above in sentences.

B   *Magkamay*, to use one's hands, say, in eating.
Mag- can be affixed to *paa* 'feet' or *tapak*
'barefoot', to mean 'to go barefoot'.

Dialog Variation

Some directions used for cooking are as follows:

1. Hugasan mo ang gulay.

2. Hiwain mo nang manipis ang sibuyas.

3. Pitpitin mo ang bawang.

4. Igisa mo ang gulay.

5. Tikman mo ang sarsa.

6. Pakuluin mo ang tubig.

7. Haluin mo ang rikado.

8. Hanguin mo ang gulay.

9. Ibuhos mo ang sabaw.

Dialog Improvisation

With your partner recreate or improvise a vari-
ation of the dialog at the beginning of this lesson,
as you remember it.

Cook a Filipino meal and use your hands in eating. Use the expressions on eating while interacting with your classmates.

Lesson 34

Dialog

LAMAN-TIYAN DIN 'YON

(Nasa bahay ng Pilipina ang isang bumibisitang
Amerikana.)

A: Halika sa kusina. Panoorin mo akong maglumpya.

B: Tutulungan kitang maghiwa ng gulay. Ang dami
naman nito! Ilan bang lumpya ang lulutuin mo?

A: Aba, marami tayo, hindi ba? Nipis-nipisan mo ang
pagtalop at liit-liitan mo ang hiwa, ha? ---Huwag
mong itapon ang (tangkay). Laman-tiyan din 'yon.
    ~~stem~~

B: Aksayado kami sa States. Hindi kami marunong
kumain ng talbos at bulaklak ng gulay.

A: Marami kasi kayong pagkain at hindi kayo maru-
nong magutom. Dito walang itinatapon. Ang sabi
nga, kahit kapiraso, laman-tiyan din 'yon.

B: At sabihin mo pa, (masustansya) *nutritious* ang mga talbus-
talbos.

Vocabulary

Words

panoorin	watch
maglumpya	to cook *lumpya,* spring rolls
maghiwa	to cut
pagtalop	(the way you) pare (or peel)
tangkay	stem
aksayado	wasteful
talbos	young leaves of an edible plant
laman-tiyan	stomach-filler
nipis-nipisan	make (them) a little thin

145

Some types of Philippine cooking utilize parts of vegetables (for example, leaves, stems, roots, flowers) that are thrown away by American cooks. Filipinos eat them for their nutritive value, and as they would wryly say, 'they help fill your belly'.

Comprehension/Interpretation Questions

1. Ano ang niluluto ni A?

2. Bakit aksayado ang pagluto ng pagkain sa States?

3. Ano ang masustansya?

Discussion Questions

Ano pa ang mga parte ng pagkaing kinakain ng Pilipino nguni't di kinakain ng Amerikano--halimbawa sa isda, sa baboy, sa baka, sa manok?

Sa anu-anong putahe niluluto ng Pilipino ang mga parte ng pagkaing nabanggit ninyo?

Grammar Notes

Verbs can be formed from noun bases referring to food using the prefix *mag-*. The form means 'to make, to prepare' what the base indicates.

For example:

maglumpiya   to make lumpiya (eggroll)

magsigang   to make sinigang (soup)

magsangag   to make fried rice, to fry rice

mag-adobo   to cook adobo

These verbs are actor focus verbs.

Exercise

Give the different aspectual forms of the following verbs:

Infinitive	Completed	Incompleted	Contemplated
maglumpya	naglumpya	naglulumpya	maglulumpya
magsaing	nagsaing	nag	
maggisa			
magpaksiw			
magsigang			
magsangag			

Dialog Variation

Expressions used for ordering food in a restaurant:

Menu nga.

Ano ba ang ispesyal ngayon?

May litson, kari-kari, lumpya at pansit.

Bigyan mo nga kami ng pansit at litson.

Ano ba ang panghimagas ninyo?

Leche flan, halu-halo, at sorbetes po.

Magkano bang lahat?

Heto ang 'tip' mo.

Tubig nga.

Dialog Improvisation

Improvise dialogs based on the following situations. Make your own endings.

1. You are invited to a Filipino home for dinner. You are served 'dinuguan'. You ask your hostess what it is. After she explains its ingredients, you don't feel like eating it. What do you do?

2. You are served fish sinigang with the head of the fish included. You have never eaten nor seen the head of a fish served before. How would you react?

3. You are in a Filipino restaurant. You have just been handed the bill. (Have your partner act as the waiter/waitress who is waiting for you to pay the bill.) You look for your wallet and find that you have left it at home.

Lesson 35

Dialog

KASI HINDI SILA SUMASALA SA ORAS

(May bisitang bagong galing sa Pilipinas.)

A: Totoo bang masarap ang buhay sa Amerika? Ang sasarap ng pagkain dito, ano?

B: Oo, pero kung minsan, nakakasawa rin pag masarap nang masarap. Hinahanap rin ng bibig mo ang tuyo't daing.

A: Napansin ko nga 'yong mga anak mo. Parang pinipilit pa silang kumain. Naalaala ko tuloy ang mga anak ko sa Pilipinas. Gustong-gusto nila ng mga prutas at tsokolateng 'Stateside'. Dito, hindi pala pansin ang mga 'yon.

B: Oo nga. Kaya kinagagalitan kong madalas ang mga anak ko. Sobrang pihikan.

A: Hindi kasi sila (sumasala sa oras). Mahirap din ang hindi nakakatikim ng gutom.

[handwritten: eat on time]

Vocabulary

1. Words

nakakasawa	(it makes you) tired of (the rich food)
tuyo	dried fish
pinipilit	being forced
naaalala	to be reminded of
kinagagalitan	am/is scolding or being scolded
pihikan	picky, choosy

2. Expressions

sumasala sa oras	misses a meal
masarap ang buhay	life is good

149

ang sarap ng pagkain	the food is delicious
hindi nakaka- tikim ng gutom	does not experience hunger

In a culture where food is not taken for granted, eating a meal on time (for example, having lunch at noon) is very important. A, here, attributes the lack of interest in food by B's children to their not missing a meal and not experiencing hunger.

Comprehension/Interpretation Questions

1. Ano ang hinahanap na pagkain ng Pilipinong nakatira sa Amerika?

2. Ano ang gustong pagkain ng mga anak ni A sa Pilipinas?

3. Kaninong anak ang pihikan?

4. Bakit daw kaya pihikan sa pagkain ang mga bata sa Amerika?

Discussion Questions

1. Naimbita na ba kayo ng Pilipino sa isang kainan? Ano ang inihanda sa inyo?

2. Lahat ba ng Pilipinong nag-anyaya sa inyo ay naghahanda ng pagkaing Pilipino? May kaugnayan ba ito sa katagalan ng Pilipino sa Amerika?

Grammar Notes

only when every time it is good

The phrase *(ka) pag masarap lang náng masarap* literally means 'if always delicious'. The habitual quality of being delicious is expressed through reduplication of the adjective. Another way of expressing this same idea is:

(ka)pag + *lagi nang* + adjective

150

Some examples:

(ka) (pag) mahirap nang mahirap   if always difficult/
if or when (handwritten above "pag")

(or you can substitute *lang*) (handwritten)   poor

(ka) pag lagi nang mahirap

(ka) pag madali nang madali   if always easy

(ka) pag lagi nang madali

(ka) pag mabagal nang mabagal   if always slow

(ka) pag lagi nang mabagal

Exercise

Supply missing clauses for the following conse-
quence clauses:

1. Hindi na papasok ang estudyante. (mahirap)

    Kapag...   *napakahirap* (handwritten)

2. Tataas ang grado ko. (madali)

    Kapag...

3. Mahuhuli ako. (mabagal)

    Kapag... *mabagal nang mabagal mag* (handwritten)

4. Yayaman siya. (nag-ipon)

    Kapag...

5. Lalaki ang utang ng tatay niya. (sugal)

    Kapag... *sugal nang sugal s'ya* (handwritten)

Dialog Variation

Expressions used to describe eating.

Mahina*ng* kumain   Napakahina*ng* kumain.

Pihika*ng* kumain.   (Ubod) nang lakas kumain.   *He eats* (handwritten)

Mabagal kumain.   Ubod nang hina*ng* kumain.

Mapili*ng* kumain.   Pihikan kung kumain.

Kaunti*ng* kumain.   Malakas kung kumain.

Kain nang kain.

Laging kumakain.

Walang tigil kumain.

Maski ano kinakain.

Mabilis kumain.

Madalas kumain.

Medyo malakas kumain.

Medyo mahinang kumain.

Malakas kumain.

Di pihikang kumain.

Maraming kumain.

Dialog Improvisation

Create a dialog where a Filipino mother tries to make her children eat.

Would the situation be different from its American counterpart?

Lesson 36

Dialog

MAKIKILUTO AKO SA INYO

(Nakikiusap ang kaibigan niya kay Sita.)

A: Sita, puwede bang magluto sa inyo? Walang
    'kitchen privileges' 'yung tinitirhan ko.
    Kina Estela naman, masungit ang 'landlady'.
    Ayaw mangamoy ang kanyang kusina.

B: 'Yon lang pala. Kailan mo gusto?

A: Ikaw.

B: Gusto mo ngayon na? Tuturuan kitang magluto
    ng adobo at kari-kari.

A: Marunong naman akong magluto. Wala lang akong
    pagkakataong magluto dahil bawal nga doon sa
    aking tinutuluyan.

B: Lumipat ka na kaya sa amin. May bakanteng
    'apartment' sa tabi namin.

A: Saka na. May pinirmahan akong 'lease'. Kung
    hindi masyadong abala, makikiluto na lang ako
    sa iyo paminsan-minsan.

B: Sige, dumaan lang tayo sandali sa 'supermarket'.

Vocabulary

1. Words

makikiluto	will request the use of someone's kitchen facilities
nakikiusap	is asking for a favor
masungit	disagreeable, grouchy
tinutuluyan	where one stays
lumipat	move
bakante	vacant (from Spanish *vacante*)
pinirmahan	signed

paminsan-minsan	once in a while
sumabay	go with someone

2. Expressions

ayaw mangamoy	does not want (the kitchen) to smell
dumaan lang sandali	stop by for a second

Cultural Note

It is important for many Filipinos living abroad to have home-cooked Filipino meals. In this dialog, A requests B to let her use B's kitchen once in a while. B readily agrees and asks A to go home with her that day.

Comprehension/Interpretation Questions

1. Bakit gustong makiluto ni A kina B?

2. Anong putahe ang ibig ituro ni Sita kay A?

3. Pumayag ba si Sita?

4. Bakit kaya sinabi ni Sita na dumaan muna sila sa 'supermarket'?

Grammar Notes

The verbal prefix *maki-* indicates the social performance of an action. It requires the participant who wishes to share the action to be in focus.

Some examples are:

Makikiluto na lang ako sa inyo paminsan-minsan.
(I will share your cooking facilities with you now and then.)

Makikibili na nga ako sa iyo ng puto.
(I will ask you to buy rice cakes for me.)

Makikikain si Nonong sa inyo sa Sabado.
(Nonong will eat with you on Saturday.)

Exercise

Change the following sentences into participative types of sentences using *maki-*:

154

1. Matutulog siya sa inyo sa Linggo.

   makitulog she stayed w/ will stay

2. Tumawag siya sa telepono namin.

   makitawag

3. Sumakay siya sa kotse ko kahapon.

   makikisakay / nakisay

4. Uupo ako sa tabi mo.

   makikiupo

5. Uminom ng tubig sa amin ang nagdya-'jogging'.

   makikiinom

Dialog Variation

Expressions used for recipes:

isang *tasang* asukal	¼ kilong patatas
kutsarang	1 taling sitaw
kutsaritang	katas ng limon
dalawang *butil ng bawang*	1 kahong makaroni
sibuyas	½ kilong giniling na karne
sili	½ librang mantikilya
kaunting *arina*	3 pirasong kesong puti, hiwa-hiwa
paminta	
asin	

isang latang gatas

Dialog Improvisation

With your partner, recreate or improvise a variation of the dialog at the beginning of this lesson, as you remember it.

Communication Exercise

Write down your favorite recipe and demonstrate in class how to cook your favorite dish.

155

Lesson 37

Dialog

SAAN NAKAKABILI NG PAGKAING PILIPINO?

(Nag-uusap ang isang bagong dating sa 'States' at isang Pilipinang matagal na sa Amerika.)

A: Hindi yata ako tatagal dito. Nagsasawa na ako sa pagkaing Amerikano.

B: Hindi ka ba marunong magluto?

A: Hindi nga, e. Nasanay kasi ako sa atin na may tagaluto.

B: Aba, mag-aral ka yata. Marami ditong mabibilhan ng sangkap ng lutong Pilipino. Kahi't sa 'supermarket' may bawang, luya, at toyo. May mga gulay din gaya ng petsay, toge, at sitsaro. Sa 'Chinatown' naman may munggo, balat ng lumpya, hibe, patis. May bangos pa nga sa iba.

A: Talaga ba? Samahan mo naman ako minsan.

B: Oo. At bibigyan kita tuloy ng 'cooking lessons'. Ituturo ko sa iyo ang pwedeng kapalit ng mga sangkap sa atin. Halimbawa, kung magsisigang ka, gumamit ka ng 'lemon' sa halip na sampalok o kamyas. Sa halip na kangkong, pwede ang 'watercress' o kahi't anong gulay gaya ng brokoli o repolyo kaya.

A: 'Expert' ka pala talaga. Sige nga, sabik na sabik na ako sa luto natin.

B: Halika, doon ka na sa amin maghapunan. Nagluto ako ng litson sa pugon kahapon at ipinaksiw ko ang natira. *oven-roasted*

Vocabulary

1. Words

nagsasawa	fed up with, tired of
nasanay	got used to
hindi tatagal	won't last
sangkap	ingredients

156

bawang	garlic
luya	ginger
toyo	soy sauce
petsay	a kind of Chinese cabbage
toge	bean sprouts
sitsaro	Chinese peas
munggo	mung beans
balat ng lumpya	spring roll wrapper
hibe	dried shrimp
patis	fish sauce
bangos	milkfish
kapalit	substitute
magsisigang	will make *sinigang*. (*Sinigang* is a sour soup made with either fish or meat, and vegetables.)
sampalok	tamarind
kamyas	a small cucumber-shaped fruit. Either tamarind (fruit or flowers), *kamyas* or green mangoes are used to make the broth sour for sinigang.
repolyo	cabbage
sabik	eager for
litson sa pugon	oven-roasted pork
ipinaksiw ang natira	cooked the left-over *litson* (in vinegar, soy sauce, oregano, sugar and peppercorns)

Cultural Note

Aba, mag-aral ka yata, literally, 'Goodness, you should learn perhaps', is a gentle admonition softened by *yata* 'perhaps'.

157

Comprehension/Interpretation Questions

1. Bakit hindi makatagal si A sa Amerika?

2. Bakit hindi siya marunong magluto?

3. Anu-anong sangkap ng lutong Pilipino ang nabibili sa 'supermarket'?

4. Ano ang puwedeng kapalit ng sangkap ng lutong Pilipino?

Discussion Questions

1. Ano sa palagay ninyo ang pagkaing hinahanap ng Pilipino sa Amerika?

2. Ano naman kaya ang hinahanap na pagkain ng Amerikano sa ibang bansa?

Grammar Notes

Marunong exhibits the characteristics of pseudo-verbs like *gusto, ibig, puwede,* etc. It cannot be conjugated like regular verbs, and it usually has an embedded sentence with its verb in the infinitive form.

Some examples are:

Marunong akong magluto   I know how to cook.

Marunong akong magmaneho.   I know how to drive.

Marunong akong kumanta.   I know how to sing.

Marunong akong sumayaw.   I know how to dance.

Exercise

Write down what you can do related to cooking, using *marunong*.

Example:

Marunong akong magpatay ng manok.
(I know how to dress a chicken.)

1. Marunong akong bumalot ng lumpia

2. Marunong akong maglinis ng isda
   magkaliskas

158

3. _Marunong akong magadobo_

4. _Marunong akong magtempla ng sinigang_

5. _Marunong akong_

Dialog Variation

Expressions used for describing:

1. *balut* 'boiled duck's eggs with developed embryo'
   itlog ng pato

   sisiw na may kaunting balahibo

   inilalaga

   malambot ang buto

   may sabaw

2. *bagoong* 'salted small fish or tiny shrimps'

   inasnang isda o alamang

Dialog Improvisation

With your partner, recreate or improvise a variation of the dialog at the beginning of this lesson as you remember it.

Communication Activity

Describe to a non-Filipino what *balut* or *bagoong* is and how it is eaten.

Lesson 38

Dialog

MAGSAING NA TAYO

(Inutusan ng tiya niya ang pamangking babae.)

A: Alas onse na. Magsaing na kaya tayo.

B: Ilang gatang po?

A: Mga tatlo siguro. Dito kakain ang kuya mo.
Ipakisalang mo na rin kaya pati ang nilagang
manok.

B: Hindi pa po ako marunong magluto ng nilaga.

A: Madali lang. Ipunin mo ang sabaw-sinaing at
ito ang gagamitin nating sabaw. Tapos, magtalop
ka ng patatas at maghiwa ka ng repolyo at petsay.
Magpitpit ka rin ng luya.

B: Gawa na po ba ang isda?

A: Ako na ang gagawa ng isda. Maggigisa rin ako ng
bagoong. Tamang-tama sa manggang hilaw. Hiwain
mo rin nga pala ang mangga.

B: 'Yon po bang adobo, luto na?

A: Oo. Para bukas 'yon. O, sige, pagkatapos mag-ahin
na rin tayo, ha?

Vocabulary

Words

magsaing	to cook rice
gatang	a unit of grain measure equal to a chupa
ipakisalang	put (the pot) on
ipunin	collect or save
magtalop	peel or pare
gawa na	lit., already made i.e., cleaned

maggigisa	will saute
bagoong	salted shrimp or fish sauce
mag-ahin	set the table

Cultural Notes

> *Magsaing na kaya tayo* 'Maybe we should cook the rice' and *Mag-ahin na rin tayo* 'Let's also set the table' are actually indirect requests by the aunt to her niece.

> Green mangoes are usually cut up and served with *bagoong* and eaten as appetizers or as 'snacks'.

Comprehension/Interpretation Questions

1. Sino ang magsasaing?

2. Bakit tatlong gatang ang isasaing niya?

3. Marunong ba siyang maglaga?

4. Ano ang ilalaga nila?

5. Anong sabaw ang ginagamit nila sa nilaga?

6. Anu-anong gulay ang isasahog sa nilaga?

7. Ano ang tamang-tama sa manggang hilaw?

8. May adobo ba silang iaahin?

Discussion Questions

1. Anong pagkaing Amerikano ang kahawig ng nilagang manok?

2. Kumakain ka ba ng bagoong? Anong pagkaing Amerikano ang nahahawig sa bagoong?

3. Anong pagkaing Pilipino ang kilala ng Amerikano?

Grammar Notes

The use of *nga, kaya* and the plural pronoun, is an indirect way of asking someone to do something for you. In the examples below, item 1 is the most direct way of asking someone to do something for you. The most indirect way is item 4.

161

1. Magsaing ka na.

2. Magsaing ka na *nga*.

3. Magsaing na *tayo*.

4. Magsaing na *kaya tayo*.

Exercise

Change the following commands into indirect requests:

1. Magluto ka.

2. Maglinis ka ng bahay.

3. Magdilig ka ng halaman.

4. Magpakain ka ng aso.

5. Magligpit ka ng kinainan.

Dialog Variation

Expressions for cooking rice:

1. isang gatang na bigas
   hugasan ang bigas
   huwag itapon ang sabaw-sinaing
   sumusubo (subó) na ang sinaing
   awasan mo ng tubig
   inin na ang sinaing
   sandukin (sandok) na ang kanin
   malata/maligat ang sinaing
   nahilaw ang sinaing
   isang sakong/salop na bigas

   Expressions for cooking fish:

2. kaliskisan ang isda
   sariwa/bilasa ang isda
   hiwain ng pahalang
   iprito (iihaw, idaing, iiskabetse, ipaksiw,
     isigang, ipesa, irelyeno)
   alisan ng bituka/hasang

Dialog Improvisation

With your partner, recreate or improvise a variation of the dialog at the beginning of this lesson, as you remember it. You could vary the dialog by changing the subject.

Pretend you are in front of a TV audience demonstrating how to cook a fish dish starting from cleaning it.

Demonstrate in class how Filipinos cook rice. Contrast this with how rice is cooked in a rice cooker.

Lesson 39

Dialog

'BY CANDLELIGHT'

(Kinumbida ng isang babae ang kanyang kaibigan sa isang hapunan.)

A: Tinawagan kita kagabi. Naroon ka raw kina Mr. and Mrs. Neelon.

B: Oo, nag'dinner' ako sa kanila.

A: Masarap bang magluto si Mrs. Neelon?

B: Masarap 'yong 'beef roast' at masarap din ang kanyang 'cheesecake'. Hihingin ko ang 'recipe' at susubukan ko minsan. Masarap 'yong 'salad'-- pinagsamang letsugas, 'spinach' at kabuti. 'Homemade' din ang kanyang 'dressing'. mushroom

A: Amerikana ka pala kagabi, ano? Baka ayaw mo na ng lutong Pilipino.

B: 'By candlelight' ang aming 'dinner' at uminom din ako ng kaunting alak.

A: Ano ang ginagawa mo? Bakit pinatay mo ang ilaw?

B: Maganda palang kumain 'by candlelight'. Subukan natin at magpatugtog tayo ng 'classical record'.

A: Ay, naku, isda lang ang ulam natin, e 'by candlelight' pa. Baka tayo matinik.

Vocabulary

Words

susubukan	will try
pinagsama	combined
alak	wine
magpatugtog	will play
matinik	have a fishbone stick in one's throat

Cultural Note

A teases B about being 'American' and perhaps not wanting to eat Filipino food anymore.

Comprehension/Interpretation Questions

1. Ano ang kinain ni B kina Mr. at Mrs. Neelon?

2. Bakit sinabi ni A na baka ayaw na ni B ng lutong Pilipino?

3. Bakit pinatay ni B ang ilaw?

4. Bakit ayaw ni A na kumain 'by candlelight'?

Grammar Notes

The Tagalog verb inflects to express the idea of accidental or involuntary action. (In contrast, in English, the adverb 'involuntarily', is used.) The involuntary action affix is the prefix *ma-*.

*Na*tinik si David.	David choked on the fishbone!
*Na*buwal si Ato.	Ato fell.
*Na*itapon ni Manuel ang gamot.	Manuel spilled the medicine.

Exercise

Mang Kardo has had an accident. Use the following *ma-* verbs in sentences to describe what happened to Mang Kardo.

1. Nabangga _____

2. Nadapa _____

3. Natama _____

4. Nabasag _____

5. Naipit _____

6. Nabali _____

More expressions for cooking:

Masarap magluto
Pangit magluto
Marunong magluto
Mahusay magluto

Adjectives related to food:

maasim	maalat	malagkit
matamis	maanghang	malabnaw
mapait	malansa	madulas
mapakla	matabang	malapot
malinamnam	malutong	masarap

Use the adjectives above to describe the following food. Use them in sentences.

sarsiyado	tapa	asukal
sinigang	leche flan	patis
adobo	kari-kari	okra
bagoong	paksiw	ampalaya
dinuguan	daing	sili
pinakbet	halu-halo	sampalok

Dialog Improvisation

With your partner, recreate or improvise a variation of the dialog at the beginning of this lesson as you remember it.

Cumulative Exercise

A   Vocabulary Exercise

Ilagay ang tamang sagot:

1. _____ ang asukal: _____ang sampalok.

2. _____ ang patis: _____ang sili.

3. Kulang sa asin, kaya _____.

4-7. Ang pagkain sa umaga ay _____; sa tanghali ay _____; sa hapon ay _____; at sa gabi ay _____.

8. _____ (saute) ka ng sibuyas at kamatis.

9. _____ (cook rice) ka ng limang gatang.

10. _____ (use hands for eating) ka na.

B   Translation Exercise

Isalin sa Tagalog:

1. This food looks delicious.

2. Do you know how to cook?

3. No, but I want to learn.

4. I'll teach you. It's easy.

5. Can I cook at your place?

C   Communication Exercise

1. Ano ang sinasabi kapag may inaanyayahang kumain?

   a)_____

   b)_____

2. Ano ang maaaring sagot sa ganitong anyaya?

   a)_____

   b)_____

3. Kung ikaw ay mauunang umalis at di pa tapos kumain
   ang iba, ano ang sasabihin mo?

   _____

D   Composition

1. Isulat kung paano ang pagluluto ng iyong pabori-
   tong pagkain.

2. Ihambing ang pagkaing Pilipino sa pagkaing
   Amerikano.

PAGDIDIYETA

Lesson 40

Dialog

NAGDIDIYETA KA BA?

(Nagkita ang dalawang magkaibigan sa 'shopping center'.)

A: Lina, ang ganda ng katawan mo ngayon. 'Slim' na 'slim'. Nagdidiyeta ka ba?

B: Hindi nga, e. Panay ang kain ko.

A: E bakit para kang modelo?

B: Siguro sa kunsumisyon. Masyadong malikot ang mga anak ko. Mag-alaga ka lang ng bata, ma-'T-TB' ka na.

A: A, ganoon ba ang sekreto? Hindi na nga ako kumakain pero sige pa rin ang pagtaba ko.

B: Kontento ka siguro sa buhay mo... Hindi ka naman mataba e. Katamtaman lang. Hindi naman maganda ang payat, parang hirap sa buhay.

A: Kahi't na. Gusto ko maging kasing payat mo.

B: O, sige, paaalagaan ko sa iyo si Junior. Maghabol ka lang sa kanya, papayat ka na.

Vocabulary

Words

pagdidiyeta	diet
kunsumisyon	aggravation
malilikot	extremely active
ma-'T-TB'	will catch tuberculosis
katamtaman	just right

169

paaalagaan	will ask you to take care of
maghabol	chase around

Hindi maganda ang payat: Being thin is not considered desirable because it means that life is not treating you well.

People joke about TB being caused by aggravation, taking care of active children, or being unhappily married.

Comprehension/Interpretation Questions

1. Bakit maganda ang katawan ni Lina?

2. Ano ang problema ni A?

3. Gusto ba ni B na maging payat?

4. Paano raw mangangayayat si A?

Discussion Questions

1. Ang pagiging payat ba sa Amerika ay nanganga-hulugan na nahihirapan ka sa buhay?

2. Ano ang ginagawa ng tao para mangayayat?

Grammar Notes

The verb 'becoming' in Tagalog, *maging*, is morphologically irregular. By analogy with other verbs, the prefix is *mag-*, as in *magbili*, *magluto*, *magdala*, etc., and like these verbs, *maging* regularly inflects for the three aspects. Thus, the completed *naging*, the incompleted/progressive *nagiging*, and the contemplated *magiging*.

Maging maginoo ka sana sa harap ng ibang tao.

Naging doktor si Damian.

Nagiging puti na ang buhok ni Rosa.

Magiging abogado na rin si Carling.

The irregularity of this verb is that *-ing* in *maging* is not a free root word, and in fact occurs nowhere except in this verb. The nominalized form of the verb is *paging*.

Exercise

Supply the correct form of *maging*.

1. Ayaw niyang __maging__ kasing taba mo.
2. __Naging/Magiging__ padre de pamilya siya (ng (di-oras.) *untimely*
   as time goes by
3. Habang tumatagal ang panahon, bawa't isa sa kanila ay __magiging__ mata-pobre. (*look down on the poor*)
4. Ewan kung bakit __naging__ milyonaryo siya.
5. __Magiging__ presidente ba siya (balang araw?) *someday*

Dialog Variation

Expressions used for dieting:

Mahirap ang magdiyeta (ang pagdidiyeta).

Kumain ng 'diet pills' *tumuom*

Nag-e -'exercise' (araw-araw)

Nagdya-'jogging' (tuwing hapon)

Di dapat kumain ng sitsirya. *shouldn't eat junk food*

Di dapat magkakain. *should not excessively eat*

Di dapat magmiriyenda. *should not snack*

Bawal kumain ng karne.

Madalas magtimbang *weigh yourself often*

Mabuti sa katawan ang (tubig).

Hindi mabuti sa katawan ang (kolesterol).

Magpapayat ka. *slim down*

no 'is' in tagalog, which is to be

171

Improvise a dialog based on the situation described below.

You are invited to a Filipino family's home for dinner. You are on a strict diet but your hostess keeps on urging you to eat. You don't want to hurt her feelings.

Lesson 41

Dialog

BAKIT ANG PAYAT-PAYAT MO?

(Nag-uusap ang magkaibigang babae.)

A: Bakit ang payat-payat mo? Nagkasakit ka ba?

B: Hindi naman. Talaga lang ayaw yata akong talaban ng pagkain. (Panay nga) ang inom ko ng gatas na may itlog na sariwa. ↳ *always*

A: Balut at bir siguro ang mabuti. At uminom ka rin ng bitamina para pampagana ng pagkain.

B: Sinubukan ko na lahat 'yan. Talaga yata akong payatin.

A: Siguro, kailangan, mag-asawa ka na.

Vocabulary

1. Words

itlog na sariwa	raw egg
balut	boiled, fertilized duck egg considered a delicacy and health food
pampagana	something that whets the appetite

2. Expression

ayaw talaban ng pagkain	food does not seem to have any effect

Cultural Notes

Balut and beer, milk and fresh (hen) eggs are considered good for developing one's appetite and for gaining weight.

Unmarried men and women who continue to stay thin in spite of efforts to gain weight are jokingly admonished to get married.

1. Bakit payat si B?

2. Ano ang iniinom niya para tumaba?

3. Ano ang payo ni A para tumaba si B?

4. Ano ang huling payo ni A?

Discussion Questions

1. Ano ang ginagawa ng tao sa Amerika para tumaba?

2. Nakatikim na ba kayo ng gatas na may sariwang itlog?

3. Nakatikim na ba kayo ng balut? Ipaliwanag sa klase kung ano ang balut.

Grammar Notes

The prefix *magka-* attached to a noun base express-es 'acquisition' of the nominal by the topic:

Nagkasakit ka ba?

Nagkapera si Ana.

Nagka-isip si Rosa. *she came to her senses*

These sentences are synonymous with sentences in which the verb is *magkaroon* and the nominal base (i.e. *sakit, pera, isip*) becomes the object:

Nagkaroon ka ba ng sakit?

Nagkaroon ng pera si Ana.

Nagkaroon ng isip si Rosa.

'Acquisition' may be deliberate or accidental.

When the nominal complement is a location, it is more proper to say that the construction expresses the 'existence' of the noun base in the location.

Nagkagiyera sa Pilipinas.   Nagkaroon ng giyera sa Pilipinas.

Nagkabulutong sa Aprika.   Nagkaroon ng bulutong sa Aprika.

Nagka-aksidente sa Plaza   Nagkaroon ng aksidente sa
Santa Cruz.   Plaza Santa Cruz.

Exercise

Give the other way of saying the following
sentences:

1. Nagkakotse siya nang di inaasahan. *(She got a car w/out expecti-*
                                      it)

   Nagkaroon ng kotse siya nang di inaasahan

2. Nagkaroon siya ng bahay.

   Nagkabahay siya

3. Ayaw niyang magkatigyawat.

   Ayaw niyang magkaroon ng tigyawat

4. Nagkasunog sa kanila.

   Nagkaroon ng sunog sa kanila.

5. Nagkaroon ng gulo sa bayan nila.

   Nagkagulo sa bayan nila

Dialog Variation

Expressions used for putting on weight:

Magkaín ka nang magkaín (Magkakaín ka.)

Uminom ka ng gatas na may itlog o gatas na
sariwa.

Uminom ka ng bitamina.

Huwag kang magpuyat.

Kumain ka ng bir at balut.

Magkaín ka ng masustansiyang pagkain.

Kailangan magpaiksamen ka sa doktor.

Magpataba ka.

Improvise a dialog based on the situation described below:

You notice your friend is losing a lot of weight. You give her/him advice on how to gain weight.

Lesson 42

Dialog

PARE, ANG TABA MO NGAYON!

(Nagkita ang magkumpare sa daan.)

A: Pare, ang taba mo ngayon. Iba na talaga ang yumayaman.

B: Ano bang yumayaman? (Eto nga, lubog sa utang.) i'm very ~~very~~ buried in debt

A: Walang magsasabi, Pare. Mukha ka talagang 'don'.

B: Masarap kasi ang kumain. Bawasan ko raw ang kanin pero parang hindi masarap kung walang kanin ang ulam. Pag tinapay lang, hindi ako nabubusog.

A: Mag-'jogging' ka kaya.

B: Hayaan mo na. (Walang kuwenta ang payat) Being thin is no good Walang panlaban sa ginaw. Malapit na ang 'winter'.

A: (Kung sabagay.) that's true

Vocabulary

1. Words

   yumayaman   getting rich

   bawasan   minimize

2. Expression

   lubog sa utang   lit., buried in debt

Cultural Notes

A compliments B on his being stout and considers it as a sign of prosperity (*mukha ka talagang 'don'*, 'you look like a Don').

Fat is also considered an 'effective weapon' against the cold (*panlaban sa ginaw*).

177

1. Sino ang tumataba?

2. Sa ano (iniuugnay) ni A ang pagtaba ni B?
   [handwritten: connection]   [handwritten: Sa pagyaman]

3. Bakit di mabawasan ni B ang pagkain ng kanin?

4. Bakit hindi pumayat si B?

5. Sa palagay ba ninyo talagang ito ang tunay na dahilan kung bakit hindi mangayayat si B?

Grammar Notes

Ma- adjectives can be verbalized by affixing *-um-* to the root. It means 'to become' what the adjectival root indicates.

Exercise

Verbalize the following *ma-* adjectives:

[handwritten: gusto kang maging yumamar]

Ma- Adjectives	*-Um-* Verbs	
mayaman	yumaman	to become rich
maganda	*gumanda*	to become pretty
matapang	*tumapang*	to become brave
malaki	*lumaki*	to become big
pangit	*pumangit*	to become ugly
masakit	*sumakit*	to become painful to ache

[handwritten: maging mayaman]

Dialog Improvisation

Expressions used for losing weight:

Mag-'spa'

Mag-'sauna'

Mag-'tennis'

Mag-'jogging'

Mamili sa 'health food store'

Magmiyembro sa 'Weight Watchers Club'

Uminom ng gamot na pampapayat

Huwag magkaín

Bawasan ang kanin

Dialog Variation

Improvise a dialog based on the situation described below:

You get into a discussion with a friend on how best to lose weight. You describe your best diet program and he/she describes his/hers.

Cumulative Exercises

A   Communication Exercise

1.   Kanino sinasabi ang sumusunod, sa *payat* o sa *mataba?*

a)   Iba na talaga ang yumayaman. *mataba*

b)   Walang panlaban sa ginaw. *payat*

c)   Mukha ka talagang 'Don'. *mataba*

d)   Nagkasakit ka ba? *payat*

e)   Siguro, kailangan, mag-asawa ka na. *payat*

f)   Nagdidiyeta ka ba? *payat*

g)   Bakit para kang modelo? *payat*

h)   Kontento ka siguro sa buhay mo. *mataba*

2.   Kung Amerikano ka, ano ang bati mo:

a)   sa payat?

     wow! ang slim-na slim mo. mukhang kang modelo

b)   sa mataba?

     _____

B   Translation Exercise

     Isalin sa Ingles and sumusunod:

179

a) Panay ang kain ko.

I eat all the time

b) Hindi ka naman mataba, e. Katamtaman lang.

_____

c) Hindi naman maganda ang payat, parang hirap sa buhay.

_____

d) Talaga yata akong payatin.

Naturally thin

e) Talaga lang ayaw yata akong talaban ng pagkain.

_____

C   Composition

Isulat ang iyong pinakamahusay na paraan ng pagdidiyeta.

PANANAMIT

Lesson 43

Dialog

MAGANDANG MAGDAMIT ANG MGA PILIPINO

(Nag-uusap ang isang Amerikana at isang Pilipina.)

A: Napansin ko, laging maganda ang suot mo at
   mukhang 'custom-made'. Saan mo binibili ang
   mga damit mo?

B: Naku, sa Pilipinas pa galing ang mga damit ko.
   Kasi walang magkasya sa akin dito. 'Yong 'size'
   ko, pambata. Ayoko namang magmukhang 'Baby
   Bubut'.

A: Lahat ba ng Pilipina dito, sa Pilipinas nang-) *you are all*
   gagaling ang damit? Kasi (ang pupustura ninyo) *well dressed*
   lagi. Magandang magdamit ang mga Pilipino.
                                    to be well dressed
B: 'Yon yata ang aming 'weakness', (ang mamustura.)
   Importante sa amin ang maging malinis at magan-
   dang gumayak. Marami sa mga kaibigan ko ang
   nag-aral nang manahi. Pero ako bobo diyan,
   kaya 'yong modista ko pa rin sa Pilipinas ang
   gumagawa ng damit ko.

A: Ano, nagpapadala ka ba ng 'patterns'?

B: Hindi gumgamit ng ganoong klaseng 'pattern' ang
   aming mga modista. Sinusukatan nila ang may
   katawan at 'yon ang iginagawa ng padron.

A: E paano ang korte?

B: Alam na ng modista ko ang gusto kong 'style'.
   Kung minsan, nagpapadala ako ng 'sketch'. Pero
   madalas siya na lang.

A: Naku daig mo pa pala si Jackie (Onassis).

B: Alam mo pa ang isang masarap sa Pilipinas? Hindi
   problema ang magpaayos ng buhok at magpa-
   'manicure' o 'pedicure' kaya. Pupuntahan ka
   pa sa bahay mo kung gusto mo.

A: Ay, kailan kaya ako makakarating sa Pilipinas?

181

Vocabulary

1. Words

napansin	noticed
pustura	well-dressed
nagpapadala	send
korte	style, cut

2. Expressions

magandang mag-damit	dresses beautifully (stylishly)
walang magkasya	nothing fits
magmumukhang Baby Bubut	look ridiculously childish
sinusukatan ang may katawan	the person (lit., the one who owns the body) is measured
daig mo	you're better off ...
magpaayos ng buhok	to have the hair fixed

Cultural Note

Filipinos usually have their clothes custom-made by very adept seamstresses and tailors in the Philippines, instead of buying their clothes 'off the rack'. There are shops in the Philippines that sell ready-made clothes called *benta* (from the Spanish *venta*, 'sale', 'market'), but these have been mostly children's clothes. In recent years, boutiques selling ready-made clothes to fit certain sizes American style have been catering to tourists. These 'R.T.W.' (ready-to-wear) clothes have also become popular among Filipino women in urban areas.

Comprehension/Interpretation Questions

1. Bakit sa Pilipinas nanggaling ang mga damit ni B?

2. Ano daw ang 'weakness' na mga Pilipino?

3. Ano ang kaibahan ng pananahi ng modista sa Pilipinas?

4. Bakit gustong makarating ni A sa Pilipinas?

Sentence Introducers

The speaker may wish to explain how the infor-
mation contained in a sentence has been acquired.
He uses what we may call 'sentence introducers'.
The sentence introducer is in itself a sentence, con-
sisting of the comment phrase followed by a non-
topic pronoun in the *ko* series or an appropriate
ng nominal.

Example:

Napansin ko, (mo, ninyo, nila, ni Pete, ng
mga tao) + (na) nawala na lang kapagdaka ang
Presidente.

The verb bases of the comment are verbs of
'sensing'; *mapansin* 'noticed', *maalala* 'remember',
maisip 'think', *mabalitaan* 'hear that', *madinig*
'hear', *maramdaman* 'feel', etc.

Exercise

Supply possible clauses that can follow the
sentence introducers below:

Example:

Napansin ko (na) umalis na ang bisita.

1. Naalaala ko   Naalaala ko na mayroon akong homework

2. Naisip ko   Naisip ko na

3. Nabalitaan ko   Nabalitaan ko na kinasal na s'ya

4. Narinig ko   Narinig ko na hindi ka pupunta sa escuela

5. Naramdaman ko   Naramdaman ko

Dialog Variation

1. Comparisons of dress-making styles:

a) Sa Pilipinas

Modista o sastre ang nananahi ng damit. Mura
lang ang bayad.

Hindi gumagamit ng yaring padron ('pattern')
ang mga mananahi. Sinusukatan ng modista ang

nagpapatahi mismo. Kadalasan ang modista ang nag-ii'sketch' ng korte kung walang mapili sa katalogo.

Mura lang ang bayad sa modista.

Bihirang mamili ng bentang damit.

Bihira ang marunong manahi ng sariling damit.

b) Sa Amerika

Binibili ang damit sa 'department stores'.

Gumagamit ng yaring padron sa pananahi ng damit.

Marunong manahi ng damit dahil sa mahal ang bayad sa pasadya ('custom-made').

Hindi karaniwang nagpapatahi sa modista ang Amerikano.

2. Expressions related to clothes:

Isinisimba muna ang bagong damit.

Terno-terno ang *damit*. (bag, sapatos, alahas)

Hindi nag-uulit ng damit. (bihira)

Laging *bago* ang damit. (Moda)

May pambahay, may panlakad.

Sunod sa moda.

Mahilig *magbihis*. (magpalit ng damit)

Dialog Improvisation

Recreate or improvise a variation of the dialog at the beginning of this lesson by comparing how clothes are made, bought and worn in America and in the Philippines.

Lesson 44

Dialog

PATUNG-PATONG ANG DAMIT

(Nagtatanong ang isang Pilipina sa isang matagal
na sa Amerika.)

A: Ano ba ang isinusuot ng tao sa Amerika?

B: Depende sa panahon at sa okasyon. Kung maginaw,
    patung-patong ang suot, 'yong tinatawag na
    'layered look'. Bukod sa damit at sweter,
    mayroon ding 'coat', 'mittens', o 'gloves'
    at sombrero. Sa paa naman, makapal na medyas
    at botas. Mabuti rin ang may 'scarf' o 'muffler'
    para takpan ang leeg at tenga.

A: Naku, di ang hirap gumalaw kung masyadong mara-
    ming suot.

B: Nakakainis nga kung minsan. Nakakakuba ang bigat
    ng 'coat'.

A: E kung tag-init?

B: Pag tag-init naman, syempre 'yong presko sa
    katawan. Maikling manggas, 'shorts', at maluwag
    na damit. Ako, nagbabata lang ako sa bahay.

A: Ang mahal daw magpatahi ng baro sa States.

B: Panay yari na ang mabibili mo. Mahal talagang
    magpatahi at hindi gaya sa atin na maraming
    modista kahi't sa tabi-tabi. Kaya ako, sa atin
    nagpapagawa ng damit.

Vocabulary

Words

patung-patong	one on top of the other
isinusuot	is/are wearing
bukod sa	in addition to
takpan	to cover
gumalaw	to move
nakakainis	(it's) annoying, irritating

nakakakuba	it makes (one) have a hunched back
presko	cool
maluwag	loose
modista	seamstress
sa tabi-tabi	lit., along the sides, i.e., in non-plush areas, in modest surroundings

Cultural Note

Because of the difference in weather between the U.S. and the Philippines, and also because Filipinos are very fashion-conscious and find it hard to get clothes that fit, what to wear in the United States is an important question.

Comprehension/Interpretation Questions

1. Kailan patung-patong ang damit ng tao?

2. Ano ang isinusuot ng tao sa Amerika kung maginaw?

3. Ano naman ang suot ng tao kung tag-init?

4. Bakit nagbababata si B?

5. Bakit panay na yaring damit ang binibili ng tao sa Amerika?

6. Ganoon rin ba sa Pilipinas? Bakit?

Discussion Question

Ano ang pagkakaiba ng pananamit sa Pilipinas at sa Amerika?

Grammar Notes

Topicalization

The topic or subject of a Tagalog sentence follows the verb. One of the ways this 'natural' order of constituents is modified is by moving the whole topic phrase to the initial position, and then setting it off from the rest of the sentence using the inversion marker *ay*.

Normal Order	Inverted Order
Lapis ito.	Ito *ay* lapis.
Bulagsak si Damian.	Si Damian *ay* bulagsak.
Abusado ang kaibigan ni Jolin.	Ang kaibigan ni Jolin *ay* abusado.

Another way to modify the basic word order is through topicalization. The topic is moved to sentence initial position, but the particle *ay* is not inserted. The process is identical to topicalization in English, for example, *John loves Mary* becomes *Mary, John loves*.

Normal Order	Topicalized Sentence
Bumili ang babae ng gulay sa tindahan.	Ang babae, bumili ng gulay sa tindahan.
Nagtapon ang tatay ni Betsy ng basura sa kabilang bakod.	Ang tatay ni Betsy, nagtapon ng basura sa kabilang bakod.

Exercises

A   Convert the following sentences into *ay* sentences.

1. Pumunta sila sa tabing-dagat.

    _____

2. Humiram ang estudyante ng libro sa aklatan.

    _____

3. Bumasa ako ng nobela.

    _____

4. Nagbigay siya ng pera sa pulubi.

    _____

5. Nagsindi si Sol ng kandila sa simbahan.

    _____

B   Topicalize the sentences above.

1. _____

2. _____

3. _____

4. _____

5. _____

Dialog Variation

Expressions used for clothes:

Mamili ng *damit* (tela, palda, amerikana)

Mag*sweter* (botas, medyas, gora, balabal)

Magpa*tahi* (remodel, gawa) ng damit

Makapal ang damit (manipis, maiksi, mahaba, maluwag, masikip, mabigat, nanganganinag)

Magpasukat sa modista

Mag*damit* (suot, bihis) nang maganda

Magsukat ng *damit* ('shorts', pantalon, 'coat', sweter, bestida, kamisadentro, blusa) /*I*sukat ang damit

Magandang magdamit (pangit, masagwa, di marunong, makinis, mahusay, mahalay, magara)

Dialog Improvisation

With your partner, improvise dialogs showing:

a)   How you acquire custom-made clothes in the Philippines.

b)   How you buy clothes in America.

Composition

Isulat ang kaibahan at pagkakahawig ng pananamit sa Hawaii at sa Pilipinas.

PAMAMAHAY

Lesson 45

Dialog

LILIPAT NA NAMAN

(Napansin ng magkaibigan na lilipat na naman ang
isang kapitbahay.)

A: Bakit may malaking trak na nakapara sa tapat
na kapitbahay mo?

B: Lilipat na naman siguro. Kalilipat lang nila
dito, e (tila) mag-aalsa balutan na naman.
  it appears

A: Bakit, talaga bang ganito dito? Palipat-lipat?
Sa atin, iba naman. Kung saan ka ipinanganak,
doon ka mamamatay.

B: Kasi marami ditong pagkakataon na maiba ang
takbo ng buhay. Kung minsan pinalilipat ka
ng kompanya sa ibang lugar o kaya ikaw mismo,
nagsasawa sa trabaho mo kaya naghahanap ka sa
ibang lugar. Mayroon pa nga, lumilipat ng
bahay dahil nagsasawa sa ayos ng bahay nila.

A: Ayoko ng ganoon. Malulungkot akong iwan ang
mga kaibigan at kamag-anak ko.

B: Ako rin. Mahirap talaga dito. Layu-layo ang
mga mag-anak at paiba-iba ang tirahan. Kaya
alin sa dalawa: nakikipagkaibigan ka nang mabi-
lis o hindi ka makikipagkaibigan.

A: Ikaw, paano?

B: Nasanay na rin akong huwag masyadong malungkot.
Pero totoo ang sabi mo, mahirap ang palipat-
lipat.

Vocabulary

1. Words

   napansin   noticed

   lilipat   will move

189

nakapara	parked
nagsasawa	is/are fed up
layu-layo	far apart
nakikipagkaibigan	makes friends with

2. Expressions

mag-aalsa balutan	lit., will lift bundles and packages, i.e., will move
ang takbo ng buhay	lit., the way life runs, i.e., way of living
ikaw mismo	you yourself

Cultural Note

As a rule, Tagalogs do not want to leave their place of birth. The traditional migrant groups are Ilokanos and Visayans.

Comprehension/Interpretation Questions

1. Anu-ano ang dahilan kung bakit madalas maglipát ang mga tao sa Amerika?

2. Ano ang kaibahan sa Pilipinas?

3. Bakit raw malungkot ang madalas maglipát?

4. Ano ang nagiging (bunga) ng madalas na paglipat-
lipat sa mga magkakaibigan sa Amerika?

[handwritten: fruit, result]

[handwritten: mas magastos]

Grammar Notes

Reciprocal and Social Forms of the Verb

Through proper affixes, the Tagalog verb can express that an action is done 'socially' and 'reciprocally'.

A   *Maki-* Social Affix

Maki- is the social affix (see Lesson 36) thus:

Makikikain ako sa kanila.   I will eat with them.

190

B   Reciprocal Affixes

1. *Pag- -an* is an object focus reciprocal affix,
    thus:

    Huwag ninyong pag-awayan   Don't fight over the
    ang laruan.   toy.

2. *Mag- -an* is an actor focus reciprocal affix, thus:

    Naghalikan sila.   They kissed each other.

    A verb can be inflected to indicate both recip-
rocal *(mag-/pag- -an)* and social *(maki-)* functions.

    Examples:

    makipagkaibigan   to make friends with each
                            other

    makipaglokohan   to kid with each other

    makipagbiruan   to joke with each other

    The *-an* suffix may be dropped in some verbs.

    Examples:

    makipaglaban(an)   to fight with each other

    makipag-away(an)   to quarrel with each other

Exercise

    Give the different forms of the following social-
reciprocal verbs:

Neutral	Completed	Incompleted	Contemplated
makipagbatuhan	nakipagbatuhan	nakikipag	makikipagbatuhan
makipagsuntukan			
makipagyakapan			
makipagpatayan			

Dialog Variation

    Expressions used for moving: *pagawayan*

    Tumawag ka ng *trak*. (kargador)   *paglaroan* (focus on the toy)

    Magkano por ora?   *pag-atalan*

pagagawan — inf = imp

pinagagawan

191

pinagragawan   *pagragwagan*

Mag-*impake* (balot) na tayo.

Magkano ang (renta ng) bahay?

Malapit ba sa *iskuwela*? (simbahan, 'shopping center', 'grocery', 'park', istasyon ng bus)

May deposito ba? Ilang buwan?

Malinis ba? (mahal, mura, maganda, pangit)

Gaano *kalaki*? (kaliit)

Ilan ang *kuwarto*? (banyo)

Saan ka lilipat?

Malayo ba rito?

Nakausap mo na ba ang (may-ari) ng bahay?

Dialog Improvisation

Recreate or improvise a variation of the dialog at the beginning of this lesson by having the neighbor's family talk about moving. Use the expressions given above. Have a son/daughter express unhappiness over the family's plan to move to another state.

Dialog

MAGBABAHAY NA

(Nag-uusap ang magkumpadreng Ana at Jose.)

A: Bibili na daw kayo ng bahay. Mukhang dito na
kayo talaga at hindi na uuwi sa atin.

B: E paano? Masyadong mahal ang upa namin sa
bahay. Mas mabuti na 'yong may hinuhulugang
bahay. May 'tax break' ka at pagkatapos ng
ilang taon, iyo na ang bahay mo.

A: Hindi ba masyadong mahal ang bahay dito?

B: Depende sa lugar. May lugar na mahal na mahal
at mayroon namang katamtaman. Doon sa pangit
na lugar, mura-mura.

A: Kailangan ba dito 'cash'?

B: Kailangan may pang 'down payment' ka na 'cash'.
Maaari kang umutang sa bangko ng pambayad ng
'mortgage'.

A: Hindi ba masyadong malaki ang interes?

B: Ngayon medyo mataas pero hindi kagaya sa
Pilipinas. Pero kailangan dito maganda ang
'credit rating' mo at may sigurado kang trabaho.

A: Madali yatang bumili dito ng bahay.

B: Basta masipag ka lang at matipid, makapag-iipon
ka ng panghulog.

A: Malakas ang loob mo, Kumpadre. Sabihin mo nga
si Kumpadre mo. Mahina ang loob niya sa utang.

B: Huwag 'kamo siyang matakot mangutang. Ang
sabi nga, huwag daw isipin ang utang kundi ang
uutangin. Kung wala kang utang, mahirap kang
mangutang. Dito kahi't mayaman, nakalubog sa
utang.

1. Words

magkumpadre	lit., co-parents, i.e., the relationship between the parents and the baptismal/ confirmation sponsors of a child
upa	rent
hinuhulugan	pay by installments
katamtaman	just right
umutang	to borrow money (or to ask for a favor, *utang na loob*) Cf. *humiram*, to borrow (money, things)

2. Expressions

mukhang hindi na kayo uuwi	it seems you're not going back (to the Philippines)
malakas ang loob	lit., strong inside, i.e. brave, not afraid to take risks
mahina ang loob	lit., weak inside, i.e. fainthearted
nakalubog sa utang	lit., buried in debt, up to one's ears in debt

Cultural Note

As a rule, Filipinos in the Philippines need cash for buying a house, although there are a very few institutions like the Government Service Insurance System (GSIS) that give home loans. It is rather hard to qualify for a loan and interest rates are much higher in the Philippines than in the States.

Comprehension/Interpretation Questions

1. Bakit nakaisip si B na bumili ng bahay?

2. Paano ang pagbabayad ng bahay?

3. Sino ang mga pinauutang ng bangko?

4. Bakit daw sa Amerika 'kahit mayaman, nakalubog sa utang'?

Grammar Notes

Basta, 'as long as', is a subordinating con-junction that introduces conditional clauses.

Example:

Basta masipag ka lang at matipid, makapag-iipon ka ng panghulog.

'As long as you work hard and are thrifty, you can save up for your payments.'

Basta mag-ipon ka, makabibili ka ng bahay.

'As long as you save, you will be able to buy a house.'

Exercise

Complete the following sentences by supplying possible basta conditional clauses:

1. Masaya kami basta hindi kami gutom.

2. Nasisira ang halaman basta hindi mo palaging na sa loob.

3. Madaling bumili ng bahay basta katamtaman lang ang presyo

4. Mahal ang bahay basta maraming mag-demand

5. Mahusay ang kredito mo basta nagbabayad ka.

Dialog Variation

Expressions related to buying a house:

Ilan ang *kuwarto*? (banyo)

Malaki ba ang *tulugan*? (kusina, sala)

May *solar* ba? (hardin, laruan, balkonahe) Is there

Mahal/Mura ba?

May pang-'down payment' ba tayo?

Saan tayo uutang ng pang-'mortgage'?

Pauutangin tayo ng bangko.

Mataas ba ang interes?

Malapit ba sa istasyon ng bus?

Malayo ba sa iskuwelahan?

Maganda ba ang lugar?   (tahimik)

Anong kulay ang pinta ng bahay?

Bago ba?   (luma)

Hindi namin kaya. Masyadong mahal.

Gusto ko sana, kaya lang wala akong pang-'down payment'. *It will pass*

Bahala na. (Makakaraos) din.

Masyado nang napapamahal ang renta. *The rent is getting too high*

Mahangin ba?   (mainit, (maaliwalas)) *well ventilated*

Dialog Improvisation

Add a sequel to the dialog at the beginning of this lesson by having B ask a real estate agent about a house advertised in the papers.

Cumulative Exercises

A   Communication Exercise

Construct a dialog based on the following situation:

Mr. and Mrs. Jones are buying a house. They have found a three-bedroom house with a small yard and a single-car garage. The couple must decide whether they want to buy the house or not.

Mr. Jones is tired of looking at houses. He wants to buy the house they have found.

Mrs. Jones is very particular and does not want to buy this house. She constantly mentions things that are wrong with the house.

Mr. Smith, the real estate agent, helps Mr. and Mrs. Jones decide by citing the advantages of owning that particular house.

Ask two of your classmates to help you write an ending to this dialog. Then act it out for the rest of the class.

B   Comprehension and Translation Exercises

1.   Isalin sa Ingles:

PAGHAHANAP NG BAHAY

(Tinatanong ng isang babae ang kaibigan niya.)

A: Gusto mo bang sumama sa amin? Titingnan namin uli 'yong bahay na gusto naming bilhin.

B: Mayroon ka bang ahente?

A: Wala. Nakita ko lang sa 'real estate ads'. Malaki 'yong bahay. Tamang-tama sa aming mag-anak. Lima ang kuwartong-tulugan. May 'family-room', 'utility room', 'finished basement', malaking kusina at '2½ baths'.

B: Mga magkano daw?

A: $120,000 ang hinihingi, pero matatawaran pa siguro. May kapirasong lupa sa paligid at maraming punong-kahoy.

B: Aba, mahusay pala. Ano ang itsura ng bahay?

A: Bago pa at maganda ang pagkagawa. Ang may-ari mismo ang arkitekto.

B: E bakit kaya ipinagbibili?

A: 'Sacrifice sale' nga raw, e. Nadestino 'yong lalaki sa ibang lugar.

B: Tawaran mo na, baka may mauna pa sa iyo.

Vocabulary

1.   Words

   kuwartong-tulugan   bedroom

   punong-kahoy   trees

nadestino	was assigned to a different place
hinihingi	is being asked

2. Expressions

mga magkano?	around how much?
Tawaran mo na.	Make an offer right now.
Ano ang itsura?	How does it look?
Bakit ipinag-bibili?	Why is it being sold?

2. Sagutin and mga tanong.

a) Saan nakita ni A ang bahay na gusto niyang bilhin?

b) Bakit gusto niya ang bahay?

c) Magkano ang bahay?

d) Bakit ipinagbibili ang bahay?

3. Ilarawan ang bahay na gustong bilhin ni A.

PAGLILIBANG

Lesson 47

Dialog

MANOOD TAYO NG SINE

(Nag-uusap ang Pilipina at Amerikana.)

A: Gusto mo bang manood ng pelikulang Tagalog?

B: Puwede na kaya ako? Hindi pa ako masyadong marunong ng Tagalog.

A: Hindi bale. 'Action picture' ang panoorin natin. Hindi kailangan ang maraming 'dialogue' para maintindihan.

B: Ayoko ng 'violence'. Mayroon bang 'musical' o 'comedy'?

A: Mayroon ng lahat ang pelikulang Tagalog; may awitan, may romansa, may komedya, may 'action'.

B: Wala bang simpleng 'love story'?

A: Sayang at nasunog ang maraming mga pelikula noong bago magkagiyera. Karamihan ng istorya ay tungkol sa buhay nang ang panahon ay payapa at mas mabagal ang takbo. Madali mong mahulaan kung sino ang bida at kung sino ang kontrabida. Ang bidang babae ay maganda, mahinhin, mapag-mahal, minsan lang kung umibig. Ang kontrabida naman ay magaslaw, masagwang magdamit, makapal mag-'make-up' at talagang mabilis. Maraming luha ang dadaloy bago magwakas ang istorya. Siyempre ang kabutihan ang mananaig at ang mga bida ay magsasama. Laging may kasalan sa wakas. Kung hindi makasal sa lupa, sa langit nagkikita.

B: 'Yon ang gusto ko. Wala na bang ganoon? Sawa na ako sa mga 'realistic' at 'disaster movies'.

A: Wala na. Sobra pa sa 'Hollywood' ang ibang mga pelikulang Tagalog ngayon. Pero mayroong magagandang pelikula na maaari nating ipagmalaki 'Yon na lang ang abangan natin.

199

Vocabulary

1. Words

kaya	particle expressing uncertainty
payapa	peaceful
mahinhin	modest
magaslaw	indecent, rough
masagwa	vulgar
dadaloy	will flow
magwakas	to end
mananaig	will win
kasalan	wedding
sawa	saturated, tired of
sobra	over, exceed

2. Expressions

pelikulang Tagalog	Tagalog film or movie
manood ng pelikula/sine	see a film/movie
ang bida	the main character, the hero
ang kontrabida	the villain

Cultural Note

Pre-World War II movies dealt mostly with simple themes, i.e., a city boy/girl falls in love with a girl/boy from the provinces. Obstacles are thrown in their way but in the end, love triumphs.

It was easy to guess who the 'good guys' *(bida)* and the 'bad guys' *(kontrabida)* were because their appearance, actions and language were stereotypical.

Songs and dances were incorporated into the plots and moviegoers would go home humming the songs which would usually become 'hits'.

1. Sino ang nangumbida? Si A o si B?

2. Bakit parang di gusto ni B'ng manood ng sine?

3. Anong uri ng sine ang gusto ni A? Ni B?

4. Ano raw mayroon ang pelikulang Tagalog?

5. Tungkol saan ang karamihan ng istorya?

6. Anu-ano ang katangian ng isang bidang babae? Ng kontrabida?

7. Ano ang karaniwang katapusan ng mga pelikulang Tagalog?

8. Sawa na si B sa anong uri ng pelikula?

9. Ano ang aabangang panoorin ni A at ni B?

Discussion Questions

1. Nakapanood ka na ba ng pelikulang Tagalog?

2. Gusto mo bang manood ng pelikulang Tagalog?

3. Anong uri (klase) ng sine ang gusto mo?

4. Anong uri ng bidang babae ang gusto mo? Bidang lalake?

5. Anong artista ang tinatawag na kontrabida?

Grammar Notes

Sentence conjunctions: *at* and *bago*

Example:

> Sayang *at* nasunog ang maraming mga pelikula noong *bago* magkagiyera.

A   *At* is used to introduce an explanatory clause, as in *nasunog ang pelikula*. *At*, here, is equivalent to the English 'that'.

The predicate of the first clause is limited to a small set of words expressing emotions. Some of these words are:

sayang	it's a pity, it's a waste
salamat sa Diyos	thank God
(ma)buti na lang	it's a good thing
milagro	it's a miracle
magaling naman	it's good

Exercise

Supply the second clauses to the list above.

Example:

Sayang *at di siya nanalo.*

1. Salamat sa Diyos   *at walang nasaktan*
2. Buti na lang   *at walang traffic*
3. Milagro   *at nakapasá syá ng examen*
4. Magaling naman   *at marunong siy~ mag-tagalog*

B *Bago* 'before' expresses a temporal relationship between two events, the clause following it being the event that occurs after the first one.

Exercise

Replace the boxed clause with as many clauses as you can.

Maraming luha ang dadaloy	bago magwakas ang istorya.

1. *Maraming aalis bago*
2. *Maramin matutulog*
3. _____

Supply as many clauses as you can after the clauses with *bago*.

202

Example:

Bago dumating ang pulis *(nakaalis na ang magna-*
nakaw) na nga-nak

1. Bago dumating ang doktor, naka pag-anak na siya

2. Bago dumating ang bus, kumain muna ako.

3. Bago tumunog ang bel, nakapila na ang mga estudiante

Dialog Variation

Expressions used about seeing a movie:

Ma*haba*/iksi ang pelikula.

Napaka*ganda*/pangit ng istorya.

Ubod nang *ganda*/pangit ang istorya.

Masagwa (magaling, muhusay, mahinhin, romantiko,
pangit, nakakatawa, nakakatuwa) ang artista/
artistang si_____.

Sa palagay ko mas *mahusay*/pangit na artista
si _____ kaysa kay _____.

Nakaka*lungkot* (inis, buwisit, iyak, suya, tawa)
ang palabas.

Maganda (pangit, malungkot) ang sine.

Mas gusto ko si/ang _____ kaysa kay/sa _____,
kasi...

Dialog Improvisation

Instead of talking about Tagalog movies, talk
about American movies. Have A invite B to a current
movie. Talk about recent trends in American movies.

Communication Exercise

Be able to participate in a debate in class. List
down reasons why you support either a) or b) below:

a) Mas gusto kong manood ng TV kaysa sine.

b) Mas gusto kong manood ng sine kaysa TV.

Write a short composition comparing American and Filipino movies.

Lesson 48

Dialog

ANG PAGHAHALAMAN

(Nag-uusap ang magkaibigan tungkol sa paghahalaman.)

A: Ang gaganda ng tanim ninyo. Ang daming bulaklak ng 'orchid'. Malamig siguro ang kamay ninyo.

B: Madali namang maghalaman dito sa Hawaii. Hindi ko pa nga naaasikaso 'yong mga iyan. Kung makikita ninyo ang 'orchid collection' ni Cristina, talagang bali-bale.

A: Sa amin sa 'mainland', mahirap mag-alaga ng tanim. Sasandaling panahon ang pagtatanim sa labas ng bahay. 'Yong mga tanim na pambahay, ang hirap palaguin. Ang mahal-mahal pa.

B: Kailangan daw kakausapin ang mga tanim.

A: Para nga akong loka. Kinakausap ko at pinatu-tugtugan pa ng opera.

B: Bakit, ayaw ba ng 'rock and roll'? 'Class' pala.

A: Magaganda rin ang mga bulaklak sa amin kung 'spring' at 'summer'. Ang paborito ko ay 'lilacs' at 'carnations'. Pero ispesyal talaga ang 'orchids'.

B: Sige, mag-uwi ka ng ilang puno. Ipaiinspeksyon ko sa 'Plant Quarantine' para wala kang problema.

A: Naku, magiging 'tourist spot' ang bahay ko kung magpapatuloy ang pamumulaklak.

Vocabulary

1. Words

naaasikaso	being able to take care of
pambahay	for use in the house
bali-bale	really worth something
pinapatugtugan	plays (music) to
mag-uwi	take home

magpapatuloy	will continue
pamumulaklak	blooming

2. Expressions

mahirap palaguin	difficult to make (plants) grow
'class' pala	(it has) class

Cultural Notes

Malamig ang kamay, lit., 'the hand is cool', i.e., a green thumb. The opposite is *mainit ang kamay,* lit., 'the hand is hot'.

Sige, mag-uwi ka ng ilang puno, 'Take a few plants home with you'. The hostess offers to give her friend some of her plants. It is common practice to give away what is complimented.

Comprehension/Interpretation Questions

1. Bakit sinabi ni A na 'malamig ang kamay' ni B?

2. Taga-saan si B?

3. Bakit mahirap maghalaman sa 'mainland'?

4. Ano raw ang dapat gawin sa halaman?

5. Bakit sinabi ni B na 'class' ang halaman ni A?

6. Anu-ano ang mga bulaklak sa 'mainland'?

7. Anong bulaklak ang ibinibigay ni B kay A?

Discussion Question

Ano ang napansin ninyo tungkol sa pamumuri at pagsagot dito?

Grammar Notes

Causative sentences

Causation is indicated by the verbal affix *pa-*.

For example:

1. ...ang hirap *palaguin* ('yong tanim)

2. ...at *pinatutugtugan* (ang halaman)

3. *Ipaiinspeksyon* ko sa... (ang 'orchid')

4. ...*magpapatuloy* ang pamumulaklak

Causative sentences report events involving a primary actor (<u>causer</u>) causing a secondary actor (<u>actor</u>) to perform some action. Other participants in the sentence are the object, location, benefactor, and instrument.

Noun in Focus	Focus Affix in Verb	Example
Causer	mag + pa-	*magpabili*
Actor	pa- -in	*pabuhatin*
Object	i + pa-	*ipabuhat*
	pa- -an	*palabhan*
Location	pa + pag- -an	*papagsayawan*
Benefactor	ipag + pa-	*ipagpagawa*
Instrument	i + pa + pang-	*ipapangsalok*

Exercise

A   Give the different aspectual forms of the following causative verbs:

Focus	Neutral	Completed	Incompleted	Contemplated
Causer	magpabuhat	nagpabuhat	nagpapabuhat	magpapabuhat
Actor	pabuhatin	pinabuhat	pinabubuhat	pabubuhat
Object	ipabuhat	ipinabuhat	ipinabubuhat	ipabubuhat
Locative	papagbu-hatan	ipinapag	ipinipagbuhat	papaybubuhat
Bene-factive	ipagpabuhat	ipinagbuhat	ipinagpapabuhat	ipagpapabuhat
Instru-mental	ipapangbuhat			

ipinang
ipinipangbuhat

207

B   Underline the affixes and identify the role of the phrases:

Example:

*Nagpa*tugtog (a) ng plaka (b) si Ramon.

a)   object   b)   causer

*Ipina*dala (a) ni Floyd (b) ang raketa (c) kay Jose.

a)   causer   b) object/subject   c) actor

1.   Ipahakot (a) mo (b) ang basura (c) sa bata.

a) _causer_   b) _object_   c) _actor_

2.   Magpapatahi (a) si Marietta (b) ng pangkasal (c) sa modista ko.

a) _causer_   b) _object_   c) _actor_

3.   Nagpasungkit (a) ang nanay (b) ng santol (c) sa akin.

a) _causer_   b) _object_   c) _actor_

C   Form causative sentences from the following sentences. Supply a causer if necessary.

a)   Umiyak ang bata.

   Causer focus: *Nagpaiyak siya* ng bata.

b)   Humingi siya ng bulaklak.

   Object focus: _ipahingi nya ang bulaklak_

c)   Tinahi ni Rona ang barong Tagalog.

   Actor focus: ~~pananahi~~ _pinatahi si Rona_

d)   Nagluto ang katulong ng adobo sa kaldera.

   Locative focus: _Pinaglutoan ang kaldera_

e)   Naglaba si Maria para sa mga kapatid niya.

   Benefactive focus: ~~ipinaglabalaba~~
   ipinagpalaba ni Maria ang mga kapatid ninya.

208

Dialog Variation

Expressions used for gardening:

May bagong *usbong* ang halaman.   (buko)

Magdilig ka ng *abono* sa halaman.   (pampataba)

Kausapin mo ang halaman.

Mahirap *magpatubo* ng halaman.   (magpalaki)

Namumulaklak ang halaman.

Paarawan mo ang halaman.

Namamatay ang halaman.   (natutuyo, naninilaw)

Malago ang halaman.   (mataba)

Dialog Improvisation

With your partner, recreate or improvise a variation of the dialog at the beginning of this lesson by changing the subject of what is being praised. Perform the dialog in class.

Lesson 49

Dialog

MAG-ISKARSYON TAYO

(Inaaya sa iskarsyon ang isang Amerikano.)

A: Gusto mo bang sumama sa (tropa?) [troop] Mag-iiskarsyon kami sa Tagaytay sa Linggo.

B: Gusto ko sana, pero may iksamen ako sa Lunes. Hindi pa ako tapos mag-'review'.

A: Mag-aral ka na ngayon. Maganda sa Tagaytay at malamig ang panahon. Dinadayo talaga ng mga turista ang Taal Volcano.

B: Gaano katagal ang biyahe?

A: Umarkila si Ben ng bus. Mga dalawa o tatlong oras siguro. Kung gusto mo, makisakay ka kina Mrs. Reyes. Magkokotse sila.

B: Kung sasama ako, gusto ko, sa inyo. Mas masaya. Ano ang baon natin?

A: Kami na ang bahala. Maraming magdadala. Si Sita, mag-aadobong manok at baboy, at si Jovita maghahalabos ng hipon. Si Gloria ay magrerelyenong bangos. Si Caring daw magdadala ng suman at iba't ibang kakanin. Magdadala ako ng leche flan, at para sa mga 'Stateside', magdadala rin ako ng kape sa termos.

B: Nakakagutom! Ako na ang bahala sa 'soft drinks' at 'beer', para may kontribusyon naman ako.

A: Sasama ka, kung ganoon? So that means you are

B: Paano pa kaya ako (tatanggi?) How can i refuse, decline Pinatulo mo ang laway ko sa babaunin ninyo.

Vocabulary

1. Words

mag-iskarsyon	from 'excursion', will go on a trip
makisakay	ride with

210

baon	refers to pocket money or food one takes along to school, to work, on a picnic, etc.
kakanín	Philippine snacks usually made of glutinous rice cooked in sugar and coconut cream

2. Expressions

sumama sa tropa	go with the group
mag-aral ka na ngayon	lit., study now (is not a command but a suggestion in this context)
maghalabos ng hipon	to cook shrimp in a little oil and soy sauce.
pinatulo mo ang laway ko	lit., you made my saliva drip, i.e., you made my mouth water

Cultural Note

Para sa 'Stateside', magdadala ako ng kape, the implication is, only 'Stateside' people end their meal with coffee. The traditional way of ending a meal is with a banana and a glass of water.

Comprehension/Interpretation Questions

1. Saan sila mag-iiskarsyon?

2. Bakit hindi raw makakasama si B?

3. Gaano katagal sa bus ang pagpunta sa Tagaytay mula sa Maynila?

4. Ano ang baon nila?

5. Bakit sumama rin si B?

Grammar Notes

Gaano is an interrogative word meaning 'how' before a formation consisting of *ka-* plus an adjective base or an adverbial base.

Examples:

Gaano katagal ang biyahe?	How long is the trip?
Gaano kalayo ang bahay mo?	How far is your house?

211

Translate the following into Tagalog:

1. How big is his house?

2. How fast does Amy run? *tumakbo*
   Gaano kabilis ang ~~takbo~~ si Amy

3. How well does Paul speak Tagalog?
   Gaano kahusay mag-Tagalog si Paul

4. How old is your child?
   Ilan taon ; Gaano katanda

5. How expensive is Nobling's ring?
   Gaano kamahal ang singsing ni Nobling

Gaano can also be used as an interrogative quantifier equivalent to English 'how much'. In this use, it may be followed by a mass noun preceded by *ang* or a linker. *Ilan*, 'how many', is the count-noun counterpart of *gaano*. When used as a modifier, *gaano* or *ilan* are followed by the linker *na/-ng*.

Examples:

Gaano ba ang kailangan mo?	How much do you need?
Gaanong tela ang kailangan mo?	How much cloth do you need?
Gaano ang telang kailangan mo?	How much cloth do you need?
Ilan ang kailangan mo?	How many do you need?
Ilang selyo ang kailangan mo?	How many stamps do you need?
Ilan ang selyong kailangan mo?	How many stamps do you need?

Construct questions using *gaano* or *ilan* from following:

1. May apat na silya sa kuwarto.

   Ilan ba ang silya sa kuwarto.

2. Mabigat ang balutan.

   Gaano ba mabigat ang balutan?
   kabigat

212

3. Malaki ang bahay niya.

Gaano *Kalaki ang bahay niya?

4. Tatlo ang kotse sa garahe.

Ilan ang kotse ang sa garahe.

5. Mabagal ang takbo ng kalesa.

Gaano *Kabagal ang takbo ng kalesa

buggy

Dialog Variation

Expressions used for outings:

Mag-iiskarsyon kami sa _malibu_____.

Umarkila si _____ ng _____.

Ano ang baon mo?

Ako ang bahala sa _____.

Magdadala ako ng _____.

Makikisakay ako kina _____.

Sasama ako sa _____.

Ilang oras ang biyahe?

Sasakay kami sa _____.

Magbabaon kami ng _____.

Dialog Improvisation

With your partner, recreate or improvise a variation of the dialog at the beginning of the lesson.

Lesson 50

Dialog

BAKIT AYAW MONG LUMANGOY?

(Nasa 'beach' ang isang Amerikano na kasama ng mga Pilipino.)

A: Ang sarap ng tubig. Bakit ayaw mong lumangoy?

B: Maginaw.

A: Hindi naman masyado. Pag nasa tubig ka na, preskung-presko.

B: Hindi ako marunong lumangoy. Gusto ko lang magtampisaw at magbabad sa tubig.

A: Hindi ka marunong lumangoy? Hindi ba sa isla ka nakatira? Akala ko lahat ng Pilipino magaling lumangoy.

B: Hindi lahat, lalo na 'yong laki sa siyudad.

A: Akala ko pa naman lagi kayo sa 'beach'.

B: Hindi nga, e. Ang isa pa, ayaw naming umitim. Kaya pag nagpipiknik sa 'beach', doon kami sa lilim ng puno.

A: A, kaya pala nakapayong si Terry at nakabalot pa ng tuwalya kung sumasama sa amin sa 'beach'. Ayaw umitim.

B: Kayo namang mga Amerikano, gustong-gustong maging 'tanned'.

Vocabulary

1. Word

    magtampisaw   to play in the water

2. Expressions

    ang sarap ng   the water is delicious,
    tubig   i.e., pleasantly cool

    magbabad sa   to soak oneself
    tubig

ayam umitim   does not want to turn black
i.e., does not want a tan

Cultural Note

Akala ko lahat ng Pilipino magaling lumangoy,
'I thought all Filipinos were good swimmers'.
Although Filipinos live in an archipelago,
quite a number of them do not know how to swim,
especially those who live in the cities.

Comprehension/Interpretation Questions

1. Bakit ayaw lumangoy ni B?

2. Bakit hindi mahilig lumangoy ang Pilipino?

3. Ano ang kaibahan ng mga Amerikano?

4. Bakit kataka-takang maraming Pilipino ang hindi
   marunong lumangoy?

Grammar Notes

A   *Pag-* introduces time clauses (introduced by
'when') or conditional clauses (introduced by
'if'). It occurs with verbless predicates.
When followed by a verbal clause, the clause
has an incompleted verbal predicate.

     Pag nasa tubig ka na, preskung-presko.
When you're in the water, (you'll feel) fresh.

     Pag may kailangan siya, tinatawagan niya ako.
When he needs something he calls me up.

B   *Pag* can also introduce inflected or uninflected
verbal predicates.

    Examples:

        Pag *dating* niya, aalis ako.
        Pag *dumating* siya, aalis ako.
        Pag *darating* siya, umalis ka.

    Note the lack of a topic/subject when *pag* is
followed by an uninflected verb. If the verb
pag is inflected for incompleted aspect, the
verb in the next clause is inflected the same
way.

215

Example:

Pag *dumarating* siya, *umaalis* ako.

Exercise

Supply the missing clauses below:

1. Pag nagluluto ang nanay niya _umuuwi sya_

2. Pag maganda ang panahon _lumalangoy kami inlangoy kami_

3. Pag nalaglag ang bunga _tatapon namin iyon_

4. Pag hindi mo kailangan ito _tatapon ko na ibigay mo sa akin_

5. Pag alis niya _matutulog na kami_

Dialog Variation

Expressions used in swimming:

Ang *lamig* ng tubig. (init, lalim, babaw, alat)

Ma*lamig* ang tubig. (init, lalim, babaw, alat)

Marunong akong lumangoy. (mahusay, natatakot)

Di ako marunong lumangoy.

Marunong siya ng 'free style'. (langoy aso)

Kailangan kang lumutang.

Baka ka *lumubog*. (malunod)

Gusto lang niyang *magbabad* sa tubig.
(magtampisaw)

Ayaw niyang *umitim*. (malunod)

Natatakot siya sa tubig.

Dialog Improvisation

With your partner, recreate or improvise a variation of the dialog at the beginning of this lesson, as you remember it.

Communication Exercise

Teach a friend how to swim. What tips would you give him/her?

Use *kailangan, dapat, pag,* whenever appropriate.

Jewellt Junior Bright
Kevin Ramientos

alon. waves

Lesson 51

Dialog

MAG-JOGGING TAYO

(Nagkita ang magkaibigan sa daan.)

A: Nakita kitang tumatakbo kaninang umaga. Sino ang humahabol sa iyo?

B: Wala. Nag-umpisa na akong mag-'jogging'. Sabi ng doktor ko, dapat daw akong magtatakbo at nang lumakas ang aking katawan.

A: 'Yon na nga ang matagal kong gustong gawin, tinatamad lang ako. Pero pag hindi tayo mag-e-'exercise' sa edad nating ito, madadali ang ating buhay.

B: Dapat din daw bawasan ang kain ng maraming taba at matamis.

A: Araw-araw ba tumatakbo ka?

B: Oo, idinaraos ko ito araw-araw.

A: Ilang milya ang tinatakbo mo?

B: Wala pa, umpisa pa lang kasi. Dapat huwag daw biglain...

A: O, sige, bukas daanan mo ako at makiki-'jogging' ako. Matagal na akong bumili ng Adidas at 'jogging outfit'.

B: Talaga ikaw, hindi nahuhuli sa moda.

Vocabulary

1. Words

nagkita	to meet by chance
daanan	to stop for someone
makiki-'jogging'	will 'share' in the jogging

2. Expressions

sa edad nating ito	at our age
madadali ang ating buhay	lit., our lives will be fast i.e., our lives will be shortened
idinaraos ko ito	I take the time and energy to do it
hindi nahuhuli sa moda	lit., not behind the fashion i.e., up-to-date

Cultural Note

Sino ba ang humahabol sa iyo? 'Who is chasing you?' is a joke. A similar expression is *Saan ba ang sunog?* 'Where is the fire?' (See Lesson 7). When the pace of life was much slower, Filipinos who hurry were teased about it.

Comprehension/Interpretation Questions

1. Bakit nagtatatakbo si B?

2. Bakit hindi nagdya-'jogging' si A?

3. Ano ang dapat bawasing pagkain upang lumakas ang katawan?

4. Handa ba si A na mag-'jogging?'

5. Magdya-'jogging' ba si A?

Grammar Note

Verbs of reporting occur before indirect-quotation clauses. These verbs are object focus verbs when inflected.

For example:

sinabi, iniutos, ibinulong, binanggit, ibinalita

They state the way the reported speech is expressed or communicated. The enclitic *daw* and the linker *na* indicate that what follows the verb of reporting is an indirect quotation.

Supply possible responses to the following questions. Use indirect-quotation clauses.

1. Ano ang sinabi ng pulis?

   _____

2. Ano ang ibinulong niya sa iyo?

   _____

3. Ano ang iniutos ng tatay mo?

   _____

4. Ano ang ibinalita ng 'announcer'?

   _____

5. Ano ang binanggit sa kanya ng kaklase niya?

   _____

Dialog Variation

Expressions used for jogging:

Mag-'*jogging*' tayo. ('tennis', 'bowling', 'volleyball', 'basketball')

Tumakbo ng kalahating oras.

Pawis na *pawis* (uhaw, pagod, gutom)

Masakit ang *paa* (binti, katawan, 'muscle')

Bumili ng Adidas ('jogging outfit')

Mag-'jogging' upang/at nang/para lumakas ang katawan.

Dialog Improvisation

With your partner, recreate or improvise a variation of the dialog at the beginning of this lesson, as you remember it.

Lesson 52

ANO ANG LIBANGAN NINYO SA AMERIKA?

(Nag-uusap tungkol sa libangan ang dalawang
magkaibigan.)

A: Ano ang libangan ninyo sa Amerika?

B: Marami. Depende sa panahon.

A: Kung taglamig (winter), maraming 'winter sports'
gaya ng 'ice skating', 'ice hockey', 'downhill-'
at 'cross country skiing'. Puwede ring mag-
'indoor tennis' at lumangoy sa pinainit na 'pool'.
Kung tag-init naman, 'swimming', 'tennis',
'baseball', 'volleyball', 'golf', 'roller skates'.
Kung taglagas, (fall), 'football' ang pinaka-
popular.

B: Aba, marami nga pala. Alam mo bang laruin
lahat 'yon? *Ay~ alam ko lang oy manood*

A: Hindi. Alam mo naman tayo, hindi tayo nasanay
sa isports. Ang alam ko lang ang manood. Pero
ang mga anak ko, marunong sila. Pinipilit nga
nila akong sumali pero baka ngayon pa ako maba-
lian ng buto. Hindi na tayo bata.

B: E ano ang ginagawa mong libangan?

A: Naglalakad ako at nagdya-'jogging' araw-araw
Paminsan-minsan dumadalo kami sa sayawan ng aking
Misis. Sumasali kami sa 'square dancing' at
'ballroom dancing'. Nagboboling din kami
Linggu-Linggo. At saka siyempre, panay ang
basa.

B: Kaya pala ang ganda pa ng katawan mo. Wala ka
pang 'pot belly'.

Vocabulary

1. Words

libangan	means of recreation
Linggu-Linggo	every Sunday
paminsan-minsan	once in a while

221

2. **Expressions**

alam mo na tayo   lit., you know us already
                     i.e., you know how we are

maganda ang   lit., the body is beautiful
katawan   i.e., in good shape

Cultural Notes

Ngayon pa mabalian ng buto 'to break one's
bones now' i.e., 'at this late age'. A is
saying that she did not grow up being used to
participating in sports events. She thinks
that to do so late in life might make her
break her bones.

Many Filipino adults in the States, however,
are discovering to their pleasant surprise that
they <u>can</u> get into sports and, more important,
have <u>the</u> time to indulge in them.

Comprehension/Interpretation Questions

1. Depende saan ang uri ng libangan sa Amerika?

2. Ano ang libangan ng Amerikano kung taglamig?
   Kung tag-init? Kung taglagas?

3. Mahilig ba sa isports si A?

4. Ano ang kinatatakot niya?

5. Ano ang ginagawa niyang libangan?

Discussion Questions

1. Ano ang popular na libangan sa Pilipinas?

2. Ano ang ginagawa ng Pilipino kapag 'weekend'?

3. Ihambing ang 'weekend' ng Amerikano sa Pilipino.

4. Nakapanood na ba kayo ng sabong?

5. Magugustuhan ba ng Amerikano ang sabong?
   Bakit?

5. Anong laro o isports ang nahahambing sa (sabong?)
   cock-fighting

Grammar Notes

Kung in conditional and time clauses

Like *pag*, *kung* introduces a time or conditional clause.

Examples:

Kung tag-init naman, 'swimming' ang pinakapopular.

Pupunta ako, kung pupunta ka.

Exercise

A   Supply the following with the missing *kung* clause:

1. Pakakasal ako sa iyo *kung meron kang trabaho*

2. Pupunta ako sa tabing-dagat *kung sasama ka sa akin mo ako*

3. Tatawagan kita *kung meron kaming lakad*

4. Uuwi ang tatay *kung kailangan sya sa bahay*

5. Tataba ang anak mo *kung tulog na tulog lang sya*
    pag kain na kain lang sya.

B   Answer the following questions with conditional clauses:

1. Paano makakayari ng trabaho si Luis?

    Kung subukan nyang maghahanap ng trabaho.

2. Paano matututo si Jose? *Kung may talong sya*

    Kung mag-aaral siya

3. Kailan (palalayain) *set free* si Benigno?

    Kung tapos na ang sentence niya

4. Paano lalaki ang mga halaman?

    Kung diligan araw-araw

5. Paano (uunlad) *progress* ang Pilipinas?

    Kung i-eexport ang producto nila

Kung expresses a condition contrary to fact if *sana* occurs in the sentence.

Example:

Kung nandito si Rosie, mas masaya *sana* tayo.

If Rosie were here, we would have been happier.

Exercise

Give a contrary to fact meaning to the following
kung clauses by adding *sana* to the missing clauses:

1. Kung tag-init <u>mas masarap sana lumangoy</u>.

2. Kung aalis ako bukas <u>mas mabuti sana kung hindi
ulan</u>.

3. Kung iniinom mo ang gamot <u>mabilis ka sana gagaling</u>

4. Kung hindi lamang malayo ang Pilipinas <u>uuwi tayo aro
sana lingo-lingo</u>

5. Kung mayaman ako <u>mas masaya sana ako</u>

Dialog Variation

Expressions used for recreation:

Nagbo-'bowling' siya tuwing Linggo ng gabi.
Nakaka-istrayk siya.
Tsampiyon siya sa 'bowling'.

Gusto niyang laro ang basketball.
Nakaka-'shoot' siya ng bola.
Hindi pumapasok ang bola sa 'net'.

Sumasayaw sila sa 'night club' minsan sa isang buwan.
Nanonood sila ng 'floor show'.

Nagpapasyal sila sa Luneta paminsan-minsan.
Nauupo sila sa damo.

Kumakain sila ng balut at iba pang kakanin.

Dialog Improvisation

With your partner, recreate or improvise a
variation of the dialog at the beginning of the
lesson by talking about sports or other types of
recreation that are common in the Philippines.

Start the dialog with:

Ano ang libangan ninyo sa Pilipinas?

Lesson 53

Dialog

BAKIT WALANG NANGYAYARI?

(Nasa isang sayawan ang isang Amerikano. Kasama siya ng mga kaibigan niyang Pilipino.)

A: Ano, John, nag-e'enjoy' ka ba sa aming 'party'?

B: Oo, pero parang walang nangyayari. Kanina pa tumutugtog ang orkestra, walang sumasayaw. Nasa isang sulok ang mga babae at ang mga lalaki naman ay nasa kabilang dulo.

A: Nagkakahiyaan pa ang mga binata't dalaga. Hindi pa umiinit. Pag may nag-umpisa, tuluy-tuloy na ang sayawan hanggang umaga.

B: Umpisahan mo na kung ganoon. Isayaw mo si Lulu.

A: O, sige, sabayan mo kami. Kunin mo si Nenita.

B: Halika na. Sayang ang tugtog.

Vocabulary

1. Word

   nagkakahiyaan   they are being shy with each other

2. Expressions

   hindi pa umiinit   lit., it hasn't become hot i.e., the party hasn't started to be in full swing

   sabayan mo kami   dance at the same time with us

   kunin mo si Nenita   lit., get Nenita, i.e., ask Nenita to dance with you

   nasa isang sulok ang mga babae   the women are in one corner

   nasa kabilang dulo   at the other end

   tuluy-tuloy na ang sayawan   the dance will go on and on

> *Parang walang nangyayari*, 'It seems like nothing is happening'. An American observes that nothing seems to be happening. It takes a while for a party to 'warm up'. The boys usually stay in one part of the dance floor and the girls in another.

Comprehension/Interpretation Questions

1. Bakit daw walang nangyayari?

2. Nakakita na ba kayo ng sayawan sa Pilipinas? Paano ang pagkakaayos ng mga silya? Ng mga tao?

3. Paano nag-uumpisa ang sayawan?

Grammar Notes

Magka- -an is another actor focus reciprocal verb (see *mag- -an*, Lesson 45). However, unlike *mag- -an*, only a limited number of verbs (usually *ma-* verbs) can take this affix. Sometimes *-an* is dropped as in sentence #3 below.

Example:

mahiya 'to be shy' → *magkahiyaan* 'to be shy with each other'

(Note the change of *m-* in *mahiya* to *k-* in the reciprocal form.)

Exercise

Supply the missing reciprocal verbs as cued:

1. Nagkainisan _____ (inis) sila sa sabungan.

2. Nagkagustohan (gusto) sila sa sabungan.

3. _____ (palagayang-loob) sila nang bumisita sila sa amin.

4. Nagkatuwanan (tuwa) sila sa palaro noong piyesta.

5. Magkaibigan (ibig) sila sa wakas.

Expressions used for parties:

Uminom ka ng *bir.* ('soft drinks', 'punch', alak)

Magpatugtog ka.

Ipakilala mo ang *kasama* mo.   (kaibigan, pinsan)

Gusto mo ba ng *matamis?*   ('salad', pansit)

Gusto mo bang *sumayaw?*   (umupo, kumain, lumabas)

Isayaw mo si _____.

Sige na, *sumayaw* na kayo.   (kumain)

Ang saya, ano?

Ang *init!*   (ingay)

Tena na, uwi na tayo.

Mauuna na kami.

Salamat, nag-'enjoy' kami.

Dialog Improvisation

With your partner, recreate or improvise a variation of the dialog at the beginning of this lesson. Explain to an American friend what is going on at a party. You may plan to have an actual party.

Lesson 54

Dialog

SA 'BEACH'

(Nasa tabing-dagat ang mga magkakaibigan. May kasa-
mang isang Amerikano.)

A: Maraming tao sa 'beach'. Maliligo ka ba?

B: Hindi muna. Gusto kong manood ng mga dalaga.

A: Wala kang makikita. Balut na balot sila.

B: Aba, nakadamit nga pala. Bakit, wala ba silang
   'bathing suit'?

A: Nahihiya silang mag-'display' ng katawan nila.
   'Yong mga bata, medyo moderno at hindi nahihiya.
   Pero 'yong kaedad ko, medyo 'uptight'. Kung
   naka 'bathing suit' man sila, magbabalot ng
   twalya.

B: E bakit 'yon, nakabikini? Wow!

A: Sabi sa 'yo, meron ding moderno.

Vocabulary

1. Word

   maliligo   to take a bath/shower
                              to go swimming

2. Expression

   balut na balot   they're completely covered
   sila   up

Cultural Note

   Traditional modesty requires that a girl wrap
   herself up in a towel so she does not expose
   too much of herself. Some girls go into the
   water completely dressed in shirt and jeans.

1. Anu-ano ang uri ng mga naliligo sa 'beach'?

2. Sa palagay mo, ano ang dapat isuot ng mga tao sa 'beach'?

3. Ano ang sinusuot mo sa 'beach'?

Grammar Notes

More on the *kung* time and conditional clauses.

Kung can introduce verbless or verbal predicates.

Examples:

<u>verbless</u>: Kung naka 'bathing suit' man sila, nagbabalot ng twalya.

<u>verbal</u>: Kung nagbe-'bathing suit' sila, nagbabalot sila ng twalya.

Kung before verbal predicates.

A *Kung* before an incompleted-aspect verbal predicate indicates general or factual truth.

Example:

Kung *umuulan*, bumabaha.

'If/when it rains, it floods.'

B *Kung* before a completed-aspect verbal predicate indicates contrary to fact meaning.

Example:

Kung *pumunta* ka, nakita mo siya.

'If you went, you would have seen him/her.'

(Meaning: You didn't go, therefore you didn't see her.)

C *Kung* before a contemplated-aspect or neutral verbal predicate indicates a probability of happening.

Example:

Kung *pupunta* ka, pupunta rin ako.

'If you go, I'll go, too.'

Kung alisin sa tubig ang isda, mamamatay ito agad.

'If/when the fish is taken out of the water, it dies at once.'

Note that the main clause has the same aspect formation of the verb as that in the *kung* clause except for the neutral aspect verbal predicate.

Exercise

Give the missing clauses. Translate the sentence into English.

1. Kung maglalaba siya _mawawala ang mainit na tubig_

2. Kung mag-aaral ka _matututo ka mabuti_

3. Kung nanood ka ng parada _napagod ka na._

4. Kung nakinig siya sa magulang niya _____

5. Kung umiinom siya ng gamot _gagaling sya_

6. Kung mabuti ang panahon _maraming magpi-picnic_

7. Kung hilaw ang mangga _nakain mo na_

8. Kung kailangan mo ang tulong ko _wag kang mahiya magtanong_

9. Kung nag-iingat siya _walang mangyayari sa kanya_

10. Kung may usok _umalis lumabas ka._

Dialog Variation

Expressions used at the beach:

Naka 'bathing suit' siya. (bata, 'shorts', 'bikini')

Kailangan niya ng *twalya* ('bathing cap', 'sun tan lotion')

Maganda (pangit) ang katawan ng mga babae.

Makaluma ang ibang babae kaya balot na balot
sila.

Moderno ang mga nakabikini. Hindi sila nahihi-
yang magpakita ng katawan.

May mataba at may payat, may matanda at may bata
sa tabing-dagat.

Dialog Improvisation

With your partner, recreate or improvise a scene
at the beach similar to the dialog at the beginning
of this lesson. Talk about what people are doing.

Communication Exercises

1. Refer to the entertainment section of the news-
    paper and invite your partner to the movies.
    Discuss why you want to see a particular movie
    over your partner's choice until you run out
    of ways to convince her/him.

2. You want to go to the beach but your friend wants
    to watch a basketball game. Try to convince him/
    her that your choice is the better one.

3. Give instructions to a friend on how to take
    care of house plants.

4. Talk about your favorite hobby.

PAMIMILI AT PANGANGALAKAL

Lesson 55

Dialog

PAMIMILI

(Nasa palengke ang babae.)

A: Bili na ho kayo ng mangga. Matamis na matamis.

B: Magkano ho ang isang dosena?

A: Trenta pesos ho. Malalaki ito. Manggang Pang-
asinan ang mga ito. Ispesyal na ispesyal.

B: Mas masarap ang manggang Cebu. Magkano 'kamo?
Trenta? Ang mahal!

A: Tapat na tapat na ho talaga. Dadagdagan ko na
lang kayo ng isang malaki.

B: Sobra ang mahal. Kung hindi lang ito paborito
ng mga anak ko...

A: Kakain naman kayo ng masarap. O, heto ang
dagdag. Mapulang-mapula, parang pisngi ng
dalaga.

B: Balutin mo nang husto at nang hindi mabugbog.
Malayo pa ako.

Vocabulary

1. Words

dadagdagan	will give an additional (mango)
mabugbog	to be bruised

2. Expressions

manggang Pangasinan	mangoes from Pangasinan are reputed to be very sweet

233

manggang Cebu	mangoes from Cebu are considered by others to be even sweeter
tapat na tapat na ho talaga	it's absolutely the last price

Cultural Notes

Haggling is part of this business transaction. The seller gives a price and the buyer quotes a lower price. The seller either gives in or quotes a price lower than the original quotation but higher than what the buyer wants to pay. This goes on until a satisfactory price is reached. Sometimes the seller does not want to lower the price but offers to give a *dagdag*, in this case an extra mango.

Also part of the business transaction is the downgrading by the buyer of the item being sold: *Mas masarap ang manggang Cebu.* The seller's role is to speak highly of his/her wares. For instance, *Kakain naman ho kayo ng masarap.* 'But you will be eating (something) really good'.

Comprehension/Interpretation Questions

1. Anong mangga ang tinitinda?

2. Alin daw ang mas matamis?

3. Magkano ang isang mangga? ang isang dosena?

4. Ano ang katulad ng mapulang mangga?

5. Pinag-iingatan na ang hinog na mangga ay di
   _____.

Grammar Notes

Nouns of quantity or quantifiers act as modifiers to nouns. Quantifiers are understood in terms of collections, measures, or sub-parts of objects. Some of these are not standard units of measures but approximations or rough calculations of quantity.

Examples:

isang *dosenang* mangga	'one dozen mangoes'
isang *tumpok* na kamatis	'a pile, heap, group of tomatoes'

234

Note the use of linkers after each modifier. The order is quite fixed: the numeral occurs first, followed by the quantifier, and then by the noun modifier.

Exercise

Supply the missing linkers:

1. tatlo/salop/bigas   _____

2. isa/piraso/keso   _____

3. lima/kilo/lansones _____

4. anim/metro/tela   _____

5. dalawa/sako/palay   _____

6. ｉisa/kaing/mangga   _____

7. apat/tali/sitaw   _____

8. pito/gatang/monggo _____

9. isa/dosena/lata/gatas _____

10. sampu/yarda/laso   _____

Dialog Variation

Expressions used for buying and selling:

Magkano ang isang *dosena* ng _____? (tumpok, gatang, salop, tali, yarda, metro, kaing)
Mahal naman.
Puwede (po) bang tumawad?
Wala na bang tawad?
Sige na. Suki naman tayo.
Malulugi kami.
Mura na 'yan. Wala pa sa puhunan.
Sige na nga. Buwena mano ka kasi, eh.
Magaan akong magbuwena mano.
Dadagdagan na lang kita.
Masyado naman kayong barat.
Matumal ang tinda ko ngayon.
Mabili ang tinda ko ngayon.

Dialog Improvisation

With your partner, improvise a buying-and-selling situation. Your teacher gives the seller a certain price below which he would lose money. The buyer will guess what this price is by haggling.

Lesson 56

Dialog

ANO ANG KAILANGAN NILA?

(Namimili ng damit ang isang babae.)

A: Ano ho ang kailangan nila?

B: Tumitingin ho ng damit na pambata.

A: Mga ilang taon?

B: Isa, limang taon, at isa, pitong taon.

A: Gusto ba ninyo ang ganitong 'style'? Ito pan-
limang taon, at ito naman pampitong taon. May
iba't ibang kulay.

B: Aba, maganda nga 'yang 'style' na 'yan. Pati-
ngin ng mga kulay.

A: Ito ho meron sa pula, rosas at asul; ito naman
meron sa berde, puti at dilaw. Alin ang gusto
ninyo?

B: Magkakano ba?

A: 'Yong maliit, tig-bebente. 'Yong malaki, tig-
tetrenta.

B: Pambata lang, bakit kay mahal-mahal?

A: Maganda naman ho ang tela at pulido ang pagka-
kayari. May 'lace' pa ito.

B: O, sige, ₱40 na lang 'yong dalawa.

A: Naku, lugi ho, sa telang-tela lang. Para sa
inyo ₱50. Tapat na.

B: O sige, ₱45. Bibili pa ako ng para sa tatlong
taon.

A: Sige, magbwena mano kayo. Anong kulay ang para
sa tatlong taon?

1. Words

pambata	for children
pampitong-taon	for a seven-year-old
lugi	to lose money on a transaction

2. Expressions

Ano ho ang kailangan nila?	lit., What (polite particle) is their need? i.e., May I help you?
mga ilang taon?	for approximately what age?
meron sa pula	there are some in red
para sa inyo	for you (the salesclerk is telling the customer that he/she is being given a special price)
pulido ang pagkakayari	of fine workmanship
tapat na	*tapat* means 'sincere, loyal' but in this context, it means it is the last price and no more haggling will be allowed

Cultural Note

In big department stores, prices are usually fixed and no haggling is allowed. In smaller shops, however, haggling is a fine art and both the buyer and the seller try to outdo each other in getting the best price for the goods being sold.

Comprehension/Interpretation Questions

1. Ano ang binibili ng mamimili?

2. Para kanino?

3. Magkano niya nabili ang mga damit?

4. Ilan ang binili niya?

A   By pre-fixing *tig-* to prices, usually Spanish terms, the combination means the price of each of the items.

The first syllable of the Spanish numeral is reduplicated.

Examples:

tig-*bebente* pesos   twenty pesos each
tig-*tetrenta* pesos   thirty pesos each

Exercise:

Translate the following into Tagalog:

1.   Five cents each   _____

2.   Ten cents each   _____

3.   Two-fifty each   _____

4.   Forty cents each   _____

5.   Twenty-five pesos each   _____

B   The nominalized verb form *pag-* + root is one of four forms (see Lesson 29). The chart below shows the different combinations.

Affix of Source Verb	Nominalizing Affix	Redupli- cation	Root
-um-	pag		inom
ma-	pagka	(ka)	yari
mag-	pag	da-	dala
mang-	pang	hi-	hingi

Exercise

Change the following basic sentences into phrases having the nominalized verb.

1.   Umiinom si Danny ng alak.

_____

2.   Nabili ni Roger ang libro.

_____

3. Nagdala si Nina ng balabal.

   _____

4. Nanghingi ang bata ng pera.

   _____

5. Nagtapon si Leny ng lumang kasangkapan.

   _____

6. Namigay siya ng lumang damit.

   _____

7. Nahulog ang sanggol sa kama.

   _____

8. Nabangga ng trak ang kotse.

   _____

9. Namimitas sila ng bulaklak.

   _____

10. Natulog siya nang mahimbing.

    _____

Dialog Variation

Expressions for shopping:

Saan ba nakakabili ng 'aloha shirts?'   (damit pambata, sweter, pantalon, 'shorts')

Baka mayroon sa <u>Sears</u>. (Woolworth, Penney's)

May 'sale' sa _____.

Mura/mahal sa _____.

Ano ang gusto mong bilhin?

Magsya-'shopping' ka ba ngayong umaga?

Gusto kong mamili sa _____.

Mayroon ba kayong 'bathing suit'? (palda, kamison, blusa)

Kailangan ko ng tuwalya. (sinulid, medyas, sapatos)

Anong 'size' ang kailangan mo?   (kulay, 'style')

Saan ba dito ang 'men's wear'?

Puwede bang isukat?

Sayang, hindi kasya (bagay) sa akin.

Sayang, malaki (maliit, makipot, maluwag) sa kanya.

Dialog Improvisation

Think of something you want to buy, or will need to buy soon. Write a conversation similar to the dialog at the beginning of this lesson. (The ads in the newspaper can tell you where to buy various things.)

Lesson 57

Dialog

GUSTO MONG UMAMOT?

(Tinawagan ni Piedad si Nettie.)

A: Nettie, galing si Claro sa Atlanta. Maraming
    biniling hipon. Gusto mong umamot?

B: Hindi ba napakamahal? Hindi na kami bumibili
    ng hipon.

A: E talagang 'luxury item' na ang hipon. Pero
    sariwang-sariwa itong dala ni Claro at mura-
    mura kaysa sa 'supermarket'.

B: Ilang 'pounds' ang pwedeng amutin?

A: Ikaw. Kung gusto mo, hati tayo sa '20 lbs.'
    Gusto rin ni Luisa, pero sabi ko, baka gusto mo
    ng '10 lbs.'

B: Sige, paamutin mo na rin si Luisa ng '5 lbs.'
    at nang makatikim din siya. E paano ang paghati?

A: Walang problema. Nakasupot-supot na ng tiglili-
    mang 'pounds'. O, sige, isasaglit ko na diyan.

B: Magkano ang utang ko?

A: At saka na natin pag-usapan.

Vocabulary

1. Words

paamutin	let someone share
isasaglit	*saglit* means 'a second' *isaglit* means 'to take a second' (to bring the shrimp to the friend)

2. Expressions

hindi na kami bumibili ng hipon	We don't buy shrimps anymore (because the price is too high)

murá-murá kaysa sa supermarket	It's cheaper than at the supermarket (note the shift in stress on *múra*)
at nang makatikim din siya	so that she will have a taste (of the shrimp)
nakasupot-supot na	They're already in bags
magkano ang utang ko?	How much do I owe you?

Cultural Notes

Umamot, to buy a small amount from someone who has bought a large amount of anything. It is not a regular business transaction but a means of sharing what one has bought without giving it away for free.

At saka na natin pag-usapan, 'We'll talk about it later'. The friend is embarrassed to discuss the money part of the transaction. If the item were not so expensive, the friend would just share the shrimp for free.

Comprehension/Interpretation Questions

1. Saan binili ang hipon?

2. Bakit 'luxury item' daw ang hipon?

3. Sinu-sino ang naghati-hati sa '20 lbs.' na hipon?

4. Sa Amerika ba puwede ring umamot?

5. Ipaliwanag ang huling sagutan ni A at ni B.

Grammar Notes

By prefixing *tig-* to Tagalog cardinal numerals, the combination signifies 'so many of each or so many apiece'.

Examples:

tig-isa	'one apiece, one each'
tig-alawa	'two apiece, two each'
tig-atlo	'three apiece, three each'

Note that the second and third forms drop the first consonant of the base.

To reinforce the meaning of distribution, the first to the fourth numerals reduplicate the first two syllables.

Examples:

tigi-tigisa   'one each'
tiga-tigalawa   'two each'

The rest reduplicate the first syllable of the base:

Example:

tig*lil*ima   'five each'

Exercises

Translate the following into Tagalog:

1. four yards each   _____ (yarda)

2. seven bunches each   _____ (bungkos)

3. six cans each   _____ (lata)

4. eight sacks each   _____ (sako)

5. three boxes each   _____ (kahon)

Look at the newspaper ad below and answer the questions:

1. Magkakano ang 'orange'?

2. Magkakano ang melon?

3. Magkakano ang mansanas?

4. Magkakano ang saging?

5. Magkakano ang mangga?

6. Magkakano ang bitsuelas?

7. Magkakano ang peras?

```
               Metro Minimart
            ──────────────────────────

            apples      ...    25 each
            oranges     ...    15 each
            cantaloupes .      70 each
            mangoes     ...    40 each
            tomatoes    ...    20 each
            beans       ...    35 each
            pears       ...    30 each
            bananas     ...    10 each
```

Dialog Variation

Expressions used for grocery shopping:

Mamili ng <u>gulay</u>. (prutas, isda, alimasag)

Timbangin ang gulay.

Kumuha ng isang dosenang itlog.

Ilagay ang pagkain sa kariton.

Dalhin sa 'check-out counter'.

Pumila sa 'cashier'/kahera.

Magbayad sa 'cashier'/kahera.

Ilagay ang pagkain sa supot.

Isupot ang pinamili.

Buhatin ang supot ng pagkain.

Dialog Improvisation

With your partner, recreate or improvise a variation of the dialog at the beginning of this lesson by changing the 'shrimps' to 'beef'.

Communication Exercises

1. Look at some food ads in the paper and report to the class, telling your classmates why you prefer to buy food at a certain supermarket instead of another grocery store. In what particular stores would you buy meat, vegetables, seafood, etc.?

2. Re-enact in class your grocery shopping this week. You or your partner may perform what you narrate.

Lesson 58

Dialog

GUSTO KO SANA KAYONG PASYALAN BUKAS

(Tinawagan ni Paquito si Mr. Leandro sa bahay.)

A: Helo, Mr. Leandro. Si Paquito po ito. Kumusta
ho?

B: Aba, Paquito, mabuti. Humihinga pa. Ano ba
ang atin?

A: Gusto ko ho sanang pasyalan kayo bukas ng hapon.
Nag-i'insurance' ho ako. Baka wala pa kayong
'coverage', sa akin na kayo magpaseguro.

B: E, Paquito, hindi ako naniniwala sa 'insurance'.
May pamahiin pati ako tungkol diyan.

A: Ganoon ho ba? Salamat ho sa inyo. Baka lang ho
'kako gusto ninyo dahil 'yong kapatid ninyo e
nagpa-'insure' sa akin ng ₱100,000. Sabihan ko
din daw kayo.

B: Maraming pera 'yong kapatid kong iyon. Mahirap
lang ako.

A: Puwede naman ho 'yong mas maliit. Sige ho,
papasyal ako sa inyo bukas at nang maipaliwanag
ko sa inyo ang iba't ibang 'policy'. Hindi
naman sapilitan kung ayaw ninyo.

B: Huwag bukas at may lakad ako. Sa Linggo na,
mga alas diyes ng umaga.

A: Salamat ho, Mr. Leandro. Hanggang sa Linggo po.

Vocabulary

1. Words

pamahiin	superstition
'kako	I said (a contraction of *wika ko*)
sabihan	inform
maipaliwanag	to be able to explain
sapilitan	by force (from *pilit*, 'force')

2. Expressions

gusto ko sana	*Sana* is a particle used to express a wish or hope that something will happen. It is often used as a feeler or overture to a request.
humihinga pa	lit., still breathing, i.e., fine (is a light-hearted response to 'Kumusta?')
sa akin na kayo magpaseguro	insure with <u>me</u> (in contrast with *sa iba,* with someone else)
papasyal ako sa inyo	I'll stop by your place
may lakad ako	I have an appointment
mga alas diyes	around ten o'clock

Cultural Note

The insurance salesman softens his 'aggressiveness' by saying *hindi naman sapilitan,* 'it's not by force'. By mentioning that the potential customer's brother has bought an insurance policy, the insurance agent is suggesting that his potential client should be insured, too.

Comprehension/Interpretation Questions

1. Ano ang trabaho ni Paquito?

2. Anu-ano ang dahilan ni Mr. Leandro kung bakit ayaw niyang magpaseguro?

3. Sa palagay ba ninyo mahusay na ahente ng seguro si Paquito? Bakit?

Grammar Notes

At nang 'so that', is a conjunctor that introduces a purpose clause.

Example:

Papasyal ako sa inyo bukas *at nang* maipaliwanag ko sa inyo ang iba't ibang 'policy'.

Complete the following with the purpose for carrying out the first clause:

1. Matutulog ako nang maaga _____.

2. Mag-aaral ako nang mabuti _____.

3. Maglilinis ako ng bahay _____.

4. Tatawagan kita _____.

5. Magpantalon ka sa piknik _____.

Answer the following questions with purpose clauses introduced by *at nang*.

1. Bakit kailangan tayong mag-ehersisyo araw-araw?

   _____

2. Bakit marami kang kumain?

   _____

3. Bakit dapat tayong magpaseguro?

   _____

4. Bakit mo dinala ang kamera?

   _____

5. Para ano't nag-iipon ka ng selyo?

   _____

Dialog Variation

Expressions used for conducting an interview by an insurance agent:

Ano ang pangalan *mo/ninyo?*

Saan *ka/kayo* nagtratrabaho?

May asawa *ka (na) ba/(na) ba kayo?*

May trabaho (ho) ba ang asawa *mo/ninyo?*

Ilan ang anak *mo/ninyo?*

Ilan ang babae at ilan ang lalaki?

Ilan ang may *asawa/pamilya?*

Ilan ang walang asawa?

May trabaho ba ang walang asawa?

Magkano ang sweldo *ninyo/niya?*

May ari-arian ba kayo?   Ano?

May seguro na ba kayo?   Ang asawa ninyo?

Naoperahan na ba kayo?

Nagkaroon na ba kayo ng delikadong karamdaman?

Dialog Improvisation

Continue the dialog at the beginning of this lesson and have Paquito interview Mr. Leandro that Sunday.

Lesson 59

Dialog

PAPASYAL AKO SA INYO MAMAYA

(Nagkita sa daan si Aling Nena at Aling Chimang.)

A: Aling Chimang, 'buti't nagkita tayo. Papasyal ako sa inyo mamaya.

B: Aba, si Aling Nena pala!

A: Bagong dating si Tasyo mula sa Bulakan at may dalang magagandang banig. Baka kailangan ninyo.

B: Kabibili ko pa lang ng mga banig.

A: Iba naman ho 'yong gawang Bulakan. Pinung-pino. Magaganda ang mga 'design'. Walang kamukha.

B: Baka ang mahal-mahal.

A: Mamahalan ko ba naman kayo? Dati nang suki.

B: Puwede ba ang hulugan? Kapos ako ngayon.

A: Si Aling Chimang naman, palabiro. Kayo ba ang walang i-ka'cash'? Basta't papasyal ako sa inyo mamaya. Pag nakita ninyo ang tinda ko, baka pakyawin ninyong lahat.

B: Talaga kayo, magaling mag-'sales talk'. O, sige, mga alas sais ka pumasyal at nang narito na ang ating 'manager'.

Vocabulary

1. Words

hulugan	pay by installment
palabiro	likes to make jokes, a tease
pakyawin	to buy the whole thing (from *pakyaw*, wholesale)
tingi	retail
nagkita	met by chance (as used in this context.) *Magkita* also means to make an appointment to meet somebody.

2. Expressions

<table>
<tr><td>bagong dating
mula sa Bulakan</td><td>has just come from Bulakan</td></tr>
<tr><td>may dalang maga-
gandang banig</td><td>brought beautiful mats</td></tr>
<tr><td>walang kamukha</td><td>unique, not like anything</td></tr>
<tr><td>mamahalan ko ba
naman kayo?</td><td>Would I raise my prices
for you?</td></tr>
</table>

Cultural Notes

Dati nang suki. 'You're an old steady customer'. As such, one has a special relationship with the seller and is supposed to get good buys.

'Manager': the husband is jokingly referred to as the manager because he is the wage-earner. Sometimes, he is also referred to as 'the boss'.

Comprehension/Interpretation Questions

1. Ano ang tinitinda ni Aling Nena?

2. Anong klase ang banig na gawang Bulakan?

3. Paano raw magbabayad si Aling Chimang?

4. Bakit alas sais pinapupunta ni Aling Chimang si Aling Nena?

Discussion Questions

1. Nakakita na ba kayo ng banig na gawa sa Bulakan? Sa Leyte? Sa Sulu?

2. May banig ba sa Hawaii? Anu-anong uri? Ano ang kadalasang gamit ng banig?

Grammar Notes

The existential marker *may/mayroon* was discussed in Lesson 17. In addition to nouns, a nominalized verb may occur after the existential marker *may*.

An actor focus verb requires no subject, whereas an object focus verb requires one.

Examples:

Object focus: May dalang/dinalang banig si Tasyo.
Actor focus: May nagdala ng magagandang banig.

Exercises

A   Supply objects and subjects to the following existential sentences:

1. May kinaing *ibon ang pusa.*

2. May ininom na _____.

3. May itinapong _____.

4. May nawalang _____.

5. May namatay na_____.

B   Change the verbs in A above into actor focus verbs.

1. <u>May kumain ng ibon.</u>

2. _____.

3. _____.

4. _____.

5. _____.

Dialog Variation

Expressions used for describing a product:

(Damit)

1. *Pulido* ang pagkatahi.   (mahusay)

2. Pino ang pagkakaburda.

3. Di pangkaraniwan ang dibuho.

4. Di masagwa ang kulay.

5. Maganda ang kombinasyon ng kulay.

(Kasangkapan)

1. Matibay ang makina.

2. Libre ang parte sa loob ng isang taon.

3. Mahusay ang kompanya.

4. Limang taon ang garantiya.

5. Puwedeng hulugan.

Dialog Improvisation

With your partner, recreate or improvise a variation of the dialog at the beginning of this lesson by having Aling Nena sell embroidered items or a household appliance.

Lesson 60

Dialog

MALAKAS PALA ANG NEGOSYO NINYO

(Nagkakape ang magkaibigang Josie at Precy.)

A: Josie, malakas pala ang negosyo ni Fred. Mabuti pa kayo.

B: Medyo nga lumalakas na. Awa ng Diyos.

A: Gusto sanang makisosyo ang esposo ko sa esposo mo. Pero nahihiya siyang magsabi.

B: E bakit mahihiya? Matagal na silang magkaibigan, hindi ba? 'High school' pa yata.

A: 'Yon nga ang sabi ko, pero ayaw daw niyang mapahiya at masira ang kanilang pinagsamahan.

B: Gusto mo bang itanong ko kay Fred?

A: Huwag mong sabihing ako ang nagsabi. Magagalit sa akin si Danny. Medyo amuy-amuyin mo lang.

B: Huwag kang mag-alaala. Magaling ako diyan. Kinukunsulta akong lagi ni Fred sa negosyo niya. Hayaan mo't pakiki-ramdaman ko kung pwedeng pag-bilhan ng 'shares' si Danny mo.

Vocabulary

1. Words

makisosyo	to be a stockholder in business (*kasosyo* a business partner)
pakikiramdaman	will try to be sensitive to what is going on

2. Expressions

mabuti pa kayo	you're better off
malakas ang negosyo	lit., business is strong, i.e., booming
medyo lumakas na	(the business) is getting a bit better

awa ng Diyos	(through) God's grace (The implication is that the business thrives because of God's help.)
ayaw mapahiya	does not want to be embarrassed
baka masira ang pinagsamahan	lit., years of having been together might be destroyed i.e., the friendship might be compromised
medyo amuy-amuyin mo lang	just sniff around

Filipino women, in general, have a good business sense and often manage small businesses such as sari-sari stores, (general stores), beauty shops, clothing stores, etc. Husbands usually turn over their paychecks to their wives and let them worry about paying the bills and making both ends meet.

A's and B's husbands have been friends for a long time. A's husband does not want to put their friendship to a test by asking B's husband to make him a business partner, lest he be embarrassed by a negative answer. A, therefore, asks B to find out in a subtle way, through *pakiramdam* ('sensing, feeling'), if A's husband can go into business with B's husband.

Comprehension/Interpretation Questions

1. Kaninong negosyo ang malakas?

2. Sino ang gustong makisosyo?

3. Matagal na bang magkakilala si Fred at si Tony?

4. Bakit nahihiyang magsabi ang asawa ni A?

5. Ano ang gagawin ng asawa ni Fred para hindi mapahiya si Tony?

6. Ano kaya ang maaaring mangyari kung tanggihan ni Fred si Tony?

Involuntary-Action Affix *Mapa-*

The affix *pa* is often added to *ma-* verbs having an accidental meaning to express an unintentional action. It is often derived from a limited set of *um-* verbs.

The prefix *mapa-* expresses involuntary action. Involuntary action verbs are usually given the accompanying English equivalent of 'accidentally', 'unintentionally', or 'without meaning to'.

Examples:

um verb: Su*m*igaw ang bata

mapa verb: *Napa*sigaw ang bata   (nang di sinasadya).

'The child cried out (without meaning to).'

Exercise

Have the following sentences express involuntary action:

1. Umiyak ang bata.

_____

2. Nadapa siya sa dilim.

_____

3. Tumitingin siya sa magandang dalaga.

_____

4. Sumugod siya sa apoy.

_____

5. Natawa siya sa tuksuhan.

_____

Dialog Variation

Expressions for giving and seeking permission:

Puwede bang maistorbo ka?

Maaari bang magtanong?

May ginagawa ka ba?

Gusto ko sanang ___.

Maaari (puwede) *bang paki* _____.

Oo, 'yon lang pala. Huwag kang mag-alala.

Gusto mo bang tanungin ko *si Fred/ang 'manager'?*

Oo, sige, basta ikaw.

Oo, puwede.

Oo, bakit?

Dialog Improvisation

With your partner, recreate or improvise a variation of the dialog at the beginning of this lesson by using some of the expressions for seeking and giving permission.

Translation Exercise

Translate the following dialog into Tagalog:

GOING TO MARKET, PHILIPPINE STYLE

A: How much is your <u>dried</u> <u>fish</u>? (tuyo)

Vendor: Fifty (centavos) for each <u>skewer</u> (of fish). (tuhog)

A: Is there no discount?

V: It can be five skewers for two pesos.

A: Is it new stock?

V: It was bought just now. Look at it. Smell it.

A: How about thirty (centavos) each?

V: Oh, no. I will lose money.

A: I'm a steady customer, anyway.

V: That's why I'm not really quoting a high price to you.

A: Come on.

V: Sorry, ma'am. How many will you get?

A: Around twenty skewers.

V: Forty centavos is my lowest price for each skewer.

A: Can you give it for thirty centavos each?

V: No, I'm sorry.

A: Oh, well. We'll just buy from someone else.

V: Okay, okay. You can have it. If it were not the first sale of the morning, I wouldn't give it to you.

A: Where do you sell tomatoes around here?

V: There, on the next aisle.

A: Where can we buy chicken?

V: That's near the 'halu-halo' vendor.

A: Where is that?

V: Farther back.

A: Here's the money.

V: Thank you. Be sure to come back here.

A: If you give us a good price.

V: Of course, you're a steady customer.

Composition

Sumulat ng isa o dalawang parapo na nagpapaliwanag kung paano ang pamimili sa Amerika (ang paggamit ng 'credit card', ng tseke, atbp.). Ihambing ito sa pamimili sa Pilipinas.

PAGHAHANAP NG TRABAHO

Lesson 61

Dialog

GUSTO KONG MAKAUSAP ANG 'PERSONNEL DIRECTOR'

(Tinawagan ni Resty sa telepono ang isang opisina tungkol sa trabaho.)

A: Helo. Ako ho si Dr. Cena ng Unibersidad ng Hawaii. Gusto kong makausap ang 'Personnel Director'.

B: Sandali lang ho at ikokonekta ko kayo. Pakiulit nga ho ninyo ang pangalan ninyo.

A: Cena. C-E-N-A.

B: Sandali lang ho.
   (Ikinonekta si Dr. Cena sa 'Personnel Director'.)

K: Dr. Cena, si Gerald Smith ito. Ano ho ba ang maitutulong ko?

A: May nabasa ho akong 'notice' na nangangailangan daw kayo ng 'part-time computer analyst'. Gusto ko hong magprisinta. 'Part-time' lang ho ang turo ko sa 'University' kaya gusto ko sanang magtrabaho sa opisina ninyo.

K: Maraming nagprisinta, pero kung gusto ninyong makipag-sapalaran, ipadala ninyo ang inyong 'resume'. Tatawagan namin kayo kung mapili kayong isa sa mga 'finalists'.

A: Maaari ho bang malaman kung magkano ang suweldo?

K: $900 isang buwan.

A: Ipadadala ko ho ang aking 'resume'. Salamat sa inyo.

Words

tinawagan	called up (Compare *tinawag*, called)
makausap	to talk with (Compare *maki-usap*, to request)
ikokonekta	will connect (from English connect)
magprisinta	to apply for a job, also, to enroll as in *magprisinta sa iskuwela*, to enroll in school
makipagsapal-aran	to take a chance (from *kapalaran*, fate, destiny)

Cultural Note

Maaari ho bang malaman kung magkano ang suweldo?
'May I know how much the salary is?' This quest-
ion would be considered too frank by a Filipino
who would be embarrassed to ask it. In other
contexts, however, (for example, when making
small talk), a Filipino is usually not shy about
asking how much salary a friend or acquaintance
makes.

Comprehension/Interpretation Questions

1. Sino ang naghahanap ng trabaho?

2. Kanino siya nagprisinta?

3. Wala bang trabaho si Dr. Cena?

4. Magkano ang suweldo ng trabahong gusto ni
   Dr. Cena?

5. Ano ang hinihingi sa kanya ni Mr. Smith?

Grammar Notes

In Lesson 25, the abilitative actor focus affix
maka(pag)- was introduced. The following chart gives
the various forms of this affix as they mark the
different types of focus.

Different Abilitative Focus-marking Affixes

Source	Actor	Object	Beneficative or Object (i-)	Locative or Object (-an)	Instrumental
um- verbs	makabili	mabili	maibili	mabilhan	maipamili
mag-verbs	makapaglaba makapagtapon	malabhan* maitapon*	maipaglaba maipagtapon	mapaglabhan mapagtapunan	maipanlaba maipantapon

* The ma- -an and mai- abilitative object focus affixes correspond to the -an and i- object focus affixes, respectively.

Different Aspectual Forms of the maka- Verbs

Abilitative Verbs

Aspect	maka-	makapag-	ma-	mai-	ma- -an	maipag-	mapang-
Neutral	makabili	makapagluto	mabili	maitapon	mahugasan	maipagluto	mapansalok
Completed:	nakabili	nakapagluto	nabili	naitapon	nahugasan	naipagluto	napansalok
Incompleted:	nakabibili	nakapagluluto	nabibili	naitatapon	nahuhugasan	naipagluluto	napansasalok
Contemplated:	makabibili	makapagluluto	mabibili	maitatapon	mahuhugasan	maipagluluto	maipansasalok

Supply the missing abilitative verbs:

1. _____ (tulog) ka ba kahi't na mainit?

2. _____ (punas) mo ba ang mesa?

3. _____ (kuha) siya ng magandang trabaho.

4. _____ (luto) namin siya nang may sakit siya.

5. _____ (tawag) niya ang hepe.

6. _____ (pasok) siya sa malaking tanggapan.

7. _____ (laban) ni Carlos ang kaniyang puwesto.

8. _____ (wala) ng Nanay ang perang ipinadala
   sa kanya.

9. _____ (pasok) niya ang kapatid ko.

10. _____ (linis) kami ng bahay kung walang
    opisina.

Dialog Variation

Expressions for making a business appointment:

Helo. Maaari ho bang makipag-'appointment
kay Mr. ____?

Maaari ho bang malaman ang pakay niyo?

Sandali lang po at titingnan ko kung kailan
siya libre.

Puwede ba kayo sa alas <u>diyes</u> ng <u>umaga</u> ng
<u>Miyerkoles</u>?

Dialog Improvisation

With your partner, recreate or improvise a
variation of the dialog at the beginning of this
lesson. Change the type of work advertised.

Lesson 62

Dialog

MAY BAKANTE DAW HO SA OPISINA NINYO

(Nagpiprisinta sa trabaho ang isang babae.)

A: Sir, pinapunta ho ako dito ni Mr. Amado Peczon. May bakante daw ho sa opisina ninyo para sa isang sekretarya.

B: Ano mo si Mr. Peczon? Kababata ko siya at sabay kaming nagtapos sa unibersidad sa Maynila.

A: Tiyo ko ho.

B: Mabilis ka bang magmakinilya?

A: Mabilis din ho. '50 words a minute' at marunong din ho ako ng 'shorthand'.

B: Marunong ka din bang gumamit ng 'duplicating machines'?

A: Oho. Tapos ho ako sa 'College of Business Administration' at mataas ho ang grado ko sa Ingles.

B: Mahusay ka sa ispeling, kung ganoon. Ang kaila-ngan ko 'yong marunong ding sumagot sa telepono at mahusay mag-'file'.

A: Oho. Kaya ko ho siguro lahat 'yon.

B: O, sige, bibigyan ka ni Miss Jones ng 'typing' at 'spelling tests'. Titingnan natin... Alam mo, Ineng, maraming nagprisinta at kailangan interbyuhin ko silang lahat para walang masabi sa atin. 'Equal Opportunity Employer' kami dito.

A: Naiintindihan ko ho. Aalis na ho ako. Salamat sa inyo.

B: Ikumusta mo ako sa Tiyo Amado mo. Tatawagan ko 'kamo siya. Matagal na rin kaming hindi nagki-kita. At kung may magagawa ako, sabihin mo, tutulungan kita.

263

Vocabulary

1. Words

bakante	vacancy
kababata	childhood-mate
magmakinilya	to type
mataas ang grado	(got) very good grades
ispeling	spelling
interbyuhin	to interview
ikumusta	give (my) regards

2. Expressions

tapos sa College of Business Administration	graduated from the College of Business Administration
naiintindihan ko	I understand
tatawagan ko 'kamo	tell him I'll call him (*kamo* from *wika mo,* you say)

Cultural Notes

A uses 'sir', a sign of respect for one's employer, or male teacher in the Philippines.

Ano mo si Mr. Peczon? 'How are you related to Mr. Peczon?' B tries to personalize the interview by asking how A is related to Mr. Peczon.

Kaya ko ho siguro. The applicant is being modest by saying 'Perhaps I am capable (of doing the tasks)'.

Titingnan natin, 'We'll see'. Mr. Peczon does not want to commit himself but does not want the applicant to lose hope.

Para walang masabi sa atin, 'so nothing (bad) could be said about us'. Mr. Peczon 'includes' A to make her feel she is not being considered just like the other applicants, (although he claims to be an equal opportunity employer).

Kung may magagawa ako, Mr. Peczon wants to make A feel she has a chance of being employed, by saying, 'If there's anything I can do, (I will help you)'.

Comprehension/Interpretation Questions

1. Ano ang pambungad na salita ni Miss Peczon?

2. Kaanu-ano ng nag-iinterbyu si Mr. Peczon?

3. Anu-anong katangian ng sekretarya ang gusto ni B?

4. Anong iksamen ang ibibigay kay Miss Peczon?

5. Sa palagay ninyo, natanggap kaya si Miss Peczon? Bakit?

Grammar Notes

Transition Phrases

Transition phrases, along with certain particles, insure the continuity of the flow of ideas through discourse. For example, *kung ganoon,* 'therefore', in B's sentence, connects his conclusion of A's being a good speller to a previous sentence where A talks of having good grades in English.

Example:

A: ...at mataas ho ang grado ko sa Ingles.

B: Mahusay ka sa ispeling, *kung ganoon.*

If B were asked by A to explain his statement, he would have gone on to say *dahil sa magaling ka sa Ingles,* or *mataas ang grado mo sa Ingles.*

If the phrase were moved before the sentence, a comma after the transitional phrase or *ay* is needed. Thus:

Kung ganoon, mahusay ka sa ispeling.

Kung ganoo'y mahusay ka sa ispeling.

Other examples of these transition phrases are:

(At) isa pa... '(and) one more thing'

(At) sa wakas...'(and) finally', 'at last'

E... 'Well'

Gayun (pa) man (ay)...'nevertheless', 'be that as it may'

Halimbawa... 'for example'

Samakatuwid (ay)... 'therefore'

Kapagdaka (ay)... 'immediately'

Kasi (ay)... 'the reason is', 'it's because'

Kung sabagay (ay)... 'after all'

Katunayan... 'in fact'

Exercise

Try to reconstruct what previous statements the sentences below follow.

1. At isa pa, may sasakyan si Debbie.

   _____

2. Sa wakas, umandar din ang kotse.

   _____

3. Gayun pa man, mahalaga pa rin siya sa akin.

   _____

4. Samakatuwid, wala ka nang mangyari ang nakawan.

   _____

5. Kung gayon, hindi ka pa pala nag-uumpisa.

   _____

Dialog Variation

Expressions used for a job interview:

Kumuha ho ako ng mga kurso tungkol sa____.

Gusto ko hong magkaroon ng pagkakataong magamit ang aking napag-aralan.

Marami na po akong karanasan sa____.

266

Kagra-'graduate' ko lang sa_____.

Puwede ho akong humingi ng rekomendasyon sa pinagtrabahuhan ko.

Kailan ko ho malalaman kung natanggap ako?

Mahusay pa akong makipagkapwa-tao.

Dialog Improvisation

With your partner, recreate or improvise a variation of the dialog at the beginning of this lesson. Change the situation to a teaching job interview.

Questions that may be asked and answered are the following:

1. Gusto mo ba ng pagtuturo?

2. Gaano katagal ka nang nagtuturo?

3. Ano ang kuru-kuro mo tungkol sa bilinggwalismo?

4. Ano ang gagawin mo kapag malaki ang agwat ng kaalaman ng mga estudyante mo?

5. Dapat bang parusahan ang mga batang salbahe?

6. Naniniwala ka bang dapat mamalo ang mga guro?

7. Ano ang paniwala mo tungkol sa mga araling pambahay?

8. Anu-ano ang bagong pamamaraan ng pagtuturo na alam mo?

Lesson 63

Dialog

BIHIS NA BIHIS TAYO, PARE

(Nagkasalubong ang dalawang magkaibigang lalaki.)

A: Bihis na bihis tayo, Pare. Saan ba ang lakad
natin?

B: Mayroon akong 'job interview'. Siyempre naman,
kailangan, medyo magpaguwapo.

A: Anong oras ba ang 'interview' mo? Halika, magkape
muna tayo.

B: Saka na, Pare. Baka ako mahuli.

A: Pagbutihan mo, ha? At huwag kang mahiyang
magsabi ng mga kakayahan at karanasan mo.

B: Hindi ba mayabang 'yong ganoon?

A: Hindi kayabangan kung totoo ang sinasabi mo.
Hindi kailangang magpahangin at hindi rin
kailangang sumobra ang pagpapakumbaba. Gusto
ng mga Kano prangkahan ang usapan.

B: Ganoon ba?

A: Oo, at kung itanong sa iyo kung magkanong sweldo
ang gusto mo, maghanda ka ng isasagot.

B: Hindi ba nakakahiya?

A: Hindi sabi. Importante ang pagsasabi nang tapat...
O, sige, 'good luck' sa iyo. Balitaan mo ako,
ha?

B: Tatawagan kita mamaya.

Vocabulary

Words

magpaguwapo	to make oneself handsome
pagbutihin	lit., make it good, i.e., do a good job of it
mayabang	boastful

magpahangin	to be a windbag
pagpapakumbaba	humility
prangka	frank

Cultural Notes

Bihis na bihis tayo, lit., 'We're all dressed up', actually refers to the person being greeted.

Huwag kang mahiyang magsabi ng kakayahan at karanasan mo. 'Don't be shy about talking about your ability and experience'. A feels that he has to warn B about false modesty.

Pagsasabi ng tapat, 'telling the truth', from the saying, *'Ang pagsasabi ng tapat, pagsasama nang maluwat'*, i.e., 'telling the truth leads to a lasting relationship'. To 'soften' a frank statement, Tagalog speakers usually preface it with this proverb.

Balitaan mo ako, from *balita* news, means 'Let me know'.

Comprehension/Interpretation Questions

1. Bakit bihis na bihis si B?

2. Ano ang payo ni A?

3. Ang isang nagpriprisinta sa trabaho raw ay dapat: a) magyabang, b) magpahangin, c) magpakumbaba, d) maging prangka.

4. Ano raw tanong ang baka kahiya-hiya, ayon kay B?

Grammar Notes

A Pseudo-Verbs

Kailangan 'need to', 'must', 'ought to', and *gusto* 'like to', 'want to', are members of a small set of words called pseudo-verbs because they have verb-like meanings but do not inflect for aspect.

Gusto never occurs with actor-focus topics. *Kailangan*, on the other hand, may occur with a focused or non-focused actor phrase, more frequently with the latter.

269

Examples:

Gusto ko*ng* matulog.

Gusto ko ng 'leche flan'.

Kailangan ko*ng* magpahinga.

Kailangan ako*ng* magpahinga.

Kailangan ko ng kasama.

Note the use of the linkers when verbs occur in the sentence. The linker is generally attached to the word immediately before the infinitive or base form of the verb. The linker *na* (after consonants) is often dropped from the sentence.

Examples:

Kailanga*ng linisin ang kotse.*
        /_____/

Gusto niya*ng hiramin ang plaka.*
            /_____/

Object-focus verbs, if present as in the examples above, require topics.

Ayaw is the negative counterpart of *gusto,* and is also a pseudo-verb.

Other pseudo-verbs are *puwede/maaari,* 'can/may'; *dapat,* 'should', 'ought to'. Unlike *gusto,* these pseudo-verbs occur with actor-focus topics.

Exercise

String the following words correctly. Supply the missing particles and linkers.

1. ka/uminom/kailangan/gamot

    _____

2. maaari/kunin/ponograpo/niya

    _____

3. hiramin/ba/puwede/bola

    _____

270

4. magturo/dapat/ka/ba

_____

5. niya/gusto/hingi/mangga

_____

B   Verbal Modifiers

Verbal forms may modify infinitive verbs. Similar to pseudo-verbs, a linker is attached to the word immediately preceding the infinitive verb.

Example:

At huwag kang _mahiyang magsabi_...
              /   /
          modifier verb

These verbal modifiers are often in the incompleted aspect form.

Exercise

Fill in the blanks with the appropriate verbal modifier or infinitive verb.

1. Siya'y _umiiyak_ na umalis. (crying)

   _____ (running)

   _____ (laughing)

   _____ (hurriedly)

2. Ang dayuhan ay natatakot (_na_)_____

3. Ako'y nahihiya_ng_ _____

4. Si Mario'y nagpipilit (_na_)_____

Dialog Variation

Expressions for giving advice:

Kailangan kang magbihis nang mahusay.

Dapat kang magsabi ng mga kakayahan at karanasan mo.

Di ka dapat magyabang.

Hindi ka kailangang magpahangin at di rin
kailangang sumobra ang iyong pagpapakumbaba.

Kailangan kang maging prangka sa usapan.

Dapat kang magsabi nang tapat.

Huwag kang mahiyang humingi ng suweldong
gusto mo.

Dialog Improvisation

With your partner, recreate or improvise a var-
iation of the dialog at the beginning of this lesson.
Give more advice on how to make a good impression
during an interview.

Lesson 64

Dialog

NAGBIBILANG NG POSTE

(Nag-uusap ang dalawang magkaibigan tungkol sa
paghahanap ng trabaho.)

A: Pare, akala ko ba madali ang buhay dito sa
Amerika. E ilang buwan na akong nagbibilang
ng poste, wala pa akong makitang hanapbuhay.

B: Saan-saan ka na ba naghanap? Tumingin ka na ba
sa 'want ads'?

A: Oo, pero 'yong sinagot kong 'ads', ang sabi
'over qualified' daw ako. Sabi ko sana, kahit
ano na lang muna, nang may pambili man lang ng
pagkain at damit.

B: Ayaw nga nilang kuniñ ang masyadong mataas ang
pinag-aralan. Marunong ka bang magmakinilya?
May bakante doon sa aming opisina.

A: Hindi ako masyadong marunong, pero puwede na
siguro. Mahusay naman ako sa ispeling.

B: O, sige, tawagan mo 'yong 'Personnel Director'
at humingi ka ng 'appointment'. Pare, huwag
kang magpapahuli at importante dito ang nasa
oras.

A: Akina ang telepono at 'address' ng opisina mo.
Baka sakali.

B: Baka suwerte mo na, Pare.

Vocabulary

1. Words

hanapbuhay	means of livelihood, a job
maghanap	to look for
tumingin	to look at
magpáhuli	to make oneself late
akina	give me
suwerte	luck, fortune

273

2. Expressions

akala ko	I thought
nagbibilang ng poste	lit., counting posts, i.e., looking for a job (equivalent to 'pounding the pavement')
pambili man lang ng...	at least have the money for...
importante ang nasa oras	it's important to be on time
baka sakali	it might happen

Cultural Note

A begins to realize that life is not that easy in the United States. In spite of A's qualifications, B is saying that luck might be a factor in A's landing a job. (*Baka suwerte mo na.*)

Comprehension/Interpretation Questions

1. Bakit hindi makakuha ng trabaho si A?

2. Ano ang mungkahi ni B?

3. Bakit pumayag si A na magprisinta sa pagmama-kinilya?

4. Sa nagpriprisinta sa trabaho, nakakatulong ba ang maging 'overqualified'?

5. Bakit ayaw kumuha ang ibang opisina ng mga taong matataas ang pinag-aralan?

Grammar Notes

Negators

The most common Tagalog negators are *hindi, wala, huwag,* and *ayaw.*

1. *Hindi,* often translated as 'not' negates events or states of being.

Examples:

Hindi maganda si Karen.
Hindi siya maganda.
Hindi umiiyak ang bata.
Hindi ako masyadong maselan.

Pronouns often shift in position before the predicate when the sentence is negated.

2. *Huwag*, 'don't', negates imperative sentences.

Huwag ka*ng* magpapahuli.

Unlike *hindi* sentences, a *huwag* sentence requires a linker which is attached to the word immediately preceding the verb.

3. *Wala*, 'no one', 'nothing', negates *may/mayroon* sentences.

Examples:

Wala*ng* tao.
Wala*ng* kumain ng prutas.
Wala pa ako*ng* makitang hanapbuhay.

Like *huwag*, *wala* sentences require linkers.

4. *Ayaw*, 'does not/do not want or like', is the negative counterpart of the pseudo-verbs *gusto*, *ibig*, and *nais*.

Examples:

Ayaw (na) magbilang ng poste ni Jun.
Ayaw nga nilang kunin ang may mataas na pinag-
 aralan.
Ayaw niya ng sisiw sa balut.

Ayaw requires a linker only when a verb occurs in the sentence. Note the lack of a linker in the last example. The *na* form of the linker is often dropped.

Exercises

A   Negate the following sentences:

1. Basahin mo ang aking liham.

2. Gusto niyang sumama sa piknik.

_____

3. Darating si Ginang Reyes.

_____

4. Mayroon ka bang selyo?

_____

5. Sumulat siya sa akin.

_____

B   String the following words correctly. Supply
    the missing particles and linkers.

1. siya/panahon/wala/kahi't/kailan

_____

2. ka/huwag/saanman/pumunta

_____

3. naiinom/bata/gamot/hindi

_____

4. kape/ayaw/niya/uminom

_____

5. Jess/hindi/naninigarilyo

_____

Dialog Variation

Expressions used in application forms:

Tungkol sa pagpriprisinta
Pangalan, tirahan, telepono, idad, kasarian (sex)
lahi, petsa ng kapanganakan

Tungkol sa edukasyon
Mataas na paaralan, pamantasan, pinakamataas na
'degree'/grado

Tungkol sa karanasan
Pangalan ng tanggapan o kompanya, katungkulan,
suweldo, dahilan ng pag-alis

Tungkol sa rekomendasyon
Pangalan at katungkulan

Dialog Improvisation

With your partner, recreate or improvise a var-
iation of the dialog at the beginning of this lesson,
as you remember it.

Communication Exercises

1. Choose a want ad, translate it into Tagalog
   and fill out the following application form
   for the job.

2. Construct a dialog on a job interview based on
   the information given on the application.

- APLIKASYON -

Petsa_____

Pangalan_____

Tirahan _____

Telepono_____

Kasarian_____ Idad_____ Lahi_____

Petsa ng Kapanganakan_____

Lugar ng Kapanganakan_____

A   Edukasyon

    Mataas na Paaralan_____

    Pinakamataas na grado_____Taon_____

    Pamantasan_____

    Pinakamataas na 'degree'_____Taon_____

B   Karanasan

Pangalan ng Kompanya	Petsa	Katung-kulan	Suweldo	Dahilan ng Pag-alis
1.				
2.				
3.				

K   Rekomendasyon

Pangalan	Katungkulan	Kompanya

Lesson 65

Dialog

SAMAHAN MO NAMAN AKO

(Nagpapasama si Maria kay Rosa sa 'job interview'.)

A: Rosa, may nabasa ako sa diyaryo na may bakante
daw na para sa nars sa 'Jones Hospital'.

B: Gusto mo bang mag-'apply'? Sige, subukan mo.
'Qualified' ka naman yata.

A: Saan ba 'yon? Hindi ko pa alam ang pasikut-
sikot dito.

B: Gusto mo bang samahan kita? Pero pagdating doon,
ikaw na lang ang makikipag-'interview'. Baka
hanggang sa loob hilahin mo pa ako.

A: Hindi. Baka sabihin kailangan ko pa ang
'chaperone'.

B: 'Head nurse' ka yata sa atin.

A: Iba naman yata dito sa 'States'.

B: Pareho rin. Sa atin nga, mas kailangan 'all
around' ka. Gusto nila rito ang mga narses na
Pinoy. Mas matiyaga daw at mas mapagmalasakit
sa pasyente.

Vocabulary

Words

magpasama	have someone go with
diyaryo	newspaper
puwesto	position
subukan mo	try it
pasikut-sikot	the ins and outs
hilahin	to pull
matiyaga	patient, persevering
mapagmalasakit	concerned for others

'Head nurse' ka yata, should not be taken literally. Rosa <u>was</u> a head nurse.

Iba naman yata dito sa States. 'It's perhaps different here in the States.' Maria is belittling herself by saying that her being a head nurse in the Philippines may not mean anything in the U.S.

Pareho rin. 'It's all the same.' Rosa reassures Maria that Filipino nurses have a reputation for being efficient and caring.

Comprehension/Interpretation Questions

1. Ano ang trabaho ni Maria sa Pilipinas?

2. Bakit gusto niyang magpasama sa 'interview'?

3. Bakit daw gusto ng mga nars na Pinoy sa Amerika?

4. Bakit madalas na may kasama ang mga Pilipino?

Discussion Question

Ano sa palagay ninyo ang problema ng Pilipino sa Hawaii at sa iba pang lugar sa paghahanap ng trabaho?

Grammar Notes

Mapag- is an adjectival-forming affix which means 'having or being full of' what is expressed by the root.

Examples:

mapagmalasakit	'concerned'	(malasakit 'concern')
mapagmahal	'loving'	(pagmamahal 'love')
	'affectionate'	
mapagtanong	'inquisitive'	(tanong 'question')

Exercise

Change the following into the corresponding *mapag-* expressions:

1. Tanong siya nang tanong.

   Mapagtanong siya._____

2. Masalita siya.

   _____

3. Lagi siyang tumutulong sa kapwa niya.

   _____

4. Lagi siyang nagpapatawa.

   _____

5. Nakakainis siya. Usisa nang usisa.

   _____

Dialog Variation

Expressions used for selecting jobs:

Gusto ng trabahong *malaki ang suweldo*
                may 'health insurance'
                mataas ang katungkulan
                (di) nangangailangan ng
                    pananagutan
                may 'bonus'
                madaling umasenso
                madalas ang dagdag ng suweldo

Ayoko ng trabahong mahirap umasenso.

Dialog Improvisation

With your partner, recreate or improvise a variation of the dialog at the beginning of this lesson. Have A express what she considers an ideal job.

Communication Exercise

1. How would you rank the items below from more important to least important in selecting a job?

   _____ suweldo

   _____ karangalan

   _____ mga pakinabang ('health insurance',
                                'bonus'...)

_____ kadalian ng asenso

_____ interes sa trabaho

_____ pananagutan:

      _____ marami

      _____ kaunti o wala

_____ pagkakataong makatulong sa kapuwa

_____ pagkakataong makipagtunggali sa iba't ibang tao

2. Break up into groups and discuss your individual opinions about what you consider important in selecting a job.

PAMUMURI

Lesson 66

Dialog

ANG GANDA NAMAN NG 'BAG' MO!

(Nagagandahan ang isang babae sa 'bag' ng kaibigan niya.)

A: Ang ganda naman ng 'bag' mo! Puwede ko bang hiramin?

B: Maganda ba 'yan? Luma na nga. Bigay sa akin ng kapatid ko sa 'States'.

A: 'Stateside' pa pala. Kaya pala napakaganda.

B: Mas maganda ang 'bag' mo. Pambihira ang 'design'.

A: Dito lang ito. Murang-mura. Gusto mo bang talaga? Ibibili kita.

B: Naku, huwag na. Salamat.

(Talaga ba? Sige, bibigyan kita ng pera.)

Vocabulary

Words

nagagandahan	considers it pretty
luma	old (not new)
pambihira	unusual, unique

Cultural Notes

In general, one does not acknowledge a compliment with 'thank you'. Instead, one downgrades what is being complimented and then returns the compliment.

Sometimes, one not only accepts a compliment but instead facetiously asks something like: *Ang damit lang ba ang maganda?* 'Is it only the dress that is pretty?' The usual response is: *Lalong gumaganda dahil sa nagsusuot,* 'It becomes prettier because of the wearer'.

Puwede ko bang hiramin? (or *Puwede bang mahiram?* 'Can it be borrowed?') should not be taken literally, but simply as part of the compliment.

Stateside pala kaya napakaganda. Things foreign are often endowed with fine qualities simply because they are foreign, although there is a growing pride in locally-produced products.

Ibibili kita, 'I'll buy one for you', is often a sincere offer. If the product in question is inexpensive (or if the person can afford it), it is usually given as a gift to the complimenter.

Comprehension/Interpretation Questions

1. Ano ang pinuri ni A?

2. Paano pinuri ito ni A?

3. Paano pinawalang-halaga ni B ang papuri ni A?

4. Anong kaugalian ang natutunan ninyo tungkol sa pamumuri ng Pilipino?

Discussion Questions

1. Ano ang kaibahan ng Amerikano at Pilipino tungkol sa pagbibigay at pagtanggap ng papuri?

2. Bakit hindi nagpapasalamat ang mga Pilipino sa papuri?

Grammar Notes

1. To express high intensity of a quality, the adjective root is prefixed with *napaka-* instead of *ma-*.

   Example:

*ma*ganda	beautiful
*napaka*ganda	very beautiful

Intensify the descriptive quality expressed in the following sentences:

1. Mahirap ang 'math'.   Napakahirap ng 'math'.

2. Mahal ang ginto.   _____

3. Malamig sa Alaska.   _____

4. Mainit sa Aprika.   _____

5. Mabigat ang bakal.   _____

Note that sentences with *napaka-* constructions are topicless or subjectless.

2. To express the comparative degree, the adjective is marked by *mas, lalo, mas lalo,* or *higit na.*

The noun being compared is marked by *kaysa (sa),* or *sa* before common nouns and *sa* pronouns, and by *kaysa kay* or *kaysa kina* before personal proper nouns.

Examples:

Mas maganda ang puti kaysa sa pula.
Mas mabait ang kapatid ko kaysa sa akin.

Exercise

Use *mas, kaysa/kay* in answering the following questions:

1. Alin ang mas mahal, ang VW o ang Cadillac?

   _____

2. Alin ang mas maasim, ang dalanghita o ang manggang hilaw?

   _____

3. Alin ang mas maliwanag, ang buwan o ang araw?

   _____

4. Alin ang mas mabango, ang sampaguita o ang rosal?

   _____

5. Alin ang mas malaki, ang Estados Unidos o ang Tsina?

   _____

Dialog Variation

Expressions used to downgrade what has been complimented:

1. Compliment:

   Ang *gara* (ganda) naman ng *damit* (barong, blusa) mo.

2. Possible responses:

   Alin, ito? Luma na ito. Wala na kasi akong maisuot.

   Mura lang ito. Binili ko sa Divisoria.

   Retaso lang ito. Gusto mo ibili kita?

   Ito naman. Namana ko lang ito sa kapatid ko.

   Other expressions used in response to a compliment:

   Nambola ka na naman (or just *bola*).

   Alin, damit lang? Ang nagsusuot din yata.

   Hindi naman.

   Expressions used to return a compliment:

   Ikaw nga ang maganda ang damit.

   Naku, nagsalita ang laging nasa moda ang mga damit.

   Tama ka na. Ikaw nga itong nakasuot ng mamahalin.

Dialog Improvisation

Rewrite the dialog in this lesson as if an American were being complimented.

Possibly:

A: What a lovely bag you have.

B: Thanks. I got it in Europe last summer. I
   like your purse, too. It has an unusual
   design.

A: I like it, too.

Make A assume the role of a Filipino and B that
of an American. Then, have another character act as
the Filipino's alter ego who speaks out what A
really feels. What cultural conflicts may arise?

Lesson 67

Dialog

ANG GARA PALA NG BAGONG BAHAY NINYO!

(Humahanga ang isang lalaki sa bagong bahay ng
kaibigan niya.)

A: Ang gara pala ng bagong bahay ninyo. Modernung
moderno. Ang lamig ng kulay ng pintura.

B: Gusto mo ba? Kami lang ang gumawa ng plano.
Katulong ang kapatid kong arkitekto.

A: Kaya pala maganda ang pagkagawa. Iba ang may
sariling arkitekto. Ang mahal siguro ng inabot,
ano?

B: Medyo. Inabot din ng dalawang daang libo. Mahal
na kasi ang mga materyales. Mabuti nga at libre
ang trabaho.

A: Sana kami mayroon din ng ganyan.

B: Kayang-kaya ninyo 'yan. Kahi't dalawa pa at mas
maganda pa dito.

Vocabulary

Words

humahanga	admiring
magara	fancy, elaborate
kulay	color

Cultural Notes

The compliment is accepted but is returned thus,
*Kayang-kaya ninyo 'yan. Kahit dalawa pa at mas
maganda pa dito.* 'You can very easily afford
it. Even two (houses) and prettier than this
one'.

Kami lang ang gumawa. Unlike his/her American
counterpart, who takes pride in do-it-yourself
projects, the Filipino minimizes the results
of his/her efforts.

Compare:

What a lovely house you've got. I love the style.

We like it. My husband and I designed it with
the help of my architect brother. Would you
like a tour of the house?

In general, Filipinos do not offer an acquaint-
ance a tour of the premises.

Filipinos are not shy about asking/telling how
much a thing cost them. *Ang mahal siguro, ano?*
is an indirect way of eliciting the information
desired. Sometimes, one says directly, *Magkano
inabot?* 'How much did it amount to?'

Ang lamig/Malamig ang kulay, literally 'The
colors are cool', means that the colors are not
bright. Bright colors are described as *madilat*
from *dilat,* 'open-eyed' or *matingkad* or *mapusyaw,*
'intense, vibrant', 'loud'.

Bayanihan. Often, friends and neighbors help
each other with projects such as moving, making
repairs, cooking for a big party, etc. No one
is paid, but everyone partakes of food prepared
by the persons being helped.

Comprehension/Interpretation Questions

1. Anong mga papuri ang sinabi ni A tungkol sa
   bahay ni B?

2. Ano sa sagot ni B ang nagpapawalang-halaga sa
   pagpuri ni A sa bahay niya?

3. Tinanong ba ni A kung magkano ang bahay ni B?

4. Bakit libre ang trabaho sa bahay ni B?

5. Ano ang sagot ni B sa huling papuri ni A? Ano
   ang ibig sabihin nito?

Grammar Notes

The conjunctor *kahi't (na)* 'even though' is
followed by a clause which is a counter assumption
to what is expressed in the main clause or a previous
statement.

Example:

Kahi't dalawa pa at mas maganda pa dito,
(makakabili ka).

Assumption:

Makakabili ka ng gaya ng bahay ni B.

Counter-Assumption:

Makakabili ka ng (hindi lang isa kundi) dalawa
at mas maganda pa kay B.

Exercise

Complete the following:

1. Mahal ang bahay kahi't na_____

2. Mahilig si Ding sa sugal kahi't na_____

3. Maganda pa si Divina kahi't na_____

4. Ang tipid-tipid niya kahi't na_____

5. Nagtratrabaho siya kahi't na_____

Dialog Variation

Expressions used for complimenting:

1. An apartment

    Ang ganda ng 'apartment' ninyo!
    Ang ganda ng pagkakaayos!
    Ang gaganda ng mga kasangkapan ninyo!

2. Plants

    Ang tataba ng mga halaman mo!
    Maganda ang tubo ng mga tanim mo!
    Ang gaganda ng mga bulaklak!

3. One's cooking

    Ang husay mong magluto!
    Ang sarap ng _____!
    Puwede bang malaman ang 'recipe' mo?

4. A party attended

   Ang saya ng 'party' mo!
   'Enjoy' ako.
   Kailan ang susunod mong 'party'?

5. Someone who has just delivered a speech, presented
   a project or given a lecture

   Magaling ang 'speech' mo.
   Marami akong natutunan.
   Talagang pinagbuti mo ang 'speech' mo.

Dialog Improvisation

   Recreate or improvise a variation of the dialog
at the beginning of this lesson by changing the sub-
ject being complimented. Be sure to include expres-
sions that belittle what is being complimented and
expressions that return the compliment.

Lesson 68

Dialog

ANG GANDA-GANDA MO NAMAN!

(Nag-uusap ang dalawang magandang dalaga.)

A: Ang ganda-ganda mo naman. Ang kinis ng mukha mo
    at mamula-mula parang makopa.

B: Kasi gumagamit ako ng sabong Camay...Hindi,
    mayroon nga akong tagihawat. Napuyat kasi ako
    kagabi.

A: Hindi biro. Talagang maganda ang kutis mo.
    Para kang artista.

B: Baka maniwala na ako. Ikaw nga itong maganda.

Vocabulary

Words

makinis	smooth
mamula-mula	pinkish
makopa	a pear-shaped fruit, pinkish to purplish in color, smooth and slightly shiny
tagihawat	pimples
kutis	complexion

Cultural Note

This exchange between two women is uncommon and
would usually be too personal and embarrassing
in an American context. As if in a commercial,
the person complimented jokingly says that she
uses Camay and proceeds to point out her flaws.
When the subject is pressed, the person compli-
mented returns the compliment. *Ikaw nga itong
maganda*, 'It is you who are pretty'.

1. Ano ang pinuri ni A?

2. Ano ang pabirong sagot ni B?

3. Paano niya pinawalang-halaga ang papuri ni A?

4. Ano pa ang dagdag na pamuri ni A?

5. Paano ibinaling ni B ang pamumuri kay A?

Grammar Notes

Mang- Color Adjectives

The prefix *mang-* can be attached to color names and then reduplicated to create an adjectival set equivalent to English adjectives suffixed with '-ish'. Exceptions are *rosas, berde* (Spanish loan words) which take *ma-*.

The same process occurs when *mang-* is attached to a verb root (see Lesson 4).

Example:

mang + pula → mamula-mula   'reddish'
mang + asul → mangasul-ngasul 'bluish'

Note that the glottal stop /'/ before initial vowel sounds is replaced by *-ng* and becomes the initial sound in the reduplicated form.

Exercise

Construct *mang-* adjectival forms for the following colors:

1. itim _____ 'blackish'

2. dilaw_____ 'yellowish'

3. rosas_____ 'pinkish'

4. puti_____ 'whitish'

5. berde_____ 'greenish'

Dialog Variation

Expressions used for complimenting physical features:

Ang ganda ng *katawan* mo.   Balingkinitan.

Mala-sutla   ang *balat* mo.

Ang kinis ng *kutis* mo.

Ang lantik ng *pilikmata* mo.

Hubog kandila ang mga *daliri* mo.

Parang makopa ang *pisngi* mo.

Ang tangos ng *ilong* mo.

Expressions used to belittle what is being complimented:

Sa kutis o balat.

> Marami nga akong tagihawat.   (pekas)
> Marami ngang mantsa ang mukha ko.
> Kulubot na nga, e.

Sa katawan.

> Para ngang bayong, e.
> Ang taba-taba ko nga, e.

Sa binti

> Alin?   Para yatang *pamalo ng dalag*.   (palu-palo)
> *Sakang* yata.   (piki')
> Maraming diyes at beynte.   (Scars as big as 10¢ and 20¢ coins)

Sa ilong

> Parang nasagasaan ng pison, e.
> *Pango* yata.   (sarat, dapa)

Dialog Improvisation

With your partner, recreate or improvise a variation of the dialog at the beginning of this lesson by changing the physical feature being admired or complimented.

Lesson 69

Dialog

ANG GARA NG KOTSE MO, PARE!

(Gulat na gulat ang isang lalaki sa bagong kotse ng kaibigan niya.)

A: Ang gara ng kotse mo, Pare. Maari bang makisakay?

B: 'Yon lang pala. Halika at ipapasyal kita.

A: Ngayon lang ako nakasakay sa Cadillac. Masarap talaga ang may kaibigang matinik.

B: Kailangan ko ito, Pare, sa negosyo ko. Alam mo naman, kung pataksi-taksi ka lang, hindi sa iyo bibilib ang kliyente mo.

A: Mabilis ang takbo pero parang nakakama. Walang kauga-uga. Kailan kaya ako makakabili ng ganito?

B: Tama ka na, Pare. Kaya mo 'yan, kung talagang gusto mo.

A: Ang sabihin mo, kaya kong bumili ng Kadilakad.

B: Si Pare, sobrang magbiro.

Vocabulary

Words

magara	fancy, elaborate
makisakay	to ride with someone
matinik	lit., thorny, i.e., big shot
negosyo	business
nakakama	to be in bed

Cultural Notes

The owner's friend compliments him on the smooth ride and for being able to afford the car. The owner justifies his purchase by saying he needs it for his business, and returns the compliment by saying that his friend could afford it too, if he wished to own one. The friend answers that all he can afford is a 'Kadilakad', a play on the word 'Cadillac' + lakad, 'to walk'. One also talks about having a 'Paakard', from *paa*, 'foot' + kard, from 'Packard'.

Cars are considered a status symbol.

Pare, a contraction of *kumpare* from the Spanish *compadre* is a common term of address and has no ready equivalent in English. The feminine is *mare* from *kumare*, from the Spanish *comadre*.

Comprehension/Interpretation Questions

1. Saan gulat na gulat si A?

2. Sa anong mga paraan pinuri ni A ang kotse ni B?

3. Bakit daw kailangan ni B ang Cadillac?

4. Ano ang pabirong sagot ni A nang sabihin ni B na kaya niyang bumili ng Cadillac?

Discussion Question

Ito bang ganitong pag-uusap ay nangyayari sa mga Amerikano kung sila ay may bagong kotse? Ipaliwanag.

Grammar Notes

Constructions with *wala* 'no', 'nothing' + *ng* (linker) + *ka* + reduplication of the verb or noun base are equivalent to English adjectives suffixed with -*less*.

Example:

umuga	'to move'
uga	'movement'
walang kauga-uga	'motionless'

Exercise

Construct *ka*- constructions for the following bases and then give the English translation of each.

1. Walang (galaw)   *Walang kagalaw-galaw*   'Motionless'

2. Walang (ingay)   _____   _____

3. Walang (sira)   _____   _____

4. Walang (imik)   _____   _____

5. Walang (tawa)   _____   _____

6. Walang (sabi)   _____   _____

7. Walang (tunog)   _____   _____

8. Walang (gusto)   _____   _____

Dialog Variation

1. Expressions for complimenting a car:

    Ang *tulin* ng kotse mo!   (kintab, gara, bilis)

    May 'air condition' pa.

    Ang luwang! Puwede siguro ang walo rito, ano?

    Mahusay ang arangkada.

    Bagong modelo 'yan, a.

    Hindi matagtag ang kotse mo.

    Ang ganda ng kulay. Di pagkaraniwan.

    Parang nakakutson! De-'stereo' pa.

2. Expressions downgrading the car being praised:

    Mahina ang makina.

    Ang lakas naman sa gasolina.

    Ang mahal ng 'maintenance.'

    Hindi lang kasya ang pamilya ko sa maliit na kotse.

    Matingkad yata ang kulay.

    Lumang modelo na ito.

    Hindi pa akin ito; hindi pa bayad ito.

Dialog Improvisation

Recreate or improvise a variation of the dialog at the beginning of this lesson. Compliment the color, size and speed of the car.

Ask a classmate to play the role of the owner of the car and have him/her respond to your compliments.

Lesson 70

PATINGIN NAMAN NG 'BABY' MO

(Ipinapasyal ng isang ina ang kanyang 'baby'. May
nakita silang isang kaibigan.)

A: Patingin naman ng 'baby' mo. Naku, ang gandang
bata. Kay taba-taba. Masarap kurutin. Babae
ba o lalake?

B: Babae. Wala pang buhok.

A: Ilang buwan na?

B: Mag-aapat pa lang.

A: Malaking bulas. Naku, tuwang-tuwa siguro ang
tatay, ano?

B: Oo, at lokong-loko ang mga lolo't lola, tiyo't
tiya...

A: Masuwerteng bata. Maraming nagmamahal.

Vocabulary

1. Words

   ipinapasyal   is taking (a baby) for a walk

   kurutin   to pinch

2. Expressions

   malaking bulas   of tall stock

   masuwerteng   a lucky child
   bata

Cultural Notes

   It is considered a compliment to say that a
   child is fat.

   Masarap kurutin. Pinching a child's cheeks is
   a way of showing fondness and admiration.

299

1. Bakit kaya humingi muna si A ng pahintulot na tingnan ang 'baby'?

2. Ano ang sabi ni A tungkol sa bata? Ganoon din ba ang bati sa batang Amerikano?

3. Mag-iilang taon na ang bata?

4. Bakit sinabi ni B na 'malaking bulas' ang bata?

5. Bakit daw masuwerte ang bata?

Grammar Notes

Tagalog confirmation or tag questions are marked by *(a)no* or *(hin) di ba* at the end of the sentence. Unlike English tag questions, the Tagalog tag questions do not vary in form.

Examples:

Naku, tuwang-tuwa siguro ang Tatay, ano?
Naku, tuwang-tuwa siguro sila, ano?

Exercise

Ask your partner some questions about the dialog to confirm whether you understood it correctly.

1. Mataba ang bata.

2. Magwawalong taon na ang bata.

3. Masuwerte ang bata.

4. Lalaki ang bata.

5. Malaking bulas ang bata.

Dialog Variation

1. Expressions for complimenting a baby:

Naku, ang ganda-ganda!

Ang *taba*, ano? (haba)

Ang puti-puti. Siguro mana sa *lolo*. (ina, ama)

Ang tangos pa ng ilong.

Ang bilug-bilog. Ang sarap *kurutin*. (pisilin)

Kulot pa ang buhok.

May 'dimple', ano?

Nakakapanggigil.

Maraming paiiyakin ito paglaki.

2.   Usual responses to these compliments:

Puwera usog! Baka magkasakit ang bata.

Dapa nga ang ilong, di ba?

Sa ina lang ba? Mana rin yata sa ama.

Wala lang buhok.

Bigay sa amin 'yan ng Diyos.

Dialog Improvisation

Recreate or improvise a variation of the dialog at the beginning of this lesson by starting with the following compliment.

'Ang ganda naman ng anak mo. Ang kinis-kinis ng balat. Masarap kurutin.'

301

Lesson 71

Dialog

IKAW BA ANG GUMAWA NG KURTINANG 'YAN?

(Binabati ng isang babae ang kurtina sa bahay ng kaibigan niya.)

A: Ikaw ba ang gumawa ng kurtinang 'yan?

B: Oo. Inabot ako ng siyam-siyam.

A: Sulit naman. Pulidong-pulido. Wala kang mabibiling ganyan.

B: Madali lang, kaya lang mabusisi. Kung gusto mo, tuturuan kita.

A: Huwag na. Mahina ako diyan. Hindi ako kasing-galing mo.

B: Sabi mo lang 'yon. Basta tuturuan kita pag may panahon ka.

A: Baka ka magsisi.

Vocabulary

Words

binabati	is commenting on
sulit	well worth it
pulido	fine
mabusisi	tedious
magsisi	to regret

Cultural Notes

The woman complimented for her fine workmanship insists on saying that it is easy and that her friend can do it just as well. The friend refuses to accept this and insists that she is not as adept as her friend.

Inabot ng siyam-siyam, lit., 'reached nine-nine', 'took forever', is a way of belittling one's ability.

1. Ano ang pinupuri sa 'dialog' na ito: ang kurtina
    o ang pagkagawa ng kurtina?

2. Bakit inabot ng 'siyam-siyam' si B ng paggawa
    sa kurtina?

3. Tuturuan ba ni B si A ng paggawa ng kurtina?

Grammar Notes

Gaya + Ng Demonstratives

   Ganoon is a combination of *gaya* 'like' and the
ng form of the demonstrative pronoun *noon* 'that'.
Other forms that belong to this set are as follows.
Ya is deleted in the contracted form. Thus:

Full Form	Contracted Form	
gaya nito	ganito	'like this'
gaya nire	ganire	'like this'
gaya niyan	ganiyan	'like that'

   Sentences with *gaya* usually have two items being
compared.

   Example:

Gaya nito (ganito) ang kotse ko.
'My car is like this one.'

   If followed by an adjective that specifies the
quality with respect to which the two things being
compared are similar, *ka* is affixed to the adjectival
root.

   Example:

Ganito kaliit ang kotse ko.

   Gaano is the interrogative counterpart of the *gaya*
set. Thus:

Gaano kaliit ang kotse mo?

Exercises:

A   Supply possible *ka-* adjectives for the following
    sentences:

1. Ganyan _____ang nanay ko.

2. Ganito _____ang bahay nila.

3. Ganoon _____ang aso niya.

B Change the sentences above into *gaano* questions.

1. _____ ?

2. _____ ?

3. _____ ?

Dialog Variation

Expressions for complimenting one's skill:

Sa pananahi, paggagantsilyo, atbp.:

Ang pulido ng pagkakagawa.

Ang ganda ng 'design'. (korte)

Di-pangkaraniwan ang kulay.

Mamahalin ang tela.

Puwedeng pang-'export'.

Sa pagluluto:

Ang *sarap* mong magluto. (husay, galing)

Ano ba ang 'recipe' niyan? Puwede bang malaman?

Usual responses to compliments on one's skill:

Madali lang 'yan.

Kung gusto mo tuturuan kita.

Kung ako natuto, ikaw pa?

Basta tuturuan kita.

Usual comments about one's skill:

Talagang mahina ako diyan.

Talagang tanga ako pagdating sa *pananahi*.

(pagluluto, paggagantsilyo, pagbuburda)

Wala akong pag-asang matutong _____

Dialog Improvisation

Recreate or improvise a variation of the dialog at the beginning of this lesson by changing the handicraft being praised.

Cumulative Exercises

A   Translation and Communication Exercises

Isalin sa Ingles:

1. Ang lamig ng kulay ng kurtina! Ikaw ba ang gumawa niyan?

_____

2. Ang ganda naman ng anak mo! Ang kinis-kinis ng balat. Masarap kurutin.

_____

3. Mataas pa sa iyo ang anak mo. Malaking bulas, ano? Mana yata sa ama.

_____

4. Kaya ko kayang bumili ng kotseng kamukha ng sa iyo?

_____

5. Nakita kita sa Ala Moana kahapon. Naka-Cadillac ka, pare. Iba na ang matinik.

_____

Sagutin sa Tagalog ang mga papuri sa itaas.

Tingnan ang mga retrato at sumulat ng papuri para sa bawa't isa. Ano ang sagot sa papuri?

B   Composition

Sumulat ng isa o dalawang talata na nagpapali-wanag kung paano nagkakaiba ang mga Pilipino at Amerikano sa pamumuri.

PAMUMUNA AT PAGKAKAGALIT

Lesson 72

Dialog

HULI NA NAMAN ANG 'REPORT' MO

(Pinagsasabihan ng 'Boss' ang isang empleyado niya.)

A: Ano ba, huli na naman ang 'report' no. Kahapon
pa kailangan 'yon.

B: Iniba ko ho kasi. Dinagdagan ko ng bagong 'data'.

A: Noong minsan, huli ka rin. Mapipintasan tayo
sa itaas.

B: Noon naman ho, ang 'typist' ang may kasalanan.
Nasira daw ang makinilya kaya natagalan.

A: Tingnan ko...Aba, mas maganda nga naman ito.
O sige, iakyat mo agad kay Direktor. Sabihin
mo pasensiya na sila at medyo nahuli. Sa
susunod, bilis-bilisan natin, hane? Maganda
'yong 'report' mo.

Vocabulary

1. Words

pinagsasabihan	is reprimanding
huli	late
iniba	changed
dinagdagan	added
natagalan	took long

2. Expressions

may kasalanan	to be at fault
iakyat mo agad	take it upstairs right away

307

mapipintasan *tayo sa itaas*	we will be criticized by the people upstairs (the boss justifies his reprimand by blaming the people upstairs)
bilis-bilisan *natin*	'let's try to be a little faster' (the boss 'includes' himself in the reprimand)

Cultural Notes

In general, situations involving reprimands are unpleasant for both parties. If they cannot be avoided, one goes about reprimanding another indirectly and hesitantly. Usually, it is justified by laying the blame on a higher authority or an external factor.

In general, the lower the status of the person being reprimanded, the more tactfully the reprimand is given. One is careful not to 'pull rank' and to hurt the feelings of a social inferior.

It is important not to prolong the unpleasantness caused by a reprimand. After a reprimand, one tries to restore the previous friendly relationship by such devices as:

1. giving excuses for why the reprimand had to be made,

2. changing the subject,

3. asking about the person's family, or

4. indicating in some other way that the unpleasant situation is over and should be forgotten.

Comprehension/Interpretation Questions

1. Bakit nakagalitan si A ng 'boss'?

2. Inamin ba ni A na kasalanan niya ang nangyari?

3. Bakit sinabi ng 'boss' na 'mapipintasan sila sa itaas'?

4. Bakit sinabi niyang 'bilis-bilisan *natin*' at di *mo*?

5. Galit pa ba ang 'boss' nang matapos ang usapan nila ni A?

Reduplication of the root plus the *-an* suffix indicates intensifying or accelerating the action indicated by the base.

Examples:

bilis-bilisan	to be a little faster
ganda-gandahan	to make a little prettier

Exercise

Give suggestions to your friend who just moved into a new house:

1. Move the picture a little lower. (baba)

   _____

2. No, a little higher. (taas)

   _____

3. Make this part of the room a little bigger. (laki)

   _____

4. Make the curtains a little longer. (haba)

   _____

5. Make the closet a little wider. (luwang)

   _____

Dialog Variation

Expressions for reprimanding employees:

Napansin mong huli ka na naman.

May mali na naman yata ang pagkamakinilya mo ng sulat ko.

Ano na naman at hindi pa tapos ang 'report' mo?

Disclaimers as the direct source of criticism to maintain smooth personal relationships:

Alam mo naman na pag pangit ang trabaho natin,
ako ang mapupulaan ni Direktor.

Medyo aga-agahan ang gising at nang di tayo
mapuna ng nakakataas sa atin.

Reprimand-closers or integrative expressions to
maintain smooth personal relationships:

Kaunti pang pagtityaga. Mahusay ang trabaho
mo kung di ka palaging huli.

Pagbutihin mo pa. Pag nakapasa ka sa 'civil
service', ipo-'promote' kita.

O sige, magkape ka muna.

Kumusta ang pamilya mo?

Dialog Improvisation

Recreate or improvise a variation of the dialog
at the beginning of this lesson by changing the cause
of A's being reprimanded by the 'Boss'.

Lesson 73

Dialog

BAKIT, HINDI MO BA BINABANTAYAN?

(Kinagagalitan ng amo ang tagapag-alaga ng bata.)

A: Bakit umiiyak ang bata?

B: Nahulog ho sa kuna.

A: Bakit, hindi mo ba binabantayan?

B: Iniwan ko lang ho sandaling-sandali para kunin ang laruan niya.

A: Hindi mo nga siguro kasalanan. Nasaktan ba?

B: Hindi ho. Nagulat lang siguro.

A: Basta sa susunod, pag-ingatan mong lalo. Sige, ipasyal mo sa labas at nang tumahan. Kailangan pag-ingatan mo si 'Baby'. Iisa 'yan.

Vocabulary

1. Words

kinagagalitan	is scolding
amo	mistress/master
tagapag-alaga	care-taker
kuna	crib
nasaktan	got hurt
tumahan	stop crying

2. Expressions

pag-ingatan mong lalo	take better care
ipasyal sa labas	take the child for a walk outside

311

Iisa 'yan, (The baby is) the only one (and as such, has to be given more attention). Filipinos prefer to have big families and feel sorry for couples who have only one child.

Bantayan, 'watch over'. Care-takers of babies and children are expected to keep a very close watch on the children. The environment is considered hostile and children should be protected from it and not allowed to explore it.

Comprehension/Interpretation Questions

1. Bakit umiiyak ang bata?

2. Bakit nahulog ang bata sa kuna?

3. Ano ang paalala ni A sa tagapagbantay?

4. Bakit kailangang pag-ingatan si 'Baby'?

Grammar Notes

Taga(pag-)/(pang-) Nominal Affix

The nominal prefix *taga-* when attached to a verb root, indicates someone delegated to perform the action designated by the base.

Taga- is prefixed to the root of *um-*verbs, *tagapag-* to *mag-* verbs and *tagapang-* to *mang-* verbs.

Examples:

tagakuha	'taker' (*kumuha,* 'to take')
tagapag-alaga	'care-taker' (*mag-alaga,* 'to take care of'
tagapanghiram	'borrower' (*manghiram,* 'to borrow')

Exercise

Substitute *taga-(pag-)/(pang-)* constructions for the underlined words:

Tulong-tulong kami sa bahay.

1. Si Aling Rosa ang <u>naglalaba</u> ng damit.
   Siya ang aming_____.

2. Si Ana ang <u>namimili</u>. Siya ang aming_____.

3. Ang nanay ang <u>nagluluto</u> ng pagkain. Siya ang aming _____.

4. Si Baby ang <u>sumasagot</u> sa telepono. Siya ang aming _____.

5. Ang tatay ang <u>naghahanap-buhay</u>. Siya ang aming_____.

Dialog Variation

1. Expressions used for taking care of a child:

   Pakainin mo sa oras.

   Huwag mong pababayaang masaktan.

   Patulugin mo ng tanghali.

   Bantayan mo at baka mahulog.

   Ipasyal mo sa hapon.

   Huwag mong paglalaruin ng lupa.

   Pag-ingatan mong huwag madapa.

2. Expressions used for admonishing a care-taker:

   Napaka*pabaya* mo naman. (tanga)

   Bakit di mo binabantayan?

   Basta uli-uli, huwag mo nang gagawin 'yan.

Dialog Improvisation

   Recreate or improvise a variation of the dialog at the beginning of this lesson. Have one of your characters (the care-taker) ignore the admonitions indicated on the list above and have the other character (possibly the mother/grandmother) reprimand the care-taker.

Lesson 74

Dialog

NAKITA KO ANG TITSER MO

(Sinisita ng nanay ang anak niya.)

A: Nakita ko ang titser mo. Hindi ka daw nag-aaral na mabuti.

B: Nag-aaral naman ho ako, a. Itanong ninyo kay Miss Reyes. '90' yata ako sa 'test' sa English'.

A: Sa Ingles nga raw magaling ka. Pero sa matematiks, kamote.

B: Mahirap ho kasi. Nakakatamad.

A: 'Yon ang dapat mong pagsikapan, kung saan ka nahihirapan. Magpaturo ka sa kuya mo. Magaling kang bata... O gusto mo bang magmeryenda? Ipinagluto kita ng paborito mong ginatang munggo.

Vocabulary

1. Words

sinisita	is checking up on
magaling	good at
nakakatamad	makes one feel lazy, i.e., it's a pain
ipinagluto kita	cooked for you

2. Expressions

dapat pagsikapan	should concentrate on (from *masikap*, diligent)
magpaturo ka	have someone teach you
ginatang munggo	roasted mung beans cooked with sticky rice, coconut cream and sugar

Cultural Notes

Kamote, lit., 'sweet potato', means 'do very poorly' 'flunk' (may be equivalent to 'goose egg').

314

The mother offers her child his favorite *meryenda* 'snack' to indicate that the 'reprimand' is over and that she does not want him to dwell on it.

Comprehension/Interpretation Questions

1. Ano ang sinabi ng titser ni B?

2. Saan daw 'kamote' si B?

3. Ano ang payo ng nanay ni B?

4. Bakit nagtapos sa pagmemeryenda ang usapan?

Grammar Notes

   Yata, an enclitic often described as expressing uncertainty or lack of conviction, has another function which has not been discussed. *Yata* can also be used as a disclaimer of an implied or direct criticism

   Example:

   '90' yata ako sa 'test' sa 'English'
   (On the contrary) I got 90% in our English test

   This is in response to A's statement that B has not been studying hard.

Exercise

   Write disclaimers to the admonitions found in the Dialog Variation section by using *yata*.

Dialog Variation

1. Expressions used for reprimanding children:

   Bakit hindi ka na naman nagpraktis ng piyano?

   Bakit ba laging nasa telepono ka? Hindi na ako makasingit.

   Hindi ka na naman naglinis ng banyo.

   Magdamag ka na namang nanood ng TV.

   Kumain ka na naman ng tsokolate.

   Maghapon ka na namang natulog.

   Gabi ka na namang umuwi.

2. Sayings used for advising children:

Utang na loob
Ang di lumingon sa pinanggalingan, di makarara-
ting sa paroroonan.

Pagiging maagap
Aanhin pa ang damo, kung patay na ang kabayo.

Pagbibigay
Pag ikaw ay nagparaan, pararaanin ka naman.

Kabutihang loob
Madali ang maging tao, mahirap ang magpakatao.

Kawalang tiwala
Pag wala ang pusa, magulo ang daga.

Pagdidisiplina
Anak na di paluhain, ina ang patatangisin.

Dialog Improvisation

Recreate or improvise a variation of the dialog
at the beginning of this lesson by starting with
the reprimand, then the child's reasons disclaiming
guilt and ending with the mother's advice.

Lesson 75

Dialog

BAKIT WALA SA LUGAR ANG GUNTING?

(Hinahanap ng Nanay ang gunting.)

A: Bakit wala dito sa lugar ang gunting? Kanina pa ako nahihilo sa kahahanap.

B: Nasa kuwarto ko ho, Inay. Ginamit ko kahapon.

A: E bakit hindi mo isinauli sa lugar? Sinabi nang isasauli pagkagamit.

B: Nakalimutan ko ho, Inay. Heto na, huwag na kayong magalit.

A: Akina. Sa susunod, tatandaan ninyo sanang isauli sa dating lalagyan. Igagawa kita ng bagong polo kaya kailangan ko ng gunting. Halika rito. Susukatan kita.

Vocabulary

1. Words

lugar	place
nahihilo	is dizzy
kahahanap	from looking
isinauli	returned
akina	lit., mine already, i.e. Give (it) to me

2. Expressions

kanina pa	it has been a while
sa susunod	next time
susukatan kita	I'll take your measurements
Halika rito	come here

317

The mother scolds B for not putting the scissors in their right place and then explains why she was looking for them.

Halika rito. Susukatan kita, is her way of 'making up'.

Comprehension/Interpretation Questions

1. Ano ang nawawala?

2. Bakit nagalit ang nanay?

3. Magkagalit pa ba ang mag-ina sa katapusan ng 'dialog'?

Grammar Notes

Ka- plus Reduplication Constructions

Ka- plus the reduplication of a verb root express a meaning of excessive performance of the activity denoted by the base. These *ka-* constructions are normally accompanied by *ma-* verbs having adjectival functions. The *ma-* verbs do not occur in the infinitive form.

Examples:

nahilo sa kahahanap	'got dizzy from looking'
napagod sa kalilinis	'got tired cleaning'

Other *ma*-verbs that usually modify *ka-* constructions are *mataranta*, 'to be confused', *maloko*, to go crazy'.

Exercises

Change the following sentences into more descriptive ones by substituting *ma*-verbs plus *ka-* constructions for the underlined phrases.

1. <u>Naglinis siya nang naglinis</u> ng bahay dahil may darating na bisita.

   <u>Napagod siya ng kalilinis ng bahay</u>.

2. <u>Nagtanong siya nang nagtanong</u> kung nasaan ang kanyang anak.

---

3. Nagbasa siya nang nagbasa para sa iksamen.

   _____

4. Nag-ensayo siya nang nag-ensayo para sa maraton.

   _____

5. Naghanap siya nang naghanap ng matitirhan.

   _____

Dialog Variation

Expressions that usually initiate household discord:

Bakit wala na naman dito ang karayom?

Nasaan ang *tsinelas* ko?   (bakya)

Sino na naman ang nagbulatlat ng diyaryong ito?

Bakit nakakalat na naman ang pinagbihisan ninyo dito?

Bakit hindi ilagay ang maruming damit ninyo sa lalagyan ng marurumi?

Bakit walang *mag-urong* ng pinagkainan?   (maghugas)

Bakit di magligpit ng tinulugan?

Expressions often used in admonishing such infractions of household rules:

Ano ang akala ninyo, may alila kayo?

Mahiya naman kayo.

Baka akala ninyo nasa otel kayo.

Ilang beses kong *uulitin* (sasabihin) na...

Hindi kayo tatanggapin ng biyenan ninyo.

Bakit ba *napakatamad* (napakamalilimutin) ng batang ito?

Saan ba kayo nagmana?

Pag-inulit mo pa ito, mapapalo ka.

Dialog Improvisation

Recreate or improvise a variation of the dialog at the beginning of this lesson by changing the cause of the mother's irritation. Include some of the expressions given above.

Lesson 76

Dialog

BAKIT MALATA ANG SINAING?

(Tinatanong ni Maring kung bakit walang gana si
Kardo.)

A: Kardo, bakit wala ka yatang kinain? Ayaw mo ba
ng ulam?

B: Masarap nga sana, Maring, pero bakit ba malata ang
sinaing? Hindi ko tuloy masarapan ang pagkain.

A: Naparami nga yata ang tubig. Bago kasi ang bigas
kaya hindi ko kabisado ang pagtubig.

B: Kahapon naman medyo hilaw.

K: Naku, Inay. Hindi pa pala kayo marunong magsaing.
Baka isauli kayo ng Tatay sa mga Lola.

B: Huwag kang sumali sa usapan ng matatanda. Baka
ikaw ang isauli ko sa tiyan ng Nanay mo.
...Maring, pahingi pa ng sabaw. Masarap ang
timpla.

Vocabulary

1. Words

malata	soggy
ayaw	does not like/want
kabisado	from Span. *cabeza*, 'head' i.e., has mastered

2. Expressions

walang gana	has no appetite
hindi masarapan	does not enjoy (eating)
naparami ang tubig	put in much more water
medyo hilaw	a bit uncooked
bago ang bigas	the rice is new (newly harvested)
hindi marunong magsaing	does not know how to cook rice

321

Since rice is the main staple in Philippine meals, the ability to cook it the way one's family members (especially one's husband and father) like it is important.

Baka kayo isauli ng Tatay sa mga Lola, 'Father might return you to Grandma' (for further training because Mother does not know how to cook rice well).

When a girl is able to cook rice well, people half jokingly tell her that she can get married, *maaari nang mag-asawa,* and even win the approval of her parents-in-law, *maaaring pumasa sa biyenan.*

Huwag sumali sa usapan ng matatanda, literally, 'Don't include yourself in the talk of elders', means 'don't butt in'. Traditionally, children are expected to be seen and not heard.

Baka ikaw ang isauli ko sa tiyan ng Nanay mo, 'I might return you to your mother's tummy', is the father's way of taking away the attention from the soggy rice by focusing instead on the child's disrespectfulness.

Masarap ang timpla, 'it is well-seasoned'.

Comprehension/Interpretation Questions

1. Bakit di nakakain si Kardo?

2. Masakit ba ang pagpuna ni Kardo?

3. Bakit malata ang sinaing?

4. Ano ang biro ng anak nila?

5. Paano napagsabihan ang bata ng ama?

6. Bakit sinabi ni Kardo na 'masarap ang timpla' ng sabaw?

Discussion Question

Ang mga bata sa Pilipinas ay nakakagalitan kapag nakikihalo sa usapan ng mga matatanda. Ganito rin ba sa Amerika?

Locative Verbs

Adverbial phrases usually translated by 'at (someone's) place', and 'at our/your/their place' have the form *sa* plus the *sa* form of a plural personal pronoun (*amin/inyo/kanila*) or the plural marker *mga* plus noun. Proper names are preceded by *kina*.

Examples:

Baka isauli kayo ng Tatay *sa mga Lola*.

Dumaan naman kayo *sa amin*.

Nag-inuman sila *kina Ben*.

Exercise

Write the correct form of the *sa* phrase:

1. Nagpa'party' sila (at Nina's place) _____

2. Manonood sila ng 'football' (at our place)

   _____

3. Tena (to your place) _____

4. Kumain tayo (at Mother's) _____

5. Kusinera siya (at their place) _____

Dialog Variation

Indirectly stated criticism:

(*Maganda*) nga sana pero medyo (*mahal*) nga lang.

Kundi lang (*matingkad ang kulay*) puwede na.

Ang ganda ng (*kulay*), kaya lang (*di bagay sa akin*).

Kaunti pang (*asin*), at (*tama na ang timpla*).

Kung (*kasama ito*), mahusay sana.

Gustung-gusto ko sana, medyo (*masikip lang sa balikat*).

Dialog Improvisation

    Recreate or improvise a variation of the dialog
at the beginning of this lesson by having a grandchild
explain to his/her grandmother why he/she is not wear-
ing her gift and softening his/her criticism by the
use of *sana, medyo, nga, kung,* and *kaya lang.*

Lesson 77

LUMAKI NA ANG ULO

(Pinag-uusapan ng dalawang magkaibigan ang isang
dating kaibigan.)

A: Nakita mo na ba si Manuel? Bumalik na raw
galing sa 'abroad'.

B: Matagal na nga raw dito, pero hindi pa nakiki-
pagkita sa tropa.

A: Baka naman 'busy' pa.

B: Ano bang 'busy'? Ang sabihin mo, lumaki na ang
ulo. Wala na yatang kapwa tao.

A: Hindi naman siguro. Hindi ba magkakaibigang-
magkaibigan kayo?

B: Noong araw. Noong hindi pa siya sikat. Ang
sabi nga, 'ang langaw, nang matuntong sa kalabaw
...'

A: Baka sabihin naiinggit lang tayo. Hayaan mo na.

B: Parang hindi natin alam ang pinanggalingan...

A: Siya, tama na. Huwag mong pataasin ang iyong
dugo.

Vocabulary

1. Words

sikat	well-known, famous
naiinggit	is being envious
pinanggalingan	where one comes from, one's roots

2. Expressions

hindi pa nakikipagkita	has not gotten in touch with
lumaki na ang ulo	has become swell-headed
pataasin ang iyong dugo	make your blood (pressure) go up

In a society where personal interactions are very important, a person who has become 'successful' is expected not to 'change' in his relationship with old friends.

The proverb, *Ang langaw, nang matuntong sa kalabaw,, mataas pa sa kalabaw,* 'The fly, alighting on the water buffalo's back, is taller than the water buffalo', is equivalent to the expression, 'too big for his britches'.

Walang kapwa tao, lit., 'has no fellowmen', i.e. 'cannot get along with others'.

Comprehension/Interpretation Questions

1. Bakit wala raw pakikipagkapwa-tao si Manuel?

2. Sumang-ayon ba si A?

3. Dinagdagan ba ni A ang galit ni B?

4. Bakit sinabi ni B na 'parang hindi natin alam ang pinanggalingan' ni Manuel?

Grammar Notes

Para plus linker *ng,* when followed by verbal or adjectival predicates, is equivalent to the English '(it seems/looks) as if', or 'as though'. *Parang* introduces adverbial clauses of manner. When stated affirmatively, it indicates some doubt about the truth of the statement.

Examples:

Parang malungkot siya, kasi hindi siya kumikibo.

'He/she seems/looks sad because he/she hasn't said anything.'

Parang hindi natin alam ang pinanggalingan niya.

'As if we didn't know his roots.'

Since the second example is stated sarcastically, the meaning of the sentence is the opposite of what it states.

When *parang*, however, is followed by nouns or pronouns, it expresses general similarity or resemblance, equivalent to the English 'like'.

Mukha plus *-ng* can replace *parang*.

Examples:

Parang/mukhang palasyo ang bahay niya.

'His house is like a palace.'

Exercises:

A   Translate the following into Tagalog using either *parang* or *mukhang*:

1. It looks as if she's going to get sick.

    _____

2. He looks tired.

    _____

3. It seems as though the bank loaned them the money.

    _____

4. Hongkong looks like Singapore.

    _____

5. It seems as if he will win.

    _____

6. It looks like it will rain.

    _____

7. It seems as though he hasn't slept the whole week.

    _____

8. She looks like a saint.

    _____

9. David looks like his brother.

    _____

10. It seems as if the baby is going to cry.

_____

B   Identify which of the following *parang* statements
     are said sarcastically.

1.   Parang hindi natin alam. (Alam na alam yata
     natin ang ginawa niya.)

2.   Parang hindi natin alam. (Nag-aral na tayo ng
     katakut-takot pero parang walang natira sa
     ating ulo.)

3.   Parang akala mo kung sino siya. (Wala din naman
     siyang katulad natin.)

4.   Parang magkakasakit ako. (Masakit ang mga buto
     ko.)

5.   Parang iiyak siya. (Namumula na ang mga mata
     niya.)

Dialog Variation

    Expressions used as 'put downs':

    Wala namang katulad din natin 'yan, a.

    Ang yabang, para (*isang buwan lang sa 'States'*).

    Hindi na makakailala. Akala mo kung sino.

    (H)itsura lang. Parang hindi natin siya kilala.

    Huwag siyang magmamalaki sa akin, alam ko yata
    ang istorya niya.

    Parang di ko alam ang pinanggalingan niya.

    Pare-pareho lang kami noon, a.

    Wala rin naman 'yan noong araw, a.

    Hindi na marunong makisama.

    Ewan. Kung di ko sana alam ang istorya/bulok
    niya.

    Akala niya babatiin ko siya. Di yata!

Sa hitsura lang, alam mo namang bakya.

Galing yata siya sa tambakan.

Dialog Improvisation

Recreate or improvise a variation of the dialog at the beginning of this lesson by having A add fire to B's anger instead of making him cool off. Add the expressions given in the section on Dialog Variation.

Cumulative Exercises

A   Communication Exercises

Sumulat ng pagpuna batay sa mga sumusunod na situwasyon:

1.   Nahuli ang empleyado sa trabaho. Ilang beses na itong nangyari.

2.   Inubos ng iyong anak ang meryenda para sa mga kapatid niya.

3.   Ginabi ang kapatid mong dalaga. Ikaw ang pinaka-matanda sa pamilya.

4.   Hindi isinasauli ng kapitbahay mo ang hiniram na martilyo. Kailangan mo ito.

5.   Hindi sumipot sa usapan ang ka-'date' mo. Naghintay ka nang matagal.

B   Composition

Magkatulad ba ang paraan ng pamimintas at pamumuna ng mga Pilipino at Amerikano? Ipaliwanag sa pamamagitan ng isa o dalawang talata.

C   Comprehension and Translation Exercises:

Isalin sa Ingles:

BAKIT GALIT NA GALIT SI 'BOSS'?

(Tinatanong ng isang empleyado ang ka-opisina niya.)

A: Bakit daw galit na galit si 'Boss'?

B: Kasi hindi daw natin tinapos ang report

329

kagabi. Siya tuloy ang nasermunan ng direktor.

A: Lagot! Hindi muna ako magpapakita. Hihin-tayin kong lumamig-lamig ang ulo.

B: Mabuti pa nga at nang hindi ka abutan ng init ng ulo. Nasabon ako nang husto. Kasi ako lang ang narito kanina.

A: Kaawaawa ka naman. O sige, tatapusin ko na ang 'report'. Samahan mo ako sa loob mamaya, ha? Mabuti na 'yong dalawa tayo.

B: Ikaw na lang. Nakagalitan na ako.

A: Hindi, malamig na ang ulo noon. Ganoon lang naman si 'Boss'. Para kang bago nang bago.

Vocabulary

1. Words

empleyado	employee
galit	angry
magpapakita	lit., will show oneself i.e., make an appearance
nasabon	lit., soaped, i.e., was scolded
nakagalitan	was scolded

2. Expressions

nasermunan ng direktor	lit., got a sermon from the director, i.e. was scolded by the director
lumamig ang ulo	lit., to have one's head get cold, i.e. cool off
mainit ang ulo	lit., the head is hot, i.e., in a bad mood, hot-tempered
para kang bago nang bago	lit., as if you were new, i.e., you should know the boss' ways by now

Sagutin ang mga tanong:

1. Bakit galit si 'Boss'?

2. Bakit ayaw magpakita sa 'Boss' si A?

3. Napagalitan ba si B? Bakit?

4. Sasamahan ba ni B si A?

D   Writing Exercise:

Rewrite the dialog as if you were narrating it
to someone else.

PAGGALANG

Lesson 78

Dialog

NAAALANGAN HO AKO

(Dinala ni Propesor Wilson si Nena sa opisina ng
'Dean'.)

A: Jim, ito si Nena, ang ating bagong 'instructor'
sa 'Asian Studies' mula sa Maynila.

B: 'Welcome', Nena. Inaasahan kong magugustuhan
mo dito sa amin.

K: Napipiho ko ho, Dean Heenan. 'Alma mater' ko
ho itong 'NYU' kaya palagay ang loob ko dito.

B: E, bakit tinatawag mo pa akong 'Dean'? Jim na
lang.

K: Parang hindi ho maganda. Naaalangan ho ako.

A: Ako nga, sabi ko, dahil hindi na siya estudyante,
at isa na siya sa atin, puwede na niya akong
tawagin sa aking palayaw.

K: Siguro ho, pag matagal-tagal na. Sa ngayon,
hindi pa ho ako sanay.

Vocabulary

1. Words

   palayaw   nickname

   sanay   used to

2. Expressions

   naaalangan ho   I feel funny, uncomfortable
   ako   about it

333

palagay ang loob I feel at ease
ko

pag matagal-   in a little while
tagal na

Cultural Notes

The young instructor feels uneasy about calling
her older colleagues by their first names. It
is not necessarily because she feels 'inferior',
but because she feels it is disrespectful not
to use titles or kinship terms when dealing with
older people or new acquaintances.

In the Philippines, even after a student has
graduated and become his/her former professor's
colleague, it is usual for the student to
continue to use titles of respect when address-
ing his/her ex-professor.

Comprehension/Interpretation Questions

1. Sino ang ipinakilala ni Prof. Wilson kay
   Dean Heenan?

2. Palagay ba ang loob ni Nena sa NYU? Bakit?

3. Ano ang gustong ipatawag nina Deen Heenan at
   Prof. Wilson sa kanila?

4. Pumayag ba si Nena?

5. Kailan pagbibigyan ni Nena, kung sakali, ang
   hiling nila?

6. Sa palagay ninyo, bakit naaalangan si Nenang
   tawagin sa palayaw ang mga kausap niya?

7. Sa Pilipinas, tinatawag ba ang mga nakakatandang
   propesor o 'dean' sa kanilang palayaw?

Grammar Notes

Pag- plus reduplication of the adjectival root
indicates a moderation of the attribute to some
extent or degree. The particle *na* often accompanies
this construction to stress point of time.

Examples;

pag*tagal-tagal* na   'when the duration of time
                       becomes somewhat long'

pag*punu-puno* na   'when it becomes somewhat
                       full'

Pag- can also be followed by *ma-* or *um-* verbs
whose roots are adjective-like.

Examples:

pag*tumaba-taba* na   (compare with *pagmataba-taba*
                       na)

Pagnahinog-hinog na

These verbs are always inflected for aspect,
usually the completed aspect. They are seldom in
their neutral or infinitive forms.

Examples:

pagnahinog-hinog na   (completed aspect)

pagnahihinog-hinog na   (incompleted aspect)

pagmahihinog-hinog na   (contemplated aspect)

Pag- plus *medyo* can be used as an alternative
form for *pag-* plus reduplication.

Examples:

Pag *medyo* matagal na...

Pag *medyo* puno na...

Pag *medyo* hinog na...

Exercises

A   Translate the following into Tagalog. Include
     the stress marks.

1.   When it's almost morning. (maaga)

_____

2.   When Jojo grows taller. (tumaas)

_____

335

3. When the ice is almost melted. (tunaw)

_____

4. When the mango is somewhat bigger. (malaki)

_____

5. When your son is somewhat older. (tumanda)

_____

B   Translate the following into English.

1. Pagnaluto-luto na...

_____

2. Pagmura-mura na...

_____

3. Pagmataba-taba na...

_____

4. Pag-ubos-ubos na...

_____

5. Pagmalaput-lapot na...

_____

Three syllable or more roots reduplicate only the first two syllables.

Example:

tanghali na   pag*tangha-tangha*li na

Dialog Variation

Expressions for addressing professionals, officials, older persons and strangers.

Formal:

Direktor   (Robles)   Ginoong _____

Alkalde   _____   Ginang _____

Propesor	_____	Aling	_____
'Engineer'	_____	Mang	_____
Doktor	_____	'Mr.'	_____
Presidente	_____	'Mrs.'	_____
Dean	_____	'Miss'	_____
Judge	_____	'Boss'	
		Tsip	

Informal/Intimate:

Inay/Itay

Tiya/Tiyo

Kuya/Ate

Manong/Manang

Dialog Improvisation

With your partner, recreate or improvise a variation of the dialog at the beginning of the lesson, as you remember it. Then continue the dialog by having Nena talk to another Filipino about the difference in addressing superiors in the Philippines and in the States.

Lesson 79

Dialog

WALANG KUWENTA ANG BASTOS

(Nakasalubong ng mag-inang Luisa at Ricky ang isang titser ni Ricky sa 'shopping center'.)

A: 'Hi', Linda!

B: 'Oh...hi', Ricky!

K: Susmaryosep na bata ito! Sino 'yong hina-'hi' mo?

A: Ang titser ko ho sa Ingles, Inay.

K: Titser mo pala, e bakit hindi mo tawagin ng 'Miss'?

A: E sabi ho, Linda ang itawag sa kanya. Ayaw niya ng 'Miss, Miss'.

K: Hindi ba parang bastos 'yong ganoon, anak?

A: Sa mga Pilipino ho, Inay. 'Yong ibang titser nagpapatawag ng 'Mr.', 'Miss', o 'Mrs.' Pero karamihan gusto pangalan o palayaw lang.

K: Basta igagalang mo ang nakakatanda sa iyo, ha, anak? Walang kuwenta ang bastos.

Vocabulary

1. Words

hina-'hi'	saying 'hi' to
sabi ho	it is/was said
igalang	to respect
nakakatanda	your elders
bastos	rude, impolite

2. Expressions

walang kuwenta	not nice, ugly
mag-inang Luisa at Ricky	the mother and son, Luisa and Ricky

338

| susmaryosep | Goodness! (from Jesus, Mary and Joseph) |

Cultural Note

The mother is flabbergasted to hear her son calling his teacher by her first name and counsels him not to be disrespectful.

Comprehension/Interpretation Questions

1. Sino si Linda?

2. Bakit nagulat ang nanay ni Ricky?

3. Sino ang nagpapatawag ng 'Linda' sa kanyang mga estudyante?

4. Ano ang palagay ng nanay ni Ricky sa pagtawag sa palayaw sa titser?

5. Lahat ba ng titser sa Amerika ay nagpapatawag sa palayaw?

6. Ano ang ipinilit ng nanay ni Ricky?

7. Sang-ayon ba kayong tawagin sa palayaw ang titser? Bakit?

Grammar Notes

Naka- plus *ka-* or reduplication of the first syllable of the adjectival base plus base means causing or serving to produce what the base indicates.

Examples:

naka*tata*nda   →   as a noun, it means 'one who
(or na*kaka*tanda)   is older'

                    →   as an adjective, it means
                       'causing one to look or
                       grow old'

Exercise

Complete the following nominalized *naka-* forms as cued:

1. Ang ingay ang *nakakaloko*. (loko)

2. Huwag kang sumakay sa _____(hilo).

3. Umiwas ka sa _____(inis).

4. Nag-ingat sila sa _____(paso).

5. Ang taba sa pagkain ang _____(suya).

In sentences where *naka-* predicates occur, the causal phrase or agent is the subject of the sentence and the actor is marked by *sa/kay*.

Example:

	Actor	Causal Agent
Nakakatakot (or nakatatakot)	sa kanya	ang aswang.

'He/she is frightened by *aswangs*.'
Lit., 'For her/him *aswangs* are frightening.'

Usually, when the actor is dropped, the statement becomes a generalized statement of truth.

Example:

Nakakatakot ang aswang.

'Aswangs are frightening.'

Exercise

Supply the *naka-* sentences below with appropriate actors and causal agents. Then generalize the statements.

1. Nakakatawa _____

_____

2. Nakakauhaw _____

_____

3. Nakakataas _____

_____

4. Nakakaganda _____

_____

Proverbs quoted on the importance of courtesy and respect:

1. Di man magmana ng ari, magmana ng ugali.   'One need not inherit wealth if he inherits good manners.'

2. Ang paggalang sa kapwa di pagpapakababa.   'To respect others is not demeaning.'

3. Kung ibig mong igalang ka, matuto kang gumalang muna.   'If you expect to be respected, you must learn to respect others first.'

4. Lumilipas ang kagandahan, nguni't hindi ang kabutihang asal.   'Beauty fades, good manners do not.'

5. Kung ano ang bukambibig siyang laman ng dibdib.   'One's speech is the mirror of one's thoughts.'

Dialog Improvisation

With your partner, recreate or improvise a variation of the dialog at the beginning of this lesson by having Ricky's mother quote a proverb on respect for others.

Translation Exercise

Ano ang ibig sabihin ng mga salawikain? Isalin sa Ingles:

1. Lumilipas ang kagandahan.
   Nguni't hindi ang kabutihang asal.

2. Maginoo man kung turan
   at walang magandang asal,
   katulad ay taong-bakal
   maginoo sa pangalan.

3. Ang katulad ng magalang
   mabubuting mamumuhunan;
   ang puhuna'y bitiwan man
   ibayo ang pakinabang.

BUHAY PILIPINO

PILOSOPYA SA BUHAY

Lesson 80

Dialog

ANG AKSIDENTE

(Tinatanong ng isang kapit-bahay ang isang babae.)

A: Bakit nagkakagulo ang mga tao? May ambulansiya pa yata.

B: Oo, may nagbanggaang trak at limang kotse. Maraming sugatan at may namatay na isa.

A: Susmaryosep! Ano ang nangyari?

B: Humarang bigla 'yong trak sa kabilang 'lane' at nasagupa ng isang kotseng mabilis ang takbo. May dalawang kotseng kasunod at sila naman ang pumatong sa kotse. 'Yong isang kotse na umiiwas sa aksidente ay nahulog sa kanal at isa namang kotse kasunod nito ay umakyat sa 'island'.

A: Diyos miyo! Nakakatakot.

B: Kaya hindi ako umaalis ng bahay kung hindi talagang kailangang-kailangan.

A: Suwerte-suwerte lang 'yan. Minsan, kahi't nasa bahay ka, kung talagang suwerte mo, madidis-grasya ka pa rin.

B: Kaya ako panay ang dasal kong mailigtas sa desgrasya.

1. Words

nagkakagulo	to be in a state of confusion
ambulansiya	ambulance
mailigtas	to be saved
sugatan	wounded
humarang	to block the way
nasagupa	to encounter
pumatong	to be on top of something
umiiwas	avoiding
nahulog	fell
madidisgrasya	will have an accident
suwerte-suwerte	it's a matter of luck

2. Expression

may nagbanggaan	there was a collision

Cultural Note

A is being fatalistic and believes that certain events are inevitable. B believes prayers help.

Comprehension/Interpretation Questions

1. Ano ang nangyari? Ikuwento ang aksidente.

2. Saang lugar madalas mangyari ang ganitong aksidente?

3. Ayon kay B, ano ang ginagawa niya para maligtas sa disgrasya?

4. Nakakaiwas ba sa aksidente kung hindi umalis ng bahay?

5. Sa palagay ninyo, maaari bang maiwasan ang aksidenteng ito? Paano?

6. Naniniwala ba kayong 'suwerte-suwerte' lang ang aksidente?

Certain *um-* and *ma-* verbs take inanimate nouns as subjects.

Examples:

Humarang bigla 'yong trak.

Umakyat ang isang kotse sa 'island'.

Nahulog ang isang kotse sa kanal.

Other *um-* verbs are *bumaha, lumitaw, sumara, bumukas, tumilapon, lumubog, lumutang, kumulo.*

Other *ma-* verbs are *mabagsak, mabasag, mabangga, masunog, mawala, mapisa, masabit, mawasak.*

Exercise

Supply the following verbs with inanimate subjects:

1. Lumitaw _____

2. Sumasara _____

3. Lumutang _____

4. Lulubog _____

5. Tumilapon _____

6. Nabagsak _____

7. Mababasag _____

8. Napisa _____

9. Nasusunog _____

10. Nawasak _____

Dialog Variation

Proverbs quoted to indicate belief in luck:

1. Kung hindi ukol, hindi bubukol.

    lit., 'If it were not meant to be, it wouldn't cause a bulge.'

2. Ang kapalaran ko, di ko man hanapin, dudulog, lalapit kung talagang akin.

   lit., 'Fate which is intended for me will come even without my seeking it.'

3. Ang hindi matutulusan, ang buhay at kapalaran.

   lit., 'One cannot predict the course of life and fate.'

Dialog Improvisation

   With your partner, recreate or improvise a variation of the dialog at the beginning of this lesson by ending with a proverb expressing belief in luck.

Lesson 81

Dialog

KAPAG HINDI MO PA ORAS

(Nag-uusap ang dalawang matandang babae.)

A: Nabalitaan mo ba ang nangyari sa amin kahapon?

B: Bakit? Ano ang nangyari?

A: Tinamaan ng kidlat 'yong puno sa aming bakuran at bumagsak ang puno sa aming bahay.

B: Mayroon bang nasaktan?

A: 'Yon nga ang nakapagtataka. Akala namin todas na kami pero wala sa aming nasaktan. Siguro hindi pa namin oras.

B: Salamat sa Diyos. Naniniwala rin ako na kung hindi mo pa oras, hindi ka pa mamamatay.

Vocabulary

1. Words

nabalitaan	to have news about, to hear about (from *balita* 'news')
tinamaan	got hit
kidlat	lightning
bumagsak	fell
nasaktan	got hurt
nakapagtataka	surprising, amazing
naniniwala ako	I believe

2. Expressions

todas na	killed (similar to 'totalled' from Spanish *todas*, 'all')
siguro hindi pa namin oras	maybe it is not yet our time (to die)

347

oras mo na	it is the time for you to die, be killed, or to account for wrong-doings

B believes that the hour of one's death is pre-determined.

Comprehension/Interpretation Questions

1. Ano ang nangyari?

2. Mayroon bang nasaktan?

3. Naniniwala ba kayo na kung hindi pa niya oras ay di pa mamamatay ang isang tao?

4. Anu-anong pangyayari ang alam ninyo na nagpapatunay sa salawikaing ito?

Grammar Notes

Syllable Reduction due to Suffixation

There are some verbs that drop their final unstressed vowels when *-in/-an* form is suffixed to the root. The reduced form is more common in speech.

Examples:

```
laba + an  → labahan  → labhan or laban
sakit + an → sakitan  → saktan
bili + in  → bilihin  → bilhin or bilin
```

Exercise

Give the reduced form of the following roots and their suffixes:

1. dala + in → _____

2. gawa + in → _____

3. hingi + in → _____

4. bukas + an → _____

5. sara + an → _____

An irregular form is *kuha*, 'get'.

kuha + in → kuhahin → kunin

Dialog Variation

Expressions used for describing calamities:

Nasaktan siya. (Nabaril, naipit, nabalian, napatay)

Nabasag ang ulo niya. (Naumpog, nasugatan)

Nabali ang *leeg* niya. (braso, binti, likod, katawan)

Nanakawan sila. (Nasunugan, nawalan, nasagasaan)

Expressions indicating strong feelings or emotions regarding calamities:

Diyos *miyo*! (ko)

Susmaryosep! (Sus!)

Salamat sa Diyos!

Maawaing Diyos!

(I) nakupo!

Kawawa naman!

Ka malas naman!

Anong malas!

Dialog Improvisation

With your partner, recreate or improvise a variation of the dialog at the beginning of this lesson by talking about another calamity.

Lesson 82

Dialog

BAHALA ANG DIYOS

(Nag-uusap ang mag-asawang Ilyong at Osang.)

A: Nakita ko si Kumareng Esang sa palengke. Natanggal daw sa trabaho si Kumpare.

B: E paano sila ngayon?

A: Awa ng Diyos hindi pa daw sumasala sa oras. 'Believe' ako sa kumare. Gayong naghihirap sila e hindi nagrereklamo. Ako pa nga itong biglang lumaki ang ulo sa balita.

B: Sana sinabi mong huwag mahiyang lumapit sa atin kung kailangan nila ng tulong.

A: Sinabi ko nga. Nagpasalamat at ang sabi, bahala daw ang Diyos. Hindi raw sila pababayaan.

Vocabulary

1. Words

nagrereklamo	complaining
pababayaan	will be left to fend for oneself

2. Expressions

huwag mahiyang lumapit	lit., not to be shy to go near, i.e., not to be shy about asking for help
natanggal sa trabaho	eased out of a job
sumala sa oras	lit., to miss the time, i.e., to miss a meal
bilib ako	I am impressed, from 'believe'
bahala ang Diyos	God will provide

Many Filipinos firmly believe that God does
not give a person a 'cross' he cannot bear,
and that one's misfortune won't last. *Bahala
na* does not imply passivity but an optimistic
acceptance of life's ups and downs.

Comprehension/Interpretation Questions

1. Ano ang nangyari kay Kumareng Esang?

2. Bakit bilib si A kay Esang?

3. Ano ang paniwala ni Esang?

4. Kaninong ulo ang 'lumalaki' sa balita? Bakit?

5. Anong uri ng pagsasamahan ang nailarawan sa
   diyalogo? Karaniwan ba ito sa Pilipinas?

6. Anong kaugalian ang pagkukumpadre o pagkukumadre
   sa Pilipinas? Gusto ba ninyo ang kaugaliang
   ito?

7. Sa mga Pilipino sa Amerika, ito ba ay kaugaliang
   malaganap din? Bakit?

8. Ano ang ibig sabihin ng 'bahala ang Diyos'?

9. Ano ang pagkakaiba ng paniniwala ng mga Amerikano
   at Pilipino tungkol sa pakikibaka sa suliranin
   sa buhay? (how to cope with life's problems)

Grammar Notes

Embedded Sentential Subjects

When a sentence is embedded (inserted) in another,
it becomes a part of the other, performing a specific
function. The linker *na/-ng* connects the embedded
sentence to the main sentence. Verbs of reporting
like *sinabi* (see Lesson 51) take sentential subjects.

Example:

```
                          Embedded Sentential
                                Subject
Sana sinabi mong/huwag mahiyang lumipat sa atin.../
```

Supply the missing sentential subjects after the following verbs of reporting.

1. Ibinulong niya*ng umalis na kami.*

2. Ikinalat ng tsismosa_____

3. Itinelepono ni Mr. Santos _____

4. Ipinagkaila ni Mario _____

5. Idinaldal ni Aling Nena _____

Dialog Variation

Proverbs expressing implicit trust in God.

1. Ang masamang sasapitin, talo ng mabuting pana-
   langin.

   'The danger that threatens (us) may be overcome
   by earnest prayer.'

2. Nasa Diyos ang awa, nasa tao ang gawa.

   'Man strives, but mercy is in the power of God.'

3. Huwag kang magtiwala sa guhit hanggang wala
   ka sa langit.

   'Don't trust in fortune until you are in heaven.'

Dialog Improvisation

With your partner, recreate or improvise a variation of the dialog at the beginning of this lesson by ending with the proverb that best fits it.

Lesson 83

ANG BUHAY AY PARANG GULONG

(Nag-uusap ang magkakapitbahay.)

A: Nakita mo ba ang bagong kotse ni Mang Candong?
'Class', Pare.

B: Si Candong na barbero? Paano nakabili 'yon
ng kotse?

A: Tumama daw sa 'sweepstakes'. Balita ko, bibilhin
daw ang bahay ni Donya Dolores.

B: Bakit ipagbibili 'yong bahay na 'yon? 'Yon yata
ang pinakamalaki at pinakamagandang bahay dito
sa atin.

A: Kasi yata, na'bankrupt' si Don Tomas. Bumagsak
daw ang negosyo. Sugarol pala 'yong matanda.

B: Ang buhay nga naman, parang gulong. Kung minsan,
mapaibabaw; kung minsan, mapailalim.

Vocabulary

1. Words

sugarol	gambler
mapaibabaw	to be on top
mapailalim	to be at the bottom

2. Expressions

bagong kotse	a new car
parang gulong	like a wheel
tumama sa *'sweepstakes'*	won the sweepstakes

Cultural Note

Filipinos believe that one's fortune, whether
good or bad, is transitory; it is like a
revolving wheel.

1. Ano ang nangyari kay Mang Candong?

2. Ano ang bibilhin niya?

3. Ano ang nangyari kay Don Tomas?

4. Ipaliwanag ang kasabihang 'ang buhay nga naman, parang gulong, kung minsan mapaibabaw, kung minsan mapailalim'.

5. Masuwerte ba si Candong? Bak<u>i</u>t?

6. Naniniwala ba ang Pilipino sa suwerte?

Grammar Notes

Kung as Time Expression

   Kung, 'when', is used to introduce time adverbs that express a recurrence of the same point of time. It may be followed by expressions of clock time, dates, names of time of day (i.e., morning, noon, evening), etc.

   Example:

   kung minsan   sometimes

   kung umaga   when it's morning, in the morning

   kung Linggo   when it's Sunday, on Sundays

Exercise

   Construct sentences using the following *kung* time expressions. Use the incompleted aspect.

1. Kung minsan _____

2. Kung Lunes _____

3. Kung ala una _____

4. Kung Disyembre _____

5. Kung tanghali _____

Variations of the proverb that likens life to a wheel:

Ang buhay ng tao'y gulong ang kahambing. Sa ibabaw ngayon bukas sa ilalim.

'Life is like a wheel; you may be up now, and tomorrow, underneath.'

Ang buhay ng tao ay parang gulong. Magulungan at makagulong.

'Life is like a wheel; you either get run over, or run over someone yourself.'

Dialog Improvisation

With your partner, recreate or improvise a variation of the dialog at the beginning of this lesson that fits the second proverb mentioned above.

Translation Exercise:

Isalin ang mga salawikain sa Ingles:

1. Magbalot man sa baklad,
   Mamatay kung palad.

2. Pag tamis ang nauna,
   Ang kasunod ay pakla.

3. Kung di ukol,
   Di bubukol.

4. Walang ligaya sa lupa,
   Na di dinilig ng luha.

5. Ang kapalaran ko
   di ko man hanapin,
   dudulog lalapit
   kung talagang akin.

Interpretation Exercise

Alin sa mga salawikain ang nagpapahiwatig na:

1. Ang buhay ay parang gulong.

2. Suwerte-suwerte lang ang buhay ng tao.

PAG-AALAGA NG BATA

Lesson 84

Dialog

HUWAG KAYONG MAGTUKSUHAN

(Nagtutuksuhan ang magkapatid.)

A: Inay, 'eto nga ho si Josie, nanunukso na naman.
'Yon daw ilong ko, parang nasagasaan ng pison.

B: Siya ho ang nag-umpisa, Inay. Negra raw ho
ako. Kung hindi raw ako tatawa, hindi ako
makikita sa dilim.

K: Hindi ba sabi huwag kayong magtutuksuhan?

A: 'Eto ho, nandidila.

K: Bibilang ako ng lima. Kapag hindi kayo huminto,
may palo kayong pareho... Halikayo, tulungan
ninyo akong maghiwa ng gulay at nang makapagluto
na ako.

Vocabulary

1. Words

magtuksuhan	to tease each other
nanunukso	is/are teasing
nag-umpisa	started
negra	black
maghiwa ng gulay	to cut up vegetables
makapagluto	to be able to cook

2. Expressions

parang nasagasaan ng pison	seems to have been run over by a steamroller

hindi makikita *sa dilim*	will not be seen in the dark
nandidila	is sticking his/her tongue out at somebody
bibilang ako *ng lima*	I will count up to five
may palo kayo *pareho*	both of you will get a spanking

Cultural Notes

Having a flat nose and being dark-skinned is considered by many Filipinos to be unattractive; being fair-skinned is considered beautiful. Children tease each other by pointing out each other's physical defects.

As a threat, mothers usually tell their children they will count up to a certain number before which their children have to shape up or bear the consequences. Mothers usually punish both the offender and the offended to discourage sibling trouble. Mothers also break up a fight by giving the children something constructive to do. For example, letting them help with whatever she is doing.

Comprehension/Interpretation Questions

1. Bakit nagsumbong si A?

2. Ano naman ang bintang ni B?

3. Paano sila pinatigil ng nanay nila?

4. Ganoon din ba kayo kung patigilin ng awayan ng magulang ninyo?

5. Bukod sa dilaan, ano ang pang-iinis na ginagawa ng mga bata kapag sila ay nag-aawayan?

Grammar Notes

Equational Sentences

The regular order of a Tagalog basic sentence is:

Predicate (or Comment)	+	Subject
Tumakbo		*ang bata.*

When inverted, *ay* occurs between the subject and the predicate.

Subject   +   *ay*   +   Predicate

Ang bata   *ay*   *tumakbo.*

Siya   *ay*   *tumakbo.*

When the predicate is made definite, it is preceded by *ang* and *ay* is dropped. The subject + *ang* predicate construction is called an equational sentence.

For example:

Subject   ang + Predicate

Ang bata/Siya   *ang tumakbo.*

This type of sentence is usually in response to *sino/ano/alin* questions.

                   (new information)

Sino ang tumakbo?   Siya ang tumakbo.

The shift before the predicate adds emphasis to the subject.

Exercise

Change the following sentences into equational sentences.

1. Nag-umpisa siya.

    _____

2. Maganda ang Haponesa.

    _____

3. Nagtutuksuhan sila.

    _____

4. Hindi ako makikita sa dilim.

    _____

5. Parang nasagasaan ng pison ang ilong ko.

    _____

Expressions used for making children behave:

Hala, sige. Ayan na ang aswang.

Ibibigay kita sa Bumbay.

Oy! Makuha ka sa tingin, ha?

Bibilang ako ng tatlo. Pag hindi ka huminto, may palo ka.

Titigil ka ba o hindi?

Mapapalo ka, sige.

Halika, <u>dapa</u>! (Luhod, dipa)

Dialog Improvisation

With your partner, recreate or improvise a variation of the dialog at the beginning of this lesson by having 'K' threaten the children more.

Lesson 85

Dialog

ANO ANG INIIYAK MO?

(Nag-uusap ang ina at anak.)

A: Ano ang iniiyak mo?

B: Si Kuya Benny ho. Inagaw ang laruan ko.

A: Tumahan ka na at hingin mo sa kanya nang mahusay.

B: Ayaw hong ibigay.

A: Benny, bakit mo ba pinaiiyak ang bunso mong
   kapatid? Hindi ba sabi ko na huwag mang-aagaw
   at dadaanin sa lakas?

K: Para hiniram ko lang ho sandali. Hindi ko naman
   inagaw.

A: Basta maghiraman kayo nang mahusay at huwag
   kayong mag-aaway na parang aso't pusa...
   Mamaya, ipagluluto ko kayo ng saging na maruya.

Vocabulary

1. Words

inagaw	grabbed
pinaiiyak	to cause to cry
mang-aagaw	will grab
hiniram	borrowed
maghiraman	borrowed from each other, i.e., share

2. Expressions

ang iniiyak	the cause of one's crying
tumahan ka	stop crying
daanin sa lakas	use force

mag-away na parang aso't pusa	fight like dogs and cats
ipagluluto ko kayo	I will cook for you
saging na maruya	banana fritters (cooking bananas deep-fried and dipped in sugar, served for snacks)

Cultural Notes

Children are taught to share, to play gently and not to be aggressive.

A mother tries to minimize the pain or hurt caused by an unpleasant situation by promising something nice to a child who has been hurt or scolded. In this dialog, the mother promises to give her children some *maruya* to make them know that she has forgiven them and wants them to feel good.

Comprehension/Interpretation Questions

1. Ano ang pinag-aawayan ng magkapatid?

2. Sino ang pinanigan ng ina?

3. Ano ang kinalaman ng 'maruya' sa awayan?

Grammar Notes

Ano' 'what', *sino* 'who', and *alin* 'which' are interrogative words. The answer to an *ano* question is normally the object of the sentence, the answer to a *sino* question, a noun that represents a human being and the answer to an *alin* question is a choice between specific alternatives.

Exercise

Form a question that focuses on the underlined element.

1. Ito ang nasunog.

2. Naglakad sa ulan ang kaawa-awang lalaki.

3. Iniyakan ni Teddy ang kanyang aso.

362

4. Ginulat si Julia ng malakas na kulog.

5. Iyong bahay na berde ang kanila.

Two other question words both meaning 'where' in English are the interrogative counterparts of specific structures. *Nasaan* is the interrogative counterpart of a *nasa* phrase and *saan*, of a *sa* phrase. *Saan naroon* is an alternative of *nasaan*.

Examples:

1. Question: Nasaan ang makinilya?

   Response: Nasa kuwarto (ang makinilya).

2. Question: Saan ka pupunta?

   Response: (Pupunta ako) sa eskuwela.

Responses are usually limited to the information asked for.

Exercise

Respond to the following questions:

1. Nasaan ang kotse mo?

   _____

2. Saan ka kakain ngayong gabi?

   _____

3. Nasaan ang libro mo?

   _____

4. Saan nakatira ang mga magulang mo?

   _____

5. Saan naroon ang singsing mo?

   _____

Kailan 'when', is the interrogative counterpart of various time adverbs. It is usually answered by *sa* or *noong* time phrases.

Examples:

Kailan ka pupunta/pumunta sa 'party'?

Sa Sabado/*Noong* Sabado.

Note the use of *noong* or *noon* when the question refers to past time.

Exercise

Write five questions using *kailan* and have your classmates answer them.

1. _____

2. _____

3. _____

4. _____

5. _____

Dialog Variation

Expressions used to promote harmony in the family:

Huwag mong paiyakin ang kapatid mo.

Magbigayan kayo.

Kaunting pasensiya.

Sino pa ang magtitinginan/magmamahalan kundi kayo?

Pag mabait kayo:

ipagluluto ko kayo ng _____.

papasyal tayo sa _____.

manonood tayo ng _____.

Papaluin ko kayo kapag hindi kayo tumigil.

Bakit para kayong ibang tao?

Dialog Improvisation

Recreate or improvise a variation of the dialog at the beginning of this lesson as you remember it.

Lesson 86

Dialog

BAKIT KA BA MUKHANG BIYERNES SANTO?

(Tinatanong ng isang ina ang kanyang anak.)

A: Bakit ka ba mukhang Biyernes Santo?

B: Kasi ho si Marita sinira ang manyika ko.

A: Pasensiya ka na, anak, sa kapatid mo. Maliit pa siya. Hindi niya alam ang kanyang ginagawa.

B: Sobra na ho, Inay. Kahapon naman, ang aking palayuk-palayukan ang binasag niya.

A: Itaas mo ang laruan mo at nang hindi niya maabot. Ikaw ang nakatatanda, ikaw dapat ang makaalam ng tama.

B: Kailangan naman ho, pagalitan naman ninyo si Marita. Lagi na lang ako ang nagpapapasensiya.

A: Hindi na bale. Sige, bukas ibibili kita ng bagong palayuk-palayukan...Ikaw naman, Marita, igalang mo ang Ate Nene mo. Huwag kang maninira ng hindi mo ari...Maglaro kayong mahusay at bukas isasama ko kayong dalawa sa palengke.

Vocabulary

1. Words

sinira	wrecked, destroyed
palayuk-palayukan	toy pots and pans
binasag	broke
pagalitan	scold (compare: *pagalitin* 'make (someone) angry')

2. Expressions

igalang mo	respect
bukas isasama kita	tomorrow, I'll take you with me (to the market, as an incentive for good behavior)

366

An older sibling is expected to be more patient and to have more sense than his/her younger brothers or sisters. A younger sibling should respect his/her elders.

Comprehension/Interpretation Questions

1. Ano ang hitsura ng 'mukhang Biyernes Santo'?

2. Ano ang nararapat gawin ng kapatid na nakaka-tanda? Ng kapatid na nakakabata?

3. Ano ang ipinangako ng ina para di sumama ang loob ni Nene?

Grammar Notes

Certain *ma-* verbs change to *pa ---(an)/(in)* when in the non-actor focus form.

Example:

*ma*galit   → *pagalitan*

Actor Focus: *Ma*galit ka sa kanya.

Object Focus: *Pagalitan* mo siya.

The following *ma*-verbs have the corresponding *pa-* forms.

Pa---an		*Pa---in*	
makinig	→ pakinggan	manood	→ panoorin
maligo	→ paliguan	manaog	→ panaugin
managinip	→ panaginipan	mangarap	→ pangarapin

Certain *mag-* verbs have a *pag--an* correspondence:

mag-aral	→	pag-aralan
magtawa	→	pagtawanan
mag-lambitin	→	paglambitinan

367

Change the following sentences into *pa-* forms.
Note the aspect used.

1. Makikinig siya sa radyo mamaya.

   <u>Pakikinggan niya ang radyo mamaya.</u>

2. Nanood sila ng parada.

   _____

3. Nananaginip siya ng artista.

   _____

4. Mag-aral kang mabuti ng leksiyon.

   _____

5. Magagalit sa iyo ang tatay mo.

   _____

Dialog Variation

Expressions used for siblings:

To older ones:

Alagaan mo ang kapatid mo.

Magpasensiya ka na. Maliit pa siya.

Ikaw ang nakatatanda, ikaw ang dapat makaalam
ng tama.

Huwag mong daanin sa lakas.

Hindi niya alam ang ginagawa niya.

To younger ones:

Igalang mo ang ate/kuya ninyo.

Pakinggan mo ang ate/kuya mo.

Sundin mo sila.

Recreate or improvise a variation of the dialog at the beginning of the lesson as you remember it.

Lesson 87

Dialog

BAKIT NAG-IIYAKAN ANG MGA KAPATID MO?

(Tinatanong ng isang ina ang matandang anak tungkol
sa nangyari.)

A: Bakit nag-iiyakan ang mga kapatid mo? Tingnan
mo kung ano ang nangyayari sa labas. Parang
may namatayan.

B: Wala ho, Inay. Inubos daw ni Tony ang mer-
yendang para kay Nenit at gumanti naman si Nenit.

A: Kaya ba umiiyak din si Tony?

B: Oho. Sinira naman ni Nenit ang saranggola
ni Tony.

A: Aba, at para pala kayong mga sira. Halikayo
ritong pareho. Tony, bakit mo inubusan ng
meryenda si Nenit? At ikaw naman, babae ka,
bakit mo sinira ang saranggola ng kapatid mo?
Para kayong ibang tao. O, siya, tumahimik
kayong pareho. Habang nagluluto ako ng iba
pang meryenda, tulungan ninyo si Tony na gumawa
ng bagong saranggola.

Vocabulary

1. Words

inubos	ate up
gumanti	to do something in return, to get even
saranggola	kite
tumahimik	be still, be quiet

2. Expressions

parang may namatayan	it seems someone has lost a loved one
para pala kayong mga sira	you're like a bunch of fools

para kayong *ibang tao*	you're acting as if you were different people, i.e., as if you were not related to each other

Cultural Note

The mother scolds both children for acting as
if they were not related to each other. The
implication is that relatives should take care
of each other and should learn to get along.

Tony's having eaten Nenit's *meryenda* was a
gross act of thoughtlessness and greediness.

Comprehension/Interpretation Questions

1. Ano ang pinag-awayan ng magkapatid?

2. Bakit sinabi ng inang parang may namatayan?

3. Bakit daw parang ibang tao ang magkapatid?

Grammar Notes

Habang introduces clauses equivalent to English
'while' clauses. The event of the second clause
occurs simultaneously with that of the first clause.

Example:

Habang nagluluto ako ng iba pang meryenda,
tulungan mo si Tony.

If the verb occurs in the *habang* clause, it is
an incompleted form.

Exercise

Complete the following sentences with *habang*
clauses.

1. Pumipito si Pepe _____.

2. Tumutulo ang pawis ng trabahador _____.

3. Natutulog ang tamad _____.

4. Dapat akong tumulong _____.

5. Nagbabasa siya _____.

Proverbs expressing the importance of discipline for children:

1. Anak na pinaluha, kayamanan sa pagtanda.

   'A child who is made to cry will be his parents' wealth in their old age.'

2. Anak na di paluin, ina ang paluluhain.

   'A child that is not spanked will make his/her mother cry.'

3. Ang laki sa layaw, karaniwa'y hubad.

   'One who is reared in perfect ease often lacks good sense.'

Dialog Improvisation

With your partner, improvise a variation of the dialog at the beginning of this lesson. Expand the dialog to include the mother's quoting one of the proverbs above.

Lesson 88

Dialog

SAAN MO INIIWAN ANG MGA BATA?

(Nag-uusap ang dalawang babaeng magkaibigan.)

A: Nagtatrabaho ka raw. Saan mo iniiwan ang mga
    bata?

B: 'Yan nga ang mahirap. Wala akong makuhang
    pangmatagalang 'baby sitter'. Kaya tuloy,
    'part-time' lang ang aking trabaho. Kailangan
    nasa bahay na ako bago dumating ang 'school
    bus' ni Lisa.

A: E 'yong maliit na hindi pa nag-aaral?

B: Iniiwan ko sa isang 'day care center'.

A: Mabuti naman 'yon at may kalaro siya, ano?

B: Oo, pero siguro hihinto na ako ng pagtatrabaho.
    Nauuwi lang ang suweldo ko sa 'baby-sitter' at
    pagod na pagod pa ang katawan ko.

A: Sana narito ang lola ng mga bata, ano?

B: Oo nga, pero ayaw namang iwan ng Nanay ang
    Tatay at mga kapatid ko sa Pilipinas. Kaawa-
    awa daw naman sila.

A: Ang buhay nga naman sa Amerika. Mahirap na
    masarap.

Vocabulary

1. Words

    pangmatagalan   long-term

    kalaro   playmate

2. Expressions

    nauuwi lang ang   my salary just goes to
    suweldo sa   the baby-sitter
    'baby-sitter'

    pagod na pagod   my body is so tired
    ang katawan ko

373

Baby-sitting is not a problem in the Philippines because there is always someone left at home to mind a child--the child's grandparents, an aunt or an uncle, or a maid.

Comprehension/Interpretation Questions

1. Saan iniiwan ang mga bata sa Amerika?

2. Saan iniiwan ang mga bata sa Pilipinas?

3. Saan nauuwi ang suweldo ni B?

4. Problema ba ito sa Pilipinas? Bakit?

5. Bakit raw ang buhay sa Amerika ay 'mahirap na masarap?'

Grammar Notes

Ka- plus reduplication of the first two syllables of the root means causing or serving to produce, in an extreme degree, what the base designates.

Examples:

Kaawa-awa	pitiful
Kapansin-pansin	very noticeable

Exercise

Translate the following sentences into English:

1. Katawa-tawa ang nangyari sa kaniya.

_____

2. Kamalas-malas naman niya sa sugal.

_____

3. Kawili-wili ang palabas.

_____

4. Kapani-paniwala ang kuwento niya.

_____

5. Kapuri-puri ang ginawa ng sundalo.

_____

Dialog Variation

1. Expressions for baby-sitting:

   Saan iniiwan ang bata

<u>sa Amerika?</u>	<u>sa Pilipinas?</u>
sa 'day-care center'	sa Lola
sa baby-sitter	sa katulong
sa kaibigan	sa kapatid/kamag-anak
sa kamag-anak	sa kapitbahay (kung minsan)

2. Expressions used for caretakers:

   Huwag mong pababayaan ang bata. Baka masaktan.

   Lagi mong babantayan, ha?

   Kung may mangyari, tawagan mo ako sa (<u>numero sa telepono</u>).

   Patulugin mo sa tanghali.

   Paliguan mo siya.

   Ipasyal mo sa hapon.

   Laruin mo para hindi sumama. (libangin)

Dialog Improvisation

   With your partner, recreate or improvise two dialogs on having someone baby-sit a child in a Philippine setting and in an American setting.

Lesson 89

Dialog

MADALI PALANG TAKUTIN ANG MGA ANAK MO

(Nag-uusap ang isang Amerikana at Pilipina.)

A: Bakit ang bilis-bilis yatang natulog ng tanghali
ang mga anak mo? Ang mga anak ko, hindi mapa-
tulog ng tanghali.

B: Kasi tinakot ko. Sabi ko kung hindi sila matutu-
log ng tanghali, hindi ko sila dadalhin sa 'zoo'
sa Linggo.

A: Aba, madali palang takutin ang mga anak mo. Ang
sa akin, hindi mo matatakot. At isa pa, medyo
sumasampalataya ako sa mga 'child psychologists'
na nagsasabing hindi raw dapat takutin ang mga
bata.

B: Ay naku, wala akong panahon diyan. Noong mali-
liit kami, madali kaming sumunod dahil takot
kami sa sanidad at sa Bumbay. Marami kami at
walang panahon ang Nanay kong mag-'child
psychology'. Awa ng Diyos, lumaki naman kaming
matitino.

Vocabulary

1. Words

tinakot	scared someone
sumasampalataya	to believe in
sanidad	public health personnel who went from house to house to give vaccinations, etc.

2. Expressions

madaling takutin	easily frightened
ang sa akin	mine, i.e., my children
natulog ng tanghali	took a noon nap or siesta
takot sa 'Bumbay'	afraid of *Bumbays* (Indians)

376

| *lumaking matino* | grew up straight, i.e., good, with a lot of good sense |

'Bumbay' referred to all Indians from India; the 'Bumbays' referred to were actually members of the Sikh religion and were itinerant vendors of linen, clothing, etc. They did business on a 'lay-away plan' basis. To frighten children, adults would say that the 'Bumbay' would come and get disobedient children and take them away to the mines. The children's blood would then be used to 'water the mines'.

Making children take naps after lunch used to be a common practice. It was believed that children who took naps grew bigger than those who didn't. After their nap, the children were 'rewarded' with *meryenda*, 'snack'.

Comprehension/Interpretation Questions

1. Bakit madaling matulog ng tanghali ang anak ni B?

2. Nananakot ba ng anak si A? Bakit?

3. Ano raw ang panakot sa kaniya noong siya ay bata pa? Sa iyo?

4. Paano nagpapatulog ng bata sa Amerika?

Grammar Notes

Time Clauses *(nang/noong)*

Nang introduces clauses equivalent to English 'when'.

When the base or completed form of the verb follows *nang,* the action it expresses immediately precedes the action expressed by the main clause. *Nang* in this case, may be more accurately translated 'as soon as' in English.

Example:

Nang matulog/natulog siya, nanaginip siya.

'When he slept/fell asleep, he dreamt.'

377

When *nang* is followed by an incompleted form
of the verb, the action expressed in each clause is
simultaneous or concurrent.

Example:

Nang nag-aaral siya sa Paris, pinadadalhan siya
ng pera ng magulang niya.

'When he was studying in Paris, his parents were
sending him money.'

If the *nang* clause has a verb expressing con-
templated action, it expresses action about to start
when another action occurred.

Example:

Nang kakain na ako, tinawagan niya ako sa
telepono.

'When I was about to eat, he called me up.'

Note that all three sentences express actions
that occurred in the past although the verbs varied
in aspectual forms.

The position is not fixed. *Nang* clauses may
follow the main clauses.

Verbless *nang* clauses imply action concurrent
with the main clauses.

Example:

Noong/Nang bata pa siya, kumakanta na siya sa
radyo.

'When she was still young, she already sang/
used to sing over the radio.'

Noong may be interchangeable with *nang* but *noong*
often refers to the distant past.

Exercise

Complete the following sentences introduced
by *nang/noong;*

1. Nang dumating ang bumbero_____.

2. Noong panahon ng kastila,_____.

3. Nang matutulog na lamang siya _____.

4. Noong maliliit pa kami, _____.

5. Nang naliligo siya, _____.

Dialog Variation

Expressions used for child rearing:

1. Tungkol sa pagpapatulog at pagpapahinga:

   Kailangan ng batang matulog ng 10-12 oras.
   Kahi't hindi siya matulog, kailangan niya ang
   tumahimik ng isang oras o higit pa pagkakain
   ng tanghalian.

2. Tungkol sa pagpapakain:

   Dapat siyang matutong kumain nang mag-isa.
   Bigyan ng balanseng diyeta at ng simple at
   masustansiyang pagkain.

3. Tungkol sa tagapag-alaga

   Dapat kilalanin at pagkatiwalaan ang taong mag-
   aalaga ng iyong anak.
   Ibigay sa tagapag-alaga ang numero ng telepono
   ng doktor, ambulansiya, ospital, pulis, bumbero,
   at ng lugar na pupuntahan ninyo.

Dialog Improvisation

1. With your partner, recreate or improvise a var-
   iation of the dialog at the beginning of this
   lesson.

2. Using the expressions above, pretend you are
   a nurse or doctor giving some advice to a
   mother on child-rearing.

Lesson 90

Dialog

BAKIT KINAKARGA PA?

(Nag-uusap ang dalawang lalaki, isang Amerikano
at isang Pilipino.)

A: Nakita ko si Kuya Ador mo kanina, karga-karga
si Zaldy at akay-akay sina Gaby at Trina.

B: Ipinasyal nga ng Kuya ang mga bata dahil naiinip
sa bahay. Maraming mapapanood sa 'park'.

A: Ilang taon na ba si Zaldy?

B: Mag-aapat na.

A: Aba, apat na taon na pala, bakit kinakarga pa?
Noong ganoong taon ako, pumapasok na ako sa
'nursery school'.

B: Iba naman sa inyo. Dito sa amin pinapayagan
naming maging bata ang mga bata. Binibihisan
at pinapakain kahi't kaya na nilang gawin ito.

A: E di hirap na hirap ang ina sa pagpapalaki ng
bata?

B: Hindi naman dahil mayroon siyempreng kasama sa
bahay na makakatulong. At paglaki ng bata,
siya naman ang tutulong sa pag-aalaga ng bagong
bunsong kapatid.

Vocabulary

1. Words

karga-karga	being carried
akay-akay	being led by the hand
pinapayagan	is/are being allowed
binibihisan	is being dressed
pinakakain	is being fed
pag-aalaga	the care of

2. Expressions

naiinip sa bahay	bored being at home
maraming mapapanood	there are a lot of things to watch
noong ganoong taon ako	when I was that age

Cultural Note

Filipino children grow up with a lot of care-takers, and the responsibility for bringing up a child is shared by every member of the extended family. It is not considered a sign of 'dependency' for children to be carried, dressed and fed when they are still young. In fact, it helps give them a feeling of emotional security. When they are bigger, these children will act as caretakers for their younger siblings.

Comprehension/Interpretation Questions

1. Ano ang kaibahan ng pag-aalaga ng bata sa Pilipinas at sa Amerika?

2. Ano sa palagay ninyo ang nagiging bunga ng ganitong pag-aalaga ng bata?

3. Alin sa dalawang uri ng pag-aalaga ang gusto ninyo? Bakit?

4. Taga-saan si A? si B? Bakit ganoon ang palagay mo?

Grammar Notes

A Special Set of Words Indicating Intensive Action

Reduplication of the verbal root indicates a more intense nature of the activity.

Examples:

Karga niya ang bata. → *Karga-karga* niya ang bata.

'She is carrying the child.'

Use the following roots in sentences emphasizing the repeated, intense nature of the activity.

akay	to lead by the hand
tulak	to push
buhat	to lift
kipkip	to carry under the armpit
hila	to pull
pasan	to carry on the shoulders
kalong	to hold in one's lap

When occurring with verbal affixes, these words are usually object-focus verbs.

Dialog Variation

Expressions used for child-rearing (continued):

1. Tungkol sa pagbibihis

   Ang tatlong taong gulang na bata ay dapat maka-pagbihis na ng sarili.

2. Tungkol sa pagtulong

   Dapat ang bata ay asahang tumulong sa maliliit na gawain.
   Huwag pintasan ang kanyang trabaho kahi't hindi tamang lahat.

3. Tungkol sa paglalaro

   Ang paglalaro ng bata ay dapat subaybayan ng mga matatanda.

Dialog Improvisation

Recreate or improvise a variation of the dialog at the beginning of this lesson by adding expressions on good child-rearing activities.

Lesson 91

Dialog

BAKIT NAPALO SI NENE?

(Tinatanong ang kaibigan tungkol sa umiiyak na bata.)

A: Bakit umiiyak si Nene?

B: Napalo ng Nanay. Ayaw kasing sumunod sa utos ko at nagdabog nang kagalitan ko.

A: Akala ko hindi namamalo ang Nanay mo at dinadaan sa mahinang salita.

B: Talagang hindi. Mahaba ang pisi ng Nanay at mahirap pagalitin. Pero humahanap talaga ng sakit ng katawan si Nene. Ayaw makuha sa tingin. Sa lahat ng ayaw ng Nanay ko ang nagdadabog.

A: Bunso ba si Nene?

B: Oo, kaya medyo mahaba ang buntot.

Vocabulary

1. Words

napalo	be spanked
nagdabog	to make abrupt movements, often resulting in loud sounds
bunso	youngest child in the family (and, as such, usually gets away with many things)
panganay	oldest child in the family, first-born

2. Expressions

dinadaan sa mahinang salita	uses soft words
mahaba ang pisi	has a long piece of string
mahirap pagalitin	hard to make him/her angry

humahanap ng	is looking for a painful
sakit ng katawan	body, i.e., looking for
	trouble
hindi namamalo	does not spank
makuha sa tingin	let a certain look be enough
	to warn a child that he/she
	is misbehaving
mahaba ang buntot	has a long tail, i.e., spoiled

Cultural Notes

Children are expected to be respectful to adults. Talking back, carrying on in a loud and boisterous manner are considered signs of desrespect and rebellion against an elder.

Usually, a certain look is enough to let a child know that he/she is not behaving properly. A child who ignores this warning and continues to act up will 'get it' later (e.g., after company leaves). As a rule, a mother tries to coax and wheedle a child into behaving properly and uses the slipper (for spanking) as a last resort. 'Wait till your father comes home' is also used as a way of frightening a child into behaving properly, or to delay punishment.

Comprehension/Interpretation Questions

1. Ano ang ikinagalit ng nanay kay Nene?

2. Namamalo ba kaagad ang Nanay ni Nene?

3. Bakit naiiba ang pagdidisiplina sa bunso?

Discussion Questions

1. Ang pagdadabog ba ay dahilan upang mapalo ang bata sa Amerika?

2. Ano pa ang mga asal na ikinapapalo ng mga bata sa Pilipinas?

3. Ganoon din ba sa Amerika?

Some *mag-* verbs are derived from *um-* verbs or *ma-* verbs. In contrast to their *um-* counterparts, the *mag-* verbs indicate intent and deliberation of action. Among these verbs, there is a shift in stress to the next syllable.

Intensity of action or repeated action is also expressed by the derived *mag-* verbs. Sometimes, the first syllable of the root is reduplicated to emphasize intensity.

Example:

dumábog   to stamp one's feet in vexation

magdabóg   to deliberately stamp one's feet in vexation

magdadabóg to stamp one's feet repeatedly

Exercise

Change the following sentences into intense, deliberate ones:

1. Lumakad siya para mamayat.

   _____

2. Kumain siya para tumaba.

   _____

3. Natulog siya para makalimutan niya ang problema.

   _____

4. Umiyak siya para ibili siya ng laruan.

   _____

5. Sumigaw siya upang matulungan.

   _____

More expressions on child-rearing:

1. Tungkol sa pagdidisiplina;

   Bigyan ang bata ng magandang huwaran.
   Lagi siyang purihin.
   Iwasan ang pagbibigay ng parusa.
   Huwag takutin.
   Huwag hiyain.

2. Tungkol sa pagsasarili

   Bata pa, turuan na siyang magsarili.
   Huwag hadlangan ang kalayaan sa pagkilos at
   sa pagtatanong.
   Bigyan ng pagkakataong maging responsable.
   Kung magkamali ay huwag pagtawanan.

Dialog Improvisation

Recreate or improvise a variation of the dialog at the beginning of this lesson as you remember it.

Have two mothers (a Filipino and an American) talk about how they bring up their children.

Lesson 92

Dialog

BAKIT UMIIYAK ANG BATA?

(Tinatanong ng Nanay ang katulong.)

A: Bakit umiiyak ang bata?

B: Nadapa raw at nahulog ang kanyang 'bag' sa putikan. Nawala pati ang kanyang baon.

A: Bakit nagkaganoon?

B: Kasi natakot daw sa aso. Nang tahulan siya, biglang tumakbo si Boy. Natalisod siya sa bato at tumilapon ang dala-dala niya.

A: E, bakit ayaw pang bumangon?

B: Kasi napahiya. Maraming nakakita sa kanyang pagkadapa at pinagtawanan siya.

A: Tulungan mo na kayang bumangon at nang huwag nang lalo pang maputikan. Sabihin mo may sorpresa ako para sa kanya.

Vocabulary

Words

nadapa	fell down
nahulog	fell
putikan	puddle
baon	home lunch (a school child's *baon* may also be money for transportation and for snacks)
tahulan	barked at (by a dog)
natalisod	tripped
tumilapon	to scatter in different directions
bumangon	to get up

387

napahiya	was embarrassed
pinagtawanan	was laughed at

Cultural Notes

It seems Filipinos laugh when someone falls down, to relieve the situation and to make it seem trivial. Comments like *Nakahuli ka ba ng dalag?* 'Did you catch a mudfish (when you fell)?' are also meant to provide comic relief.

'Boy' is a common nickname.

Comprehension/Interpretation Questions

1. Bakit umiiyak ang bata?

2. Bakit nagkaganoon?

3. Bakit ayaw bumangon si Boy?

4. Sino ang tutulong sa kanya?

Discussion Questions

1. Paano kayo nagpapatahan ng bata?

2. Paano ninyo inaaliw ang bata?

Grammar Notes

Magka (roon) verbs as the verbal counterpart of *may/mayroon*.

The *magka (roon)* affix, (see Lesson 41), means 'to acquire' or 'to exist'. It is the verbal counterpart of *may/mayroon* which expresses a state of 'possession' or 'existence'.

Examples:

May pera siya.   → Nagkapera siya.

Mayroon siyang pera. → Nagkaroon siya ng pera.

The *magka (roon)* verbs are inflected for aspect.

Examples:

Magkakaroon   siya ng pera.   (contemplated aspect)

Nagkaroon   siya ng pera.   (completed aspect)

Nagkakaroon   siya ng pera.   (incompleted aspect)

or

Magkakapera   siya.

Nagkapera   siya.

Nagkakapera   siya.

Exercise

Change the following *may/mayroon* sentences into verbal constructions:

1. Mayroon siyang bagong bahay.

   Nagkaroon siya ng bagong bahay.

2. May lupa ang pamilya niya.

   _____

3. May handaan sa kanila.

   _____

4. May aksidente sa kanto.

   _____

5. May asawa siya.

   _____

Dialog Variation

Expressions used for child-rearing (continued):

Tungkol sa pag-aalaga ng bata:

Kailangan ang bata ay maging masaya, masigla, mapagsarili, mausisa, may pagmamahal sa ibang tao at may pagpapahalaga sa sarili.

Bigyan ng kalayaan at tamang pagsubaybay.

Ipaalam sa bata kung ano ang inaasahan mo sa kanya.

Iwasan ang paninigaw at pamamalo.

Ipaliwanag ang kaniyang kamalian.

Ipakita ang iyong kasiyahan sa kanyang tamang pagkilos at asal.

Dialog Improvisation

With your partner, recreate or improvise a variation of the dialog at the beginning of the lesson as you remember it.

Cumulative Exercises

A   Translation Exercise

Isalin sa Ingles ang turo ni Balagtas sa 'Florante at Laura' tungkol sa pag-aalaga ng bata:

1. Pag-ibig anaki'y aking nakilala
di dapat palakhin ang bata sa saya
at sa katuwaa'y kapag namihasa
kung lumaki'y walang hihinting ginhawa.

2. Sapagka't ang mundo'y bayan ng hinagpis
mamamaya'y sukat tibayan ang dibdib
lumaki sa tuwa'y walang pagtitiis
anong ilalaban sa dahas ng sakit?

3. Ang taong magawi sa ligaya't aliw
mahina ang puso't lubhang maramdamin
Inaakala pa lamang ang hilahil
na daratna'y di na matutuhang bathin.

4. Gaya ng halamang lumaki sa tubig
daho'y nalalanta munting di madilig,
ikinaluluoy ang sandaling init
gayon din ang pusong sa tuwa'y maniig

5. Ang laki sa layaw karaniwa'y hubad
sa bait at muni't sa hatol ay salat,
masaklap na bunga ng maling paglingap
habag ng magulang sa irog na anak.

B   Interpretation Exercise

Anong paraan ng pag-aalaga ng bata ang
inilalarawan sa tula ni Balagtas?

PAMIMISTA

Lesson 93

Dialog

SA PISTANG-BAYAN

(Dumalo sa isang pistang-bayan ang isang Amerikano
na kasama ang isang kaibigang Pilipino.)

A: Ang daming tao! Nasa plasa yata ang buong
bayan!

B: Oo, kasi narito ang kasayahan. Kapag piyesta,
maraming binyagan at kasalan. Marami ring
nagtitinda ng kung anu-ano sa patyo--laruan,
damit, kasangkapan sa bahay, mga pagkain...

A: Masaya pala ang piyesta. Panay ang ikot ng
banda ng musiko.

B: Ang mga tiya ko ang tokang magpakain ng musiko,
kaya magdamagan ang lutuan sa kanila...
Dito muna tayo sa labas ng simbahan. Abangan
natin ang paglabas ng magagandang dalaga.

A: Talaga ikaw... Teka muna, hindi ba nakakahiyang
makikain sa mga tiya mo? Hindi naman ako
kumbidado.

B: Ano bang hindi? Kapag piyesta, lahat kumbidado.
Pagkagaling natin sa mga Tiya Isabel, doon
naman tayo sa mga pinsan ko. Tapos kina Tony...

A: At kakain uli tayo?

B: Kung hindi, sasama ang loob nila sa atin.
Ihanda mo ang tiyan mo.

A: Dapat pala nagdala ako ng 'Alka-Seltzer'.

1. Words

pistang-bayan	town fiesta
dumalo	attended
plasa	town plaza
binyagan	baptism
kasalan	wedding
patyo	patio, (here used to mean church grounds or courtyard)
magdamag	all through the night
abangan	watch out for
makikain	to eat (share the food) at someone's place

2. Expressions

panay ang ikot ng banda ng musiko	the brass bands are going around the community constantly
tokang magpakain	it's (their) turn to feed the musicians (as their contribution to the fiesta)
sasama ang loob nila	their feelings will be hurt

Cultural Notes

Town fiestas are both religious and social events. It is a time for honoring the saints, for giving thanks to life's blessings. Everyone has something to be thankful for--a new job, a recovery from an illness, the birth of a child, a happy marriage or even simply having survived another year.

Fiestas are also occasions for reunions with friends and relatives, and in general, for merrymaking. It is 'open house' for everybody and food is shared with everyone.

The bigger the celebration, the more brass
bands there are. Usually, in the evening of
the town fiesta, there is also a band concert
in the church courtyard. Sometimes, there is
also a band competition and the bands from the
different towns come to the town fiesta.

Comprehension/Interpretation Questions

1. Nasaan ang piyesta?

2. Ano ang nangyayari kapag piyesta?

3. Ano ang gustong gawin ni B sa labas ng simbahan?

4. Saan sila kakain?

5. Sino ang sasama ang loob? Bakit?

Grammar Notes

Kundi is a contraction of *kung*, 'if', and of
hindi, 'not'. It is the negative counterpart of
kung clauses.

Example:

Kundi tayo kakain uli, sasama ang loob nila.

'If we don't eat again, they will feel bad.'

Kundi clauses, when followed by negated main
clauses, imply that the opposite is true.

Example:

Kundi ka nag-aral, hindi ka nakapasa sa iksamen
mo.

'If you had not studied, you wouldn't have
passed your exam.'

(Implication: You studied, therefore, you
passed your exam.)

Exercises

Complete the following *kundi* clauses with
appropriate clauses.

1. Kundi ka pupunta_____.

2. Kundi uulan_____.

3. Kundi ka dumating_____.

4. Kundi sa kaniya_____.

5. Kundi siya nanood ng sine_____.

Make the following contrary-to-fact statements true by using *kundi* in the first clause and *hindi* in the second clause:

1. Kung nakinig ka sa akin, nanalo ka sana.

   Kundi ka nakinig sa akin, hindi ka sana nanalo.

2. Kung nagising ka nang maaaga, nakarating ka sa oras.

   _____

3. Kung mabuti ang pakiramdam ko, pumunta sana ako sa piyesta.

   _____

4. Kung nagsabi ka ng totoo, pinayagan ka sanang umalis.

   _____

5. Kung kumain ka, inantok ka sa trabaho.

   _____

Review the enclitics: *yata, rin, pala, muna, naman.*

Give the closest translation of the following sentences in English. Then translate the same sentences without the enclitics.

1. Nasa plasa *yata* ang buong bayan.

   _____

   _____

2. Marami *ring* nagtitinda ng kung anu-ano sa patyo.

   _____

   _____

3. Masaya *pala* ang piyesta.

_____

_____

4. Dito *muna* tayo sa labas ng simbahan.

_____

_____

5. Hindi *naman* ako kumbidado.

_____

_____

6. Pagkatapos natin sa mga Tiya Isabel, doon *naman* tayo sa mga pinsan ko.

_____

_____

Dialog Variation

Expressions used to describe fiestas:

May mga nakasabit na makukulay na palamuti.

May mga arko sa kalsada.

Umiikot ang banda ng musiko.

Bawa't bahay ay may handa.

Nagpapalabas ng komedya sa gabi.

Mayroon ding karnabal.

Maraming bisita.

Nagsisimba ang mga tao at sumasama sa prusisyon.

Dialog Improvisation

With your partner, recreate or improvise a variation of the dialog at the beginning of this lesson by adding some of the descriptions above.

Lesson 94

Dialog

SA BAHAY NG TIYA ISABEL

(Inaaya ni Manny si Bob na kumain.)

A: Halika na, Bob. Dito na tayo sa ahing ito.

B: Teka, hindi ba tayo magpapakita muna sa may-
   bahay?

A: Hindi mo mahuhuli ang Tiya Sabel ngayon at
   abalang-abala sa kusina. Ang Tiyo Dading naman,
   nakikipag-inuman sa mga kumpare niya. Mamaya
   natin sila puntahan.

B: Ang daming pagkain! Saan ako uupo?

A: Diyan ka sa kabisera. Tatabihan ko ang mga
   dalaga.

B: Ayoko sa kabisera. Hindi naman ako ang maybahay.

A: Ikaw ang ispesyal na panauhin, kaya diyan ka
   na (sa mga bisita). Halina kayo at sabayan
   ninyo kami. Bob, basta umabot ka nang umabot.
   Huwag kang mahihiya.

K: Mang Bob, umabot ho kayo ng litson. Tikman
   ninyo 'yong balat. Malutong. Ayun ang sarsa.

B: Masarap ho lahat pero talagang busog na ako.

K: Kaunti pa. Minsan lang kayong mapasyal sa amin.
   Tikman ninyo ang 'leche flan'. Ang pinsang
   dalaga ni Manny ang gumawa niyan.

B: Sige na nga.

A: Sabi sa iyo, hindi ka mamamatay nang dilat dito
   sa amin.

Vocabulary

1. Words

inaaya	is being asked
abalang-abala	very busy
nakikipag-inuman	is drinking with

398

tatabihan	will sit next to
litson	suckling pig roasted over coals
balat	the crunchy skin of the roasted pig, considered a delicacy
malutong	crunchy
sarsa	sauce for the lechon

2. Expressions

dito na tayo sa ahing ito (ahin + linker*)*	let's eat at this serving (At town fiestas, there is a continuous flow of people being served on long tables)
magpapakita sa maybahay	will present ourselves to the hostess
hindi ka mamamatay nang dilat	you won't die with your eyes open, i.e., you won't die hungry
hindi mahuhuli	won't be able to catch

Cultural Notes

Kabisera, 'head of the table'. The seat of honor is reserved for guests considered important and special.

Ang pinsang dalaga ang gumawa. Because the 'leche flan' was prepared by Manny's unmarried female cousin, it is special and should be sampled.

Comprehension/Interpretation Questions

1. Ano ang ginagawa ng maybahay?

2. Sino ang nauupo sa kabisera?

3. Sino kaya si 'K'? Napilit ba niyang kumain pa si Bob?

4. Karaniwan bang kaugalian ito kung may handa?

5. Bakit sinabing 'hindi ka mamamatay nang dilat dito sa amin' ni A?

Grammar Notes

Um- and *mag-* are both actor-focus affixes. Some-
times, they are affixed to the same root. When this
happens, the *um-* verb is often an intransitive verb,
or if it occurs with an object, the action affects
the actor. The *mag-* verbs, on the other hand, are
mostly transitive verbs and the action is directed
towards the object.

Example:

Umabot siya ng prutas.	'He reached out for some fruits.'
Nag-abot siya ng prutas.	'He handed out some fruits.'

Exercise

Supply the missing affixes and translate the
sentences into English:

1. a) _____tayo siya ng kubo. → *Nagtayo* siya ng kubo.

   b) _____tayo siya sa kanto.

2. a) _____tapon ang bata sa kotse.

   b) _____tapon ang bata ng basura.

3. a) _____bili siya ng isda sa palengke.

   b) _____bili siya ng isda sa palengke.

4. a) _____sakay siya ng mga turista sa bus.

   b) _____sakay siya sa bus.

5. a) _____lakad siya ng dahan-dahan.

   b) _____lakad siya ng mga papeles.

Dialog Variation

Expressions used for feasts:

Nasa kabisera ang panauhing pandangal.

Sa Amerika, ang padre de pamilya ang nasa
kabisera.

Nag-iinuman ang mga lalake.

May litson, sugpo at alimango.

Kain nang kain. Huwag kayong mahihiya.

Abalang-abala sa pagluluto at paghahanda ang maybahay.

May iba't-ibang kakanin, kagaya ng suman, bibingka, ispasol, puto seko, at iba pa.

Halos lahat ng tahanan ay bukas sa pagtanggap ng panauhin.

Dialog Improvisation

With your partner, recreate or improvise a variation of the dialog at the beginning of this lesson by adding some of the expressions given above.

Lesson 95

Dialog

MABUTI'T DUMAYO KAYO SA AMIN

(Tapos nang kumain si Bob at Manny.)

A: Medyo kakaunti na ang tao. Tingnan natin kung
   libre-libre na si Tiya't Tiyo... Tiya, Tiyo,
   ito ho si Bob, ang kaibigan kong Amerikano
   na nagbabakasyon sa Pilipinas.

B: Kumusta, Bob? Mabuti't dumayo kayo sa amin.
   Kumain na ba kayo?

K: Tapos na tapos na po. Masarap ang inyong handa.

D: Gusto mo ba ng bir? Masarap ang San Miguel.

K: Mamaya na ho. Talagang wala nang paglalagyan.

B: Dito na kayo matulog. Mamayang hapon, may
   'basketball championship' sa plasa, at sa
   gabi naman, may 'Amateur Hour' at 'stage show'.

K: Hindi ho ba malaking abala?

D: Hindi, kung hindi ka maselan. Pasensiya ka
   lang sa patung-patong...O, sige, pumasok na
   kayo sa salas at isayaw ninyo ang mga dalaga.

A: Sige ho at nang matunaw nang kaunti ang aming
   kinain.

Vocabulary

1. Words

libre-libre	a little free
maselan	picky, finicky
patung-patong	one on top of the other, i.e., crowded
salas	living room

2. Expressions

medyo kaunti na	rather few

wala nang paglalagyan	there's no more room (to put additional food in)
at nang matunaw	so that (the food) will be digested

Cultural Notes

At big fiestas, the hostess is often so busy supervising the volunteer kitchen help that she does not mingle with the guests until everyone is served.

Besides 'marathon eating', fiestas also feature basketball games, 'amateur hours', (similar to a gong show) and stage shows. Usually, out-of-towners are invited to sleep over so they can participate in these events.

Comprehension/Interpretation Questions

1. Kailan ipinakilala ni A ang bisitang Amerikano sa tiyo at tiya niya? Bakit?

2. Ano ang San Miguel?

3. Bakit pinatutulog si Bob at si Manny sa mga Tiya Isabel?

4. Marami ba silang nakain?

5. Ano ang gagawin nila sa salas?

Grammar Notes

Ng and *Nang*

Ng and *nang* are both pronounced the same way, /naŋ/. They have different uses in the sentence. *Ng* is used to mark noun phrases.

Example:

Gusto mo ba *ng* bir?

Nang on the other hand, is used before verbs and adjectives and acts as an adverbial and adjectival marker respectively.

Example:

Sige ho, at nang matunaw *nang* kaunti.

At nang, which functions as a subordinate conjunction meaning 'so that' and introduces a purpose clause (see Lesson 58) is not the *nang* being discussed in this lesson.

Different from the *nang* discussed above, is the *nang* which is a combination of the enclitic *na* plus linker *-ng*.

Example:

Talagang wala *nang* paglalagyan.

'There is really no more space (already) to put it in.'

Exercise

Fill in the blanks with *ng, nang, nang (=na + ng)*.

1. Gusto mo _____ litson, di ba?

2. Kumain siya _____ kumain sa handaan.

3. Ayaw ng Amerikano _____ balut.

4. Busog na siya. Ayaw _____ kumain ng bisita.

5. Tatakbo siya _____ tatakbo bukas, kasi marami siyang kinain.

Dialog Variation

More expressions on fiestas:

Nagpatay sila ng maraming manok.

Kumatay sila ng *baka,* (kalabaw, kambing, baboy)

Naglitson sila. (nagrelyeno, nagsuman, nag-ihaw)

Naglagay sila ng tolda para *kainan.* (paglutuan)

May *palabas* sa patyo. (palaro, pasayaw, karnabal)

Magpapalabas sila ng *komedya.* (moro-moro, sarsuela)

May *nagbabalagtasan*.　(nagpapaligsahan sa
pagkanta/laro/sayaw)

Dialog Improvisation

With your partner, recreate or improvise a
variation of the dialog at the beginning of this
lesson by adding some of the expressions given
above.

Cumulative Exercises

1. Pag-usapan ang larawan sa pahinang ito.

2. Batay sa larawang ito, sumulat ng isa o
   dalawang talata tungkol sa piyesta sa
   Pilipinas.

Reprinted from *Archipelago*.

PAGHINGI NG TULONG

Lesson 96

Dialog

NAHIHIYANG MAGSABI

(Nagsadya ang isang matandang lalaki sa kanyang
kumpare upang humingi ng tulong.)

A: Tao po. Magandang gabi po.

B: Aba, si Kumpareng Ambo pala. Tuloy kayo. Jose,
narito si Kumpareng Ambo. Maupo ho kayo.

K: Pareng Ambo! Ano ho ba ang atin? Maria, labasan
mo nga ng maiinom si Kumpare.

A: Huwag na ho kayong mag-abala. Hindi ako mag-
tatagal.

K: E, kumusta ho ba? Tila may importanteng sadya
kayo.

A: Mayroon nga ho sana. Nahihiya akong magsabi.

K: Huwag na kayong mahiya.

B: Sino pa ba ang magtutulungan?

A: Kakapalan ko na ang mukha ko.

B: Sinasabik ninyo kami.

A: O sige na nga. Natatandaan ba ninyo 'yong lupa
sa tabi ng aking sinasaka? Ipinagbibili ho
ng may-ari nang murang mura. Ibig ko sanang
itanong sa inyo kung gusto ninyong paghatian
natin. Sayang kung mapupunta pa sa iba.

K: Ayaw sana namin kayong pahindian. Pero
kapadadala pa lang namin ng pangmatrikula ni
Nene sa Maynila.

A: Nahuli pala ako. O, sige ho, hindi na ako
magtatagal.

B: Huwag muna kayong umalis. Linabasan ko kayo ng
matamis.

Vocabulary

1. Words

nagsadya	to go on purpose
magtatagal	will stay long
sadya	errand, mission
magtutulungan	will help each other
sinasabik	is leaving one in suspense
sinasaka	being farmed
paghatian	to divide
pahindian	say <u>no</u> to (*hindi*, 'no')
kapadadala	has just sent
pangmatrikula	money for tuition
nahuli	was late
matamis	dessert

2. Expressions

Ano ho ba ang atin?	lit., what is ours?, is equivalent to the greeting, 'How are you?' or 'How can I help you?'
labasan ng maiinom	bring in (from the kitchen) something to drink (for our guests)
Huwag na ho kayong mag-abala	Please don't bother (is a polite way of refusing. It should not be taken literally.)
kakapalan ang mukha	lit., will make my face thick, i.e., will be shameless

Cultural Notes

Usually, a caller, even someone who drops in for a short while, is given something to drink, usually a soft drink. To 'accompany' the drink, one serves some kind of cake, or *matamis*, for example, bananas cooked in syrup.

It is polite to pretend to refuse the offer
and to say, 'You shouldn't have bothered',
when the food is presented to the caller.

This dialog is an abbreviated exchange between
someone who wants to ask for a favor and another
who has to refuse to grant the favor.

Comprehension/Interpretation Questions

1. Ano ang sadya ni Kumpareng Ambo?

2. Bakit siya nahihiyang magsabi?

3. Natulungan ba siya? Bakit?

4. Bakit siya pinigil umalis?

Grammar Notes

Aspect-Marked Pseudo-Verbs and Particles

On rare occasions, pseudo-verbs like *gusto/ayaw*,
dapat, and negative and positive particles *hindi* and
oo, show aspect-marked forms. They usually take
um-, *-in*, and *-an* affixes. Dapat takes *mang-(-in)*.

Examples:

1. Ayaw naming *humindi*. 'We didn't want to say
          "no".'

 Ayaw naming *pahindian* 'We didn't want to say
 ka.   "no" to you.'

 Umoo man siya ngayon, 'Even if he says "yes"
 huli na.   now, it's too late.'

2. G*i*nusto niyang piliin 'He chose to have that
 ang buhay na iyon. kind of life.'

3. Bigla siyang *umayaw*. 'He suddenly refused.'

4. Minarapat *(mang- -in* 'He decided to take your
 + *dapat)* niyang gawin advice.'
 ang payo mo.

Exercise

Complete the following sentences having aspect-
marked *gusto/ayaw*, *hindi/oo*, and *dapat* with
appropriate phrases or clauses.

409

1. Humindi siya sa_____.

2. Inayawan niya ang_____.

3. Umoo siya sa_____.

4. Ginusto niyang_____.

5. Nararapat na_____.

Dialog Variation

Expressions used for requesting a favor:

1. Request-openers

   Maaari bang humingi ng tulong mo?

   Puwede bang sumaglit ako sa inyo? Mayroon lang akong itatanong sa iyo.

   Nakakahiyang magsabi.

   May ginagawa ka ba? Puwede bang _____(request)

   Gusto ko sanang malaman kung_____(request)

   Ibig ko sanang itanong sa inyo kung_____(request)

2. Responses

   Huwag na kayong mahiya. Ano (ho) iyon?

   Huwag ka nang mahiya.

   Sige na (ho). Sino pa ang magtutulungan?

   (Refusal) Ayaw sana namin kayong pahindian pero...

   (Acceptance) Aba, oho. Iyon lang pala.

   Wala kayong dapat alalahanin. (formal)

   Walang kuwenta iyan. Basta kayo/ikaw. (informal)

Dialog Improvisation

Recreate or improvise a variation of the dialog at the beginning of this lesson by making the situation more informal, changing the request and having 'K' grant the request.

Lesson 97

Dialog

PUWEDE BANG IWAN SA IYO ANG MGA BATA SANDALI?

(Nakikiusap si Belen kay Linda na bantayan sandali ang mga anak niya.)

A: Puwede ko bang iwan sa iyo ang mga bata sandali? Gusto ko lang sumaglit sa simbahan.

B: 'Yon lang pala. Kung gusto mo, mag-'day off' ka naman. Ako ang bahala sa mga bata.

A: Baka nabibigla ka. Malilikot yata ang mga bulilit ko.

B: Hindi, sanay ako riyan. Nasasabik din ako sa mga pamangkin ko.

A: Sandaling-sandali lang ako. Basta natutulog ang mga bata sa kanilang kuwarto. Baka nakabalik na ako, tulog pa ang mga bata.

B: Ayaw mo talagang maglakwatsa? Pagkakataon mo na. Sabi sa iyo, sanay akong mag'baby-sitter'.

A: Talaga ba? O, sige, tatawagan ko si Bert sa opisina at nang mailabas naman niya ako. Matagal na nga akong nakakulong sa bahay.

Vocabulary

1. Words

nakikiusap	is requesting (Compare with *nakikipag-usap* 'is talking with')
bantayan	to watch
malilikot	active
nasasabik	to be eager to see
nakakulong	to be cooped up

411

2. Expressions

baka nabibigla ka	you might be doing something rash, *bigla*, sudden, suddenly
mga bulilit ko	my small ones, i.e., my children
sumaglit sa simbahan	to stop at the church for a while
pagkakataon mo na	it's your chance

Cultural Note

In big towns and cities where young married couples are far from the extended family, the help of neighbors in taking care of a child for a short time is enlisted. The institution of paid baby-sitters does not exist in the Philippines.

Comprehension/Interpretation Questions

1. Kanino iniiwan ang mga bata?

2. Ano ang gusto ni B na gawin ni A?

3. Bakit ayaw mag-'day off' ni A?

4. Napilit ba siya ni B?

5. Sino si Bert? Ano ang balak gawin ni Belen?

Grammar Notes

Order of Enclitics

Enclitics (i.e., *na, pa, nga, din, daw, yata,* etc.) normally occur after the first full word of the sentence which may be preceded by *ang, si, sa,* or *nasa*.

Example:

Malilikot *yata* ang mga bulilit ko.

One syllable pronouns *ka, mo* and *ko* normally precede any other enclitic.

Example:

Pagkakataon *mo na.*

In a sentence with more than one enclitic, the normal order is:

na / pa	nga	din	daw	po	ba

Two-syllable enclitics follow one-syllable ones such as:

lang	naman	sila	yata
	pala	yata	naman

Example:

'Yon *lang pala.*

Two-syllable enclitics can be interchanged in position.

The usual meanings of the enclitics are as follows:

1. na ('already')

2. pa ('still')

3. nga (assertion marker)

4. din/rin ('too')

5. daw/raw (reported speech marker)

6. po/ho (respect particle)

7. ba (question marker)

8. lang/lamang ('only')

9. pala (surprise marker)

10. yata (uncertainty marker)

11. naman ('instead', 'on the other hand')

Sentences normally have no more than two enclitics at a time.

Expand the sentence by adding each enclitic
in the correct order.

Nagsusugal si Iking.

1. (daw/raw)   <u>Nagsusugal daw si Iking.</u>

2. (na)   <u>Nagsusugal na raw si Iking.</u>

3. (nga)   _____

4. (pala)   _____

5. (rin)   _____

6. (yata)   _____

7. (naman)   _____

Dialog Variation

Expressions used for making an offer of
assistance:

Mukhang may problema ka. Puwede bang makatulong?

Ako ang bahala sa _____.

May kailangan ka ba?

Meron ba akong maitutulong sa iyo?

Ano ang maitutulong ko sa iyo?

Kailangan mo ba ng tulong?

Possible responses:

Acceptance:

Salamat. Nakakahiya naman yata sa iyo.

Salamat na lang at narito ka. Puwede bang ____?

Refusal:

Salamat. Kaya ko na ito.

Salamat. Wala naman.

Recreate or improvise a variation of the dialog at the beginning of this lesson as you remember it.

Lesson 98

Dialog

MAY IBIG AKONG IPAGTAPAT SA IYO

(Hindi sinasadyang nagkita si Brenda at Rosie sa bangko.)

A: Oy, Brenda. Mabuti't nagkita tayo. Ilang beses na kitang tinatawagan, hindi kita mahuli-huli.

B: Ikaw pala, Rosie. May bisita kasi kami kaya lagi kami sa labas. Sa umaga, ipinapasyal namin sila at sa gabi naman, kumakain kami sa labas.

A: Talaga ka palang 'busy'.

B: Bakit mo ako tinawagan?

A: Tatanungin ko sana kung gusto mong magsine. Maganda ang palabas sa sineng malapit sa amin. 'Dollar night' pati. Pero hindi na bale, may bisita ka pala.

B: Kung magpasyal ka na lang sa amin mamaya at nang sa ganoon makilala ka naman ng mga bisita namin.

A: Ang gusto ko sana, tayo lang dalawa ang magkita. May ibig akong ipagtapat sa iyo. May malaking gulong umabot sa buhay naming mag-asawa.

B: E bakit hindi mo sinabi kaagad? Saan mo gustong pumunta para makapag-usap tayo nang sarilinan.

A: Talaga ba? Hindi ba nakakahiya sa bisita mo?

B: Hindi. Pagod na rin sila sa kapapasyal.

A: O, sige, dadaanan kita ng mga alas 8:00 mamaya. May alam akong tahimik na 'coffee shop'.

Vocabulary

1. Words

ipagtapat	to confess, to confide in
'dollar night'	on certain nights, some movie houses charge only one dollar for a movie

416

makilala	to meet, to know
magkita	to see each other
malaking gulo	big trouble
umabot	reached, came to
tahimik	quiet

2. Expressions

hindi sinasadya	not intentional
hindi kita mahuli-huli	I couldn't catch you
nang sarilinan	in private

Cultural Note

Rosie's invitation to a movie was simply a pretext. What she actually wants to do is talk to Brenda. Brenda understands and makes it easy for the two of them to have a tete-a-tete. It is not unusual for a friend to go to another for advice or solace when he/she is in trouble.

Comprehension/Interpretation Questions

1. Ano ang ginagawa ni Brenda para sa mga bisita niya?

2. Talaga bang manood ng sine ang layunin ni A?

3. Ano ang masasabi ninyo sa pagkakaibigan ni Rosie at ni Brenda? Bakit?

4. Magkikita ba sila? Kailan at saan?

Discussion Questions

1. Sinong tao ang pinagkakatiwalaan ninyo?

2. Ano ang ginagawa ninyo kapag nais ninyong humingi ng tulong sa isang kaibigan? Dinidiretso ba ninyo o dinadaan sa parinig ('hints')?

The linker or ligature *na* (after consonants) or
-*ng* (after vowels) is generally used to connect words
that are related to each other as a modifier and a
modified noun.

Example:

May malaki*ng* gulo*ng* umabot sa buhay nami*ng*
mag-asawa.

This complex sentence comes from a combination
of the following information:

May gulo.   Umabot sa buhay namin ang
                         gulo.

Malaki ang gulo.   Mag-asawa kami.

Exercise

Combine each of the following sets of informa-
tion in one sentence, using *na/ -ng* as linkers.

1. Tawagin mo ang bata.
    May sombrero ang bata.
    Bago ang sombrero.

    _____.

2. May babae sa kanto.
    Nakaberde ang babae.
    Amerikana ang babae.

    _____.

3. May bulaklak sa plorera.
    Akin ang bulaklak.
    Mabango ang bulaklak.

    _____.

4. May anak ang kapatid ko.
    Maliliit ang mga anak ng kapatid ko.
    Apat ang mga anak ng kapatid ko.
    Panganay ang kapatid ko.

    _____.

5. Matapang si Felipe.
    Sundalo si Felipe.
    Anak ni Aling Clara si Felipe.
    Labandera si Aling Clara.
    Labandera namin si Aling Clara.

_____ .

Dialog Variation

1. Expressions used as openers for requests:

    May ibig sana akong itanong sa iyo.

    Di kaya nakakahiyang...

    Alam mo, kapus na kapus kami ngayon.   Maari
    bang...

    Kundi lang ako napasubo/gipit sa panahon...

    Ayoko sanang istorbohin ka pero...

    Alam kong marami kang inaasikaso pero...

2. Sample closers for requests:

    Huwag ka sanang madadala, ha?

    Ano ang gagawin ko kung wala ka?

    Salamat, sa uulitin.   (pabiro)

    Talagang napakabuti mong kaibigan.

    Salamat na lang at natulungan mo ako.

    Ikaw din, magsabi ka lang kung may maitutulong
    ako at nang magantihan naman kita.

Dialog Improvisation

    Recreate or improvise a variation of the dialog
at the beginning of this lesson by changing the
favor requested and including request-openers as
well as closers.

Communication Activity

    Divide the class into two groups.   Have one group
draw up a list of situations, e.g., carrying heavy
bags at a crowded bus station, trying to fix a flat

tire, being stuck in a foreign city with no money, etc. Have the other group draw up a list of characters, giving age, sex, profession, and details such as 'you are in a hurry', 'you have a bad back', 'you are very tired', 'you know nothing about cars', etc.

Each person in the group will have his list of situations or characters. Those with situations should go to different parts of the room. The characters should approach (or try to avoid) them and offer help or be approached for help.

Situations and characters should be changed several times.

PANGUNGUMBIDA

Lesson 99

Dialog

AKO ANG TAYA

(Katatapos pa lamang kumain ng magkaibigan sa isang
restawran. Nag-uunahan sila sa bayaran.)

A: Ang sarap talaga ng pagkain dito sa restawran
    na ito. Lahat ng paborito kong ulam, tamang-tama
    ang timpla.

B: O, sige, ako ang bahala rito, ha? Ako ang taya.

A: Aba, hindi. 'Blow-out' ko ito.

B: Ako naman. Laging ikaw ang taya. Nakakahiya
    sa iyo.

A: Sa susunod ka na...Naku, teka muna, malaking
    disgrasya. Nadukutan yata ako, pare. Wala sa
    bulsa ko ang aking 'wallet'.

B: Siguro noong may bumunggo sa iyo kanina. Marami
    bang laman?

A: Oo, pare. Kasusuweldo ko lang. Mabuti't kasama
    kita. Kung hindi, malaking kahihiyan. Pihong
    maghuhugas ako ng pinggan. Pakibayaran mo muna.
    Ibibigay ko sa iyo pagdating sa bahay.

B: Huwag mong intindihin 'yon. Nawalan ka na nga.

A: Nakakahiya sa iyo. Ako ang nag-aya, ikaw ang
    nagbayad.

B: Talagang ganyan, kung mamalasin. Mabuti na
    lang at doon nauwi ang disgrasya.

1. Words

taya	'it', the one who pays the bill
timpla	seasoning
nadukutan	was pickpocketed
may bumunggo	someone bumped into (another)
bulsa	pocket
kasusuweldo	just got paid
pakibayaran	please pay
nawalan	suffered a loss
mamalasin	will have bad luck
kahihiyan	embarrassment

2. Expressions

malaking disgrasya	a big misfortune
maghuhugas ng pinggan	will wash the (restaurant) dishes (as payment). (This seems to be based on American cartoons.)

Cultural Notes

Nag-uunahan sa bayaran, 'racing to be the first to pay the bill'.

Blow-out, 'a treat'. Filipinos like to give 'blow-outs', i.e., a treat, a way of sharing. Almost anything is cause for a 'blow-out': passing an exam, getting a pay raise, celebrating a birthday. Sometimes, there is no need for an occasion for someone to give a 'blow-out'. For example, someone who has a new dress on, or has a new hairstyle is teased to give a 'blow-out'.

1. Pumayag ba si A na si B ang magbayad?

2. Sino ang nagbayad? Bakit?

3. Ano ang sinabi ni B kay A para maaliw siya?
   Ano ang ibig sabihin nito?

Grammar Notes

'Calamity' Verbs

Certain *ma- -an* verbs often refer to some kind
of calamity or disaster brought upon the recipient
of the action. Bases that belong to this set are
*dukot, wala, sagasa, buhos, tapak, sakit, putik,
sugat, hulog, dagan, tama, bali, sunog,* etc.

Other bases that take only the affix *ma-* are
*hiwa, baril, ipit, basag, umpog, bangga, patay,
lunod,* etc.

The aspectual forms of these verbs are as
follows:

Aspect	*Ma- -an* (dukot)	*ma-* (baril)
Neutral:	madukutan	mabaril
Completed:	nadukutan	nabaril
Incompleted:	nadudukutan	nababaril
Contemplated:	madudukutan	mababaril

Exercise

Fill in the blanks with the appropriate *ma- -an*
verbs:

1. _____ ang kotse niya sa pader.

2. _____ ng tubig ang mga nanghaharana.

3. _____ siya sa Quiapo kapag hindi siya
   nag-ingat.

4. Gusto mo bang _____ ang kamay mo sa pinto?

5. Lagi na lang _____ ang ulo niya sa mesa.

6. _____ ang sundalo ng bala.

7. _____ ang mga 'refugee' sa dagat.

8. _____ ang mga bata nang nagtakbuhan ang tao
sa sine.

9. _____ ang mga tao sa kalye dahil sa ulan
nang ulan.

Dialog Variation

Expressions used for initiating a 'blow-out':

Hoy, pumasa ka pala sa 'bar'. ⎫
   may dagdag ka pala sa suweldo. ⎬ 'Blow-out'
   na-'promote' ka pala. ⎪ naman diyan.
   nanalo ka pala sa _____. ⎭

Expressions used for giving 'blow-outs':

Ako ang *taya*. (magblo-'blow-out')

Bagong suweldo ako.

Na-'promote' ako.

Nakapasa ako sa _____.

Natanggap ako sa _____.

Nanalo ako sa _____.

'Birthday' ko.

Dialog Improvisation

Try to recreate or improvise a variation of the
dialog at the beginning of this lesson by having
B's friends ask him to give a 'blow-out' for being
a recipient of an award.

Improvise a dialog based on the following
situation and make up your own ending.

> You treated some friends to dinner in a
> first-class restaurant. You just had a
> good dinner. The waiter is waiting for
> you to pay the bill. You look for your
> wallet and find that you do not have it.
> The restaurant does not accept credit cards.
> Your friends do not have enough to pay the
> waiter.

Lesson 100

Dialog

MAY 'PARTY' SA OPISINA NAMIN

(Nag-uusap ang mag-asawang Bob at Estelita.)

A: May 'party' sa opisina namin sa katapusan ng buwan. Gusto mo bang magpunta tayo?

B: Ikaw.

A: Pareho sa akin. Ano ang gusto mo?

B: Wala akong isusuot.

A: Kung tinatamad ka, dito na lang tayo sa bahay. (Hindi kikibo si Estelita, pero talagang gusto niyang magpunta sa 'party'.)

A: Bakit wala kang kibo?

B: Wala.

A: Bakit sabi?

A: Sabi nang wala.

A: Kung hindi ka magsasabi, hindi kita maiintindihan.

B: Ayaw mo ba talagang pumunta sa 'party' ninyo? Gusto ko sana...

A: E bakit hindi ka nagsabi agad?

B: Kasi akala ko ayaw mo.

Vocabulary

1. Words

ikaw	you, i.e., it's up to you, as you wish
tinatamad	don't feel like it (lit., is feeling lazy)

2. Expressions

Bakit wala kang kibo?	Why are you so quiet/ not talking

Bakit sabi?	I asked you <u>why</u>.
sa katapusan ng buwan	at the end of the month
Sabi nang wala	I've said it, 'nothing'.
Kasi akala ko	It's because I thought

Cultural Notes

This exchange is common where one of the persons involved finds it hard to communicate verbally his/her thoughts and prefers to be quiet. Silence is actually used as a way to communicate annoyance, dissatisfaction or even anger. Among Filipinos, the problem is often resolved without verbal confrontation. Time is allowed to go by and 'heal' the breach.

Since Estelita is married to an American who insists on her speaking out (because her silence makes him uncomfortable) Estelita is forced to admit she wants to go to the party. But she does not say it outright.

Comprehension/Interpretation Questions

1. Ano ang tinatanong ni Bob kay Estelita?

2. Ano ang sagot ni Estelita?

3. Bakit nagsawalang-kibo si Estelita?

4. Bakit hindi niya sinabi kaagad ang kanyang isinasaloob?

Discussion Questions

1. Kung kayo ay may galit o sama ng loob, kayo ba ay nagsasawalang-kibo?

2. Ginagawa ba ito ng mga Amerikano?

Grammar Notes

E, at the beginning of sentences, is used as a transition word which ensures the continuity of the flow of ideas from previous sentences. Its English equivalent could be 'then', 'so', or 'well'.

Example:

E, bakit hindi ka nagsabi agad?

'Then why didn't you say so right away?'

Exercise

What sentences could have preceded the following sentences beginning with *'E'*?

1. _____

E, ano ang sinabi mo?

2. _____

E, si Alex yata ang kumuha.

3. _____

E, talaga naman palang masamang anak.

4. _____

E, bakit naman ganoon ang ginawa niya.

5. _____

E, nakinig naman ako.

Dialog Variation

Expressions used for invitations:

May bagong bukas na 'restaurant' sa...

May magandang palabas sa...

May 'party' sa bahay ni...

May 'birthday party' si...

May 'blow-out' si...

May piknik sa Sabado.

Gusto mo bang *magpunta* tayo?   (sumama)

Sample expressions for accepting invitations. Notice that usually the invitations are not accepted outright.

Hindi naman ako kumbidado. Hindi ba nakakahiya?

Ikaw ang bahala.

Ewan. Ikaw, gusto mo?

Oo, sige. Tena.

Ipagpaalam mo ako sa tatay ko. Baka hindi pumayag, e.

Tatanungin ko muna ang tatay/nanay ko.

Titingnan ko.

Dialog Improvisation

Recreate or improvise a variation of the dialog at the beginning of this lesson, this time, involving two friends instead of a husband and wife.

Lesson 101

Dialog

NAPASUBO AKO

(Nagsusumbong ang isang lalaki sa kanyang kaibigan.)

A: Bakit ang sama-sama ng mukha mo? Hindi mo ba nagustuhan ang 'luncheon date' ninyo ni Pepe?

B: Napasubo ako. Akala ko si Pepe ang taya, e kanya-kanya pala.

A: Bakit, wala ka bang dalang pera?

B: Mayroon, pero muntik na akong kapusin. Tamang-tama lang pamasahe ang natira. Akala ko kasi kung sino ang nag-aya, siyang magbabayad.

A: Hindi na siguro marunong ng 'blow-out blow-out' si Pepe. Matagal na siya dito.

B: Kahi't na. Pilipino pa rin yata siya. Doon pa siya nag-aya sa restawrang pers klas, e hindi naman pala niya ako ipagbabayad. Naubos tuloy ang 'allowance' ko.

A: Hindi bale. Nakatikim ka naman ng 'high living'.

Vocabulary

1. Words

nagsusumbong	is/are telling on someone
napasubo	was put in a difficult position
pamasahe	money for transportation
pers klas	first class
nakatikim	had a taste of

2. Expressions

kanya-kanya or kani-kaniya	to each his own
muntik na akong kapusin	I almost didn't have enough (money to pay the bill)

naubos tuloy	as a result, (I) used up (my allowance)

Cultural Note

One who invites another (to a movie or to a restaurant for coffee, etc.,) is expected to foot the bill, unless there is an agreement to go 'Dutch treat' (*kani-kaniyang bayad*).

B resents the fact that Pepe no longer acts as a 'Filipino' and has put B in an embarrassing position. Instead of telling Pepe that B had misunderstood him, B pays his own bill and later tells A how he feels about the incident.

Comprehension/Interpretation Questions

1. Bakit nagrereklamo si B?

2. Sino ang akala ni B na magbabayad ng kinain nila ni Pepe?

3. Bakit raw hindi na marunong mag-'blow-out' si Pepe?

Discussion Questions

1. Sa palagay ninyo, nawala kaya ang galit ni B pagkatapos niyang makipag-usap kay A?

2. Nagblo-'blow out' ba kayo? Gusto ba ninyo ang kaugaliang ito?

Grammar Notes

Personal pronouns are sometimes reduplicated to emphasize their restrictive function. Only the first two syllables of three-syllable pronouns are reduplicated.

Examples:

kanya-kanya	to each his own
tayo-tayo	(just) among us
sila-sila	(just) among themselves
kami-kami	(just) among ourselves

430

kayo-kayo   (just) among yourselves

kani-kanila   (just) their own

The reduplicated pronouns are often accompanied by *lang*, 'only'.

Exercise

Reduplicate the pronouns that will bring out their restrictive function in the following sentences.

1. Huwag na ninyo kaming isama. Kayo na lang ang manood.

_____

2. Sila lang ang nagpundar ng negosyo.

_____

3. Kami na lang ang mag-aayos ng simbahan.

_____

4. Maliit lang ang handa. Tayo lang.

_____

5. Kanila ang kinikita nila.

_____

Dialog Variation

Comparing and contrasting invitation styles.

1. Sa Pilipino, kung sino ang nag-aya, siyang nagbabayad. Kapag walang taya sa pagbabayad, o kanya-kanya ang bayad, 'Dutch treat' ang tawag. Samantala, sa Amerikano, ang pag-aaya ay di laging nangangahulugan na ang nag-aya ay siyang magbabayad. Kapag nagsabi siyang 'magkape tayo' o kaya'y 'maghapunan tayo sa Huwebes', nangangahulugan na kanya-kanya ang bayaran. Kapag nagsabi siyang 'pakakapehin kita' o kaya'y 'ililibre kita ng hapunan', maliwanag itong siya ang mag-babayad. Kadalasan, 'Dutch treat' ang bayaran.

431

2. Ang Pilipino ay madalas makipag-agawan sa pagbabayad sa pagkain, sa sasakyan, at iba pa. Ang di makipag-agawan o magtangkang makipag-agawan sa bayaran ay tinatawag na 'kuripot' o 'masamang ugali'. Dahil sa madalas mag-'Dutch treat' ang mga Amerikano, di sila nakikipag-agawan sa bayaran.

Dialog Improvisation

Recreate or improvise a dialog where differences in culture result in a conflict situation when an American invites a Filipino for coffee.

Create dialogs based on the paragraphs above.

Translation and Interpretation Exercise

Translate the paragraphs above and comment on them.

Lesson 102

TAYU-TAYO LANG

A: May kaunting salu-salo sa amin sa Sabado.
   Puwede ka ba?

B: Bakit? Anong mayroon?

A: Wala naman. Gusto lang naming magsalu-salo
   tayo.

B: Anong oras?

A: Mga alas siyete. Siyanga pala, huwag mo nang
   mabanggit sa iba. Maliit lang ang handa.
   Tayu-tayo lang. Baka malaman pa ng iba,
   sabihin hindi ako marunong makisama.

B: Ano ang madadala ko?

A: Huwag ka nang mag-abala. Basta pumunta ka na
   lang.

Vocabulary

1. Words

tayu-tayo	just among ourselves
salu-salo	party *salo*, to share
madadala	will be able to bring
mag-abala	to bother

2. Expressions

huwag mabanggit sa iba	don't mention (it) to the others
maliit ang handa	it's a small party
baka malaman ng iba	the others might find out about it
hindi marunong makisama	does not know how to get along

433

Filipinos find it hard to give small parties because they do not want to leave other people out. When it is necessary to limit a party to a few friends, it is kept a secret.

Comprehension/Interpretation Questions

1. Ano ang mayroon kina A?

2. Ano ang dahilan nito?

3. Bakit ayaw ni A na mabanggit sa iba ang tungkol sa salu-salo?

4. Ano ang dadalhin ni B?

Grammar Notes

Baka, 'perhaps, maybe', is an adverb that always occurs in sentence-initial or clause-initial position.

When *baka* introduces a nominal or adjectival predicate or a predicate that includes an aspect-marked verb, it expresses a conjecture.

Examples:

Baka magnobyo sila.   'They might be sweethearts.'

Baka nawala ang pera.   'It's possible/perhaps the money was lost.'

When *baka* is followed by the basic form of the verb, it expresses anxiety on the part of the speaker about a possible undesired occurrence.

Example:

Baka malaman pa ng iba, sabihin hindi ako marunong.

'(I'm afraid) others might learn about it and say that I'm stupid.'

Exercise

Write *baka* sentences to express conjecture or anxiety.

1. Nahulog ang pinggan.

   _____

2. Magkaiba ang tinitirhan nina Mr. at Mrs. Santos.

   _____

3. Gabing-gabi na silang umuwi.

   _____

4. Puyat siya nang siya'y mag-iksamen.

   _____

5. Magblo-'blow-out' siya.

   _____

Dialog Variation

Expressions for declining invitations:

Sorry. May gagawin ako sa Sabado.

Titingnan ko. May iksamen yata ako sa Lunes.

A, hindi puwede, may lakad ako.

Expressions for persuading others to accept one's invitation:

Sige na. Nandoon ang lahat ng barkada.

Sige, pag hindi ka pumunta, hindi kita babatiin kailan man.

Ikaw rin, baka gusto mong masira ang ating pagkakaibigan.

Sige na, iilan lang ang kumbidado ko.

Pumunta ka na. Hindi kumpleto kung wala ka.

Dialog Improvisation

Recreate or improvise a variation of the dialog at the beginning of this lesson by having B refuse the invitation and A trying to persuade him to accept the invitation.

435

Write down on a piece of paper your name and two things you do not enjoy doing but which other people might find enjoyable (e.g., watching a football match, etc.). Put all the slips of paper into a box. Take turns at drawing a slip. Talk to the person whose name is on the slip and invite him/her to do one of the things he/she has written. (He/she should decline your invitation.)

Lesson 103

Dialog

PABALAT-BUNGA

(Nag-uusap ang magkaibigang dalaga.)

A: May malaking kasalan kina Tessie bukas.
Pupunta ka ba?

B: Hindi naman ako kumbidado.

A: Anong hindi? Narinig ko si Tessie na kinukumbida
tayong lahat.

B: Pabalat-bunga lang 'yon. Nakita niya na
narinig ko na iniimbita ka, kaya napilitan
siyang kumbidahin din ako. Para nga naman
hindi masabing mayroon siyang pinupuwera.

A: Tama ka na. Kaibigan ka rin ni Tessie, hindi
ba?

B: Oo, pero...

A: Wala nang pero-pero. Basta sumabay ka na sa
amin.

B: Sigurado ka bang hindi pabalat-bunga ang
paanyaya sa akin?

A: Siguradung-sigurado.

Vocabulary

1. Words

kasalan	wedding
kumbidado/ imbitado	invited
napilitan	was forced
pinupuwera	being excluded (from Spanish *fuera* 'outside of, not in') (also *pwenepuwera*)
paanyaya/ imbitasyon	invitation

437

2. Expressions

pabalat-bunga   like the skin of a fruit,
                         i.e., insincere

wala nang   no buts (from Spanish *pero*
pero-pero   'but')

Cultural Note

It is difficult for Filipinos to exclude other
people from a social gathering. They feel
obligated to extend an invitation to someone
they have not thought of inviting in the first
place if he/she happens to hear about the party.
Such an invitation is called *pabalat-bunga* or
nanggagaling sa ilong, 'coming from the nose'
i.e., insincere. A person thus invited
realizes this and makes excuses for not accept-
ing the invitation. Usually, what happens is
that the host feels so badly about hurting some-
one else's feelings that he/she extends an
extra strong invitation to the person he/she
has failed to invite earlier. Whether a person
thus invited finally decides to go to the party
will depend on his/her feelings about the matter.
A good sport will ignore the 'slight' and have
a good time at the party; someone whose ego
has been bruised may sulk and stay home.

Comprehension/Interpretation Questions

1. Saan ang kasalan?

2. Bakit ayaw pumunta ni B?

3. Bakit sumama rin siya?

Discussion Questions

1. Ano ang 'pabalat-bungang' paanyaya?

2. Mayroon bang pabalat-bungang paanyaya sa
   Amerikano?

3. Paano nalalaman ng Pilipino na ang paanyaya
   ay di pabalat-bunga?

Grammar Notes

Pa- Manner Adjectives

Pa- manner adjectives consist of *pa-* plus base or root, often equivalent to an adverbial expression of manner in English.

The *pa-* adjective base often occurs as the base of intransitive *um-* verbs and sometimes intransitive *mag-* verbs.

Examples:

pabulong (b*u*mulong)   'in a whisper'

pahinanakit (*mag*hinanakit) 'showing injured feelings'

Other *pa-* adjectives are *padabog, paismid, pangiti, pasayaw, patagilid, patihaya, paluhod, pataob, patabingi, pasimangot,* etc.

Pa- manner adjectives are often used in response to *paano* 'how' questions.

Exercise

Answer the following *paano* questions:

1. Paano ang pagsasalita ni Pepe?

   <u>Pabulong ang pagsasalita ni Pepe.</u>

2. Paano ang kilos ng taong galit? masaya?

   _____

3. Paano ang pagbati ng Pilipino sa iyo?

   _____

4. Paano ang paglakad ng tao?

   _____

5. Paano ang paghehersisyo mo?

   _____

Dialog Variation

Responses expressing uncertainty in being invited:

1. A: Hoy, pupunta ka ba kina Tessie bukas?

   B: Bakit, ano ang mayroon? Wala yatang nagsabi sa akin.

2. A: Halika na. Sabi ni Tessie sumama ka raw. Lahat raw tayo.

   B: E, bakit hindi niya sinabi sa akin. Nakita ko siya kahapon.

3. A: Pupunta ka ba sa kasal ni Tessie?

   B: Ewan. Wala naman akong imbitasyon. At minsan lang niya binanggit, nanggaling pa yata sa ilong.

4. A: Ang hirap namang kumbidahin nito! Hindi ba kinumbida tayong lahat ni Tessie?

   B: Naroon lang ako nang imbitahin niya si Rosie kaya napilitan siyang kumbidahin din ako.

Dialog Improvisation

With your partner, recreate or improvise a variation of the dialog at the beginning of this lesson by changing B's reason (that is, why he thinks the invitation is insincere).

440

Lesson 104

Dialog

'BIENVENIDA-DESPEDIDA'

(Nag-uusap ang magkaibigan sa telepono.)

A: Lydia, si Karen ito. Pumunta ka naman sa amin sa Linggo.

B: Bakit, ano ang mayroon?

A: Bibigyan ko ng 'despedida party' si Mr. and Mrs. Jones. Babalik na sila sa Pilipinas. Nag-'home leave' lang sila dito.

B: Hindi ako puwede, 'sorry'. Darating naman sina Mr. and Mrs. Reyes at sa amin sila titira. Kilala mo sila, hindi ba?

A: Oo, kaibigang-kaibigan sila ng mga Nanay ko. Kung gusto mo, isama mo na rin sila. Parang 'bienvenida' na rin para sa kanila.

B: Talaga ba? Plano ko ngang bigyan sila ng 'bienvenida' para naman makilala nila ang ibang Pilipino dito. Pero hindi ba nakakahiya kay Mr. and Mrs. Jones? Sila yata ang panauhing pandangal.

A: Hindi naman siguro. Sanay na sila sa ganoon. Matagal sila sa Pilipinas at gawi na sila sa 'isahan na lang' na handaan.

B: Ganoon ba? O sige, magdadala ako ng ilang putahe at gagawa ako ng matamis. Para ilang tao?

A: Huwag na. Marami na akong iniluto. Tulungan mo na lang akong mag-'entertain' sa bisitang Kano.

Vocabulary

1. Words

bienvenida	a welcome party (from Spanish *bienvenida* 'welcome')
despedida	a farewell party (from Spanish *despedida* 'farewell')

| *makilala* | to meet |
| *ilang putahe* | a few dishes |

2. Expressions

sanay na/ *gawi na*	used to
isahan na lang *na handaan*	one party for two or more occasions
panauhing *pandangal*	guest of honor
bisitang Kano	American guest(s)

Cultural Note

It is fairly common to have one party for two occasions, a *bienvenida* and a *despedida*, to honor someone who is leaving and someone who has just arrived from a trip.

Comprehension/Interpretation Questions

1. Sino ang bibigyan ng 'despedida party'?

2. Bakit hindi maaaring pumunta si B?

3. Bakit naging 'bienvenida-despedida' ang handaan?

4. Ano ang gusto ni A na gawin ni B para sa kanya?

5. May ganito bang isahan na lang na handaan sa Amerika?

Grammar Notes

Grouping Numerals

A cardinal number plus the suffix *-an* normally expresses the meaning of 'so many at a time'.

Examples:

isahan	singly, or one at a time
dalawahan	two at a time
apatan	four at a time

Give the appropriate -*an* numeral:

1. Puwede ang apat sa kuwarto.

_____

2. Pinagsamasama ang tatlong istorya.

_____

3. Puwede ang sampu sa dyip.

_____

4. Dala-dalawa sa bawa't kahon.

_____

5. Kasya ang lima sa kotse.

_____

Dialog Variation

Expressions used in planning who to invite:

Sino ba ang aanyayahan natin sa despedida ni Leny?

(Aanyayahan natin) ang alkalde, ang bise-alkalde, si Father Dever, sina Kumareng Lisa at Kumpareng Esting, ang Ninang Chayong at ating mga kapitbahay.

Baka may makalimutan ka, sumama ang loob sa atin.

Nakumbida mo na ba si _____? Baka maghina-nakit iyon.

Dialog Improvisation

Recreate or improvise a variation of the dialog at the beginning of this lesson by including a part where the family determines who to invite to a party. Start out with a modest-sized *despedida* or *bienvenida* party i n mind, but end up with a big party to which practically everyone is invited so as not to hurt anybody's feelings.

Communication Exercise

How would you go about planning a party? Talk about this among yourselves and improvise a dialog based on your discussion.

Composition

Write a paragraph or two in Tagalog comparing Filipino and American parties.

Lesson 105

Dialog

KUMBIDADO KA BA?

(Nag-uusap ang dalawang magkaibigan.)

A: Kumbidado ka ba sa handaan ni Jimmy?

B: Bakit, may handaan ba sa kanila? Hindi ko yata alam 'yon.

A: Siguro hindi ka pa lang nasasabihan.

B: Hindi siguro ako talagang kumbidado. Panay na VIP lang na kamukha mo.

A: Tama ka na. Nahuli lang siguro ang imbitasyon mo.

B: Hindi. Talagang malayo na si Jimmy sa mga Pilipino. Madalas maghanda, pero 'foreigners' lang ang kumbidado.

A: Alam mo, mahirap dito dahil walang katulong. Hindi maaaring laging kasali sa lakaran ang lahat ng mga Pilipino. Isa pa, kung minsan pinagpaparis-paris ang kinukumbida. 'Yong tinatawag na may 'something in common'.

B: Bakit, hindi ba tayo marunong makiharap sa taga-ibang bayan?

A: Ay, naku, hindi naman sa ganoon siguro. Masyado ka namang maramdamin.

B: Huwag mo nang ipagtanggol si Jimmy. Iba na siyang talaga.

Vocabulary

1. Words

katulong	lit., helper (euphemism for maid)
makiharap	lit., to face, i.e., to mingle with, to interact socially with someone
maramdamin	sensitive

| *ipagtanggol* | to defend; side with |
| *pinagpaparis-paris* | to match |

2. Expressions

V.I.P.	very important people
malayo na sa mga Pilipino	lit., far from the Filipinos i.e., no longer wants to associate with Filipinos
iba na siya	he's different, i.e., he's no longer one of us

Cultural Note

Filipinos in the States who adopt the 'American way' of giving dinner parties often run the risk of hurting the feelings of some of their Filipino friends who want traditional ways to continue to prevail. B feels left out and thinks that Jimmy no longer wants to associate with Filipinos.

Comprehension/Interpretation Questions

1. Ano ang hinanakit ni B?

2. Bakit daw malayo na si Jimmy sa mga Pilipino?

3. Ano ang sinabi ni A para ipagtanggol si Jimmy?

4. Sino raw ang maramdamin?

5. Napawi ba ni A ang hinanakit ni B kay Jimmy?

Grammar Notes

Ma- -in Adjectives

Ma- -in adjectives consist of the prefix *ma-*, an adjective base, and the suffix *-in*. The adjective is often translatable into English by a phrase consisting of 'inclined to be' plus the translation of the adjective base.

Examples:

maramdamin	inclined to be too sensitive
mainggitin	inclined to be envious
maunawain	understanding, compassionate

Sometimes the first syllable of the root/base is reduplicated.

Example:

masasaktin   sickly

Exercise

What do you call a person who is:

1. inclined to be angry _____(galit)

2. easily frightened _____(takot)

3. easily annoyed _____(inis)

4. easily bored _____(inip)

5. of a happy disposition_____(saya)

Dialog Variation

Expressions used to soothe the hurt feelings of people not invited to a party:

Maliit lang siguro ang handa.

Baka hindi pa lang dumarating ang imbitasyon mo.

Alam mo, walang katulong dito sa Amerika, kaya mahirap maghanda nang malaki.

Siguro pinaghati-hati nila ang mga kaibigan nila. Ikaw naman sa susunod.

Siguro tinatawagan ka pero wala ka sa bahay.

Huwag ka nang magdamdam. Siguro hindi ka pa lang napagsasabihan.

Dialog Improvisation

Recreate or improvise a variation of the dialog at the beginning of this lesson by having A try harder to console B's hurt feelings for not being invited to the party.

Lesson 106

Dialog

MAGKAPE TAYO

(Pinasyalan ni Ed si Terry sa opisina niya.)

A: Oy, Ed, kumusta? Matagal na kitang hindi nakikita.

B: Masyado akong 'busy'. Tinatapos ko ang aking 'dissertation'.

A: Magkape muna tayo.

B: Huwag na, sandali lang ako.

A: E maano? Maupo ka at magtitimpla ako ng kape. May gatas at asukal ba?

B: Maaabala ka pa. Gusto kita lang tanungin.

A: Basta't magkape muna tayo. Kailangan natin ang 'break'.

Vocabulary

1. Word

   pinasyalan   stopped by to see

2. Expressions

   gatas at asukal   milk and sugar

   magtimpla ng kape   lit., to blend, i.e., put sugar and milk in coffee, make some coffee

   maaabala ka pa   You will be bothered. (It is a polite thing to say to a host/hostess who offers the guest something to eat and drink.)

Cultural Note

Offering food and drink to a caller at one's work place is an extension of the practice of offering food and drink to a caller at one's home.

448

1. Ano ang ginagawa ni Ed?

2. Ano ang anyaya ni A?

3. Pumayag ba si Ed?

4. Bakit nadaan si Ed kay A?

Grammar Notes

Hoy (or *'oy*), 'Hey', is an attention-getter used with people known to the speaker. Attention-getters used for strangers are usually titles or honorifics such as *Doktor, Propesor, Mama, Bata,* '*Mr./Mrs./Miss*', *Lola/Lolo*, etc. If *hoy* is used with non-acquaintances, it might be considered rude.

'Pssst' is another way of calling someone's attention, especially when someone is quite a distance away. In the States, some Filipinos sometimes use 'Pssst' to see if an Asian-looking person is Filipino. (He/she will look back if he/she is.)

Exercise

Give the appropriate attention-getters for the following people:

1. A woman selling fish: _____

2. A man blocking your view: _____

3. A child in the schoolyard: _____

4. Your friend, Mely, who is crossing the street:

_____.

5. An old woman standing beside your seat:

_____.

6. A friend on the opposite side of the street:

_____.

Expressions used for inviting someone to have a break.

1. Sa Amerika:

   Halika, mag-'break' muna tayo.

   Hoy, trabaho ka nang trabaho diyan. 'Break' muna.

   Tena sa kapeterya.

   Gusto mo ba ng kape? Igagawa kita.

   Ano ang gusto mo: kape o tsaa?

   Gaano karaming *asukal?* (gatas)

   May asukal at gatas ba?

2. Sa Pilipinas:

   Tena, magmirindal muna tayo.

   Pumili ka na: pansit, lugaw o ginatan?

   Akin ito, ha?

   Ano ba? Lagi na lang ikaw ang nagbabayad. Ako naman.

   Sige, ikaw naman. Pero ako bukas, ha?

Dialog Improvisation

Recreate or improvise a variation of the dialog at the beginning of this lesson and change the situation to merienda time in the Philippines.

Composition

Write an essay describing the similarities and differences between the American and Philippine styles of taking a break.

MAY SAYAWAN SA AMIN SA LINGGO

(Bagong magkakilala pa lang si Ben at si Lisa.
Gustong imbitahin ni Ben si Lisa sa isang sayawan.)

I

A: Aling Lisa, may sayawan sa amin sa Linggo.
   Puwede ko kaya kayong makumbida?

B: (Hindi kikibo).

A: Isama ninyo ang kapatid ninyo o kaibigan kaya.

B: Hindi ho ako sigurado. May lakad yata ho kami
   sa Linggo.

A: Baka naman ho puwede.

B: Hayaan ho ninyo't pasasabihan ko kayo.

II

(Magkaibigan si Ben at Lisa.)

A: Lisa, puwede ka kaya sa Linggo? May sayawan sa
   amin.

B: Hindi ako sigurado...

A: Isama mo ang mga Nanay mo. Susunduin ko kayo
   at ihahatid.

B: Mga anong oras?

A: Mga alas kuwatro. Tamang-tama ang dating natin
   sa amin, mga alas singko.

B: Itatanong ko sa Nanay...

A: Basta dadaanan ko kayo ng mga alas kuwatro.
   Ayos na 'yon.

B: Ikaw na nga ang bahala. Mapilit ka, e.

451

1. Words

pasasabihan	will let (you) know
mapilit	persistent
dadaanan	will stop by for someone

2. Expressions

bagong kakilala	new acquaintance
susunduin at ihahatid	will pick up and take home
ayos na 'yon	it's settled, that's okay (*ayos*, 'fixed')
ikaw na nga ang bahala	I'll leave it up to you (lit., you be responsible)

Cultural Note

In both dialogs, Ben offers to have Lisa bring along a companion, thus maximizing the chances of Lisa's going with him to the dance. Although in modern Philippines, chaperoning is not as strict as in the 'olden days', parents still prefer to have their children go to parties in groups.

Lisa does not give a definite answer in Dialog I; in Dialog II, she leaves it all up to Ben. In both cases, she does not want to appear eager.

Comprehension/Interpretation Questions

1. Paano mo alam na bagong magkakilala sina Lisa at Ben?

2. Sino ang pinasasama ni Ben kay Lisa?

3. Pumayag bang sumama si Lisa sa sayawan?

Dialog II

1. Ano ang kaibahan ng diyalogong ito sa nauuna?

2. Bakit pinasasama ni Ben ang nanay ni Lisa?

3. Sasama ba si Lisa kay Ben? Bakit?

452

1. Ano ang kaibahan ng mga tagpong ito sa mga Amerikano?

2. Nagpapa'chaperone' o nagpapasama pa ba ang mga dalaga sa Pilipinas sa panahong ito?

Grammar Notes

The adjectival prefix *ma-* plus a verb base expresses a quality of being excessively what the base indicates.

Examples:

mapilit	persistent
mapili	choosy
mausisa	inquisitive, curious
masalita	nagging
matanong	inquisitive

Exercise

Give the synonyms of the following, using *ma-* plus verb base construction:

1. palatanong _____

2. salita nang salita _____

3. napakaulit _____

4. laging daldal nang daldal _____

5. mapag-usisa _____

Dialog Variation

Expressions used for invitations:

Formal/Polite:

Puwede ho kaya kayong makumbida?

Maaari ho ba kayong kumbidahin?

Responses used to convince someone who refuses an invitation:

Baka naman ho puwede.

Inaasahan ho kayo ng mga magulang ko.

Baka ho naman puwede e, susunduin ko kayo at ihahatid.

Informal:

Lisa, puwede ka ba sa Linggo?   May binyagan sa amin.

Responses used to convince someone who refuses an invitation:

Sige na.   Ipagpapaalam kita sa Nanay mo.

Magsama ka ng *kapatid* mo.   (kaibigan, pinsan)

Basta *pupunta* ka.   (sasama)

Tama na ang pakipot.

Masaya, kasi nandoon ang barkada.

Wala namang pakikisama ito.   Tena na.

Sige na.   Hindi kumpleto kung wala ka.

Dialog Improvisation

Recreate or improvise a variation of the dialog at the beginning of this lesson by inviting your partner to a social function, first using the formal style of invitation, and then shifting to the informal one.

Lesson 108

Dialog

'BIRTHDAY' NG ANAK KO SA SABADO

(Kinukumbida ni Aling Mary si Aling Bella sa isang salu-salo.)

A: 'Birthday' ng anak ko sa Sabado. Magpapansit lang ako nang kaunti. Puwede ba kayong mag-anak?

B: Mag-iilang taon na ba si Trina?

A: Magdadalawa na ang aking bunso.

B: Kasing-edad pala ni Nadette.

A: Sige naman, pumunta kayo sa amin. Katuwaan lang. Walang masyadong handa.

B: O, sige, matagal na rin tayong hindi nagkikita-kita.

A: Pupunta rin sina Kumareng Tessie. Kumpleto ang tropa.

(Sa bahay ni Aling Mary.)

B: 'Happy birthday, Trina!' Naku, ang 'cute' ng 'birthday girl'.

A: Padala ng Tita Rosie niya 'yong 'jump suit' mula sa 'States'.

B: O, Nadette, ibigay mo kay Trina ang regalo mo. 'Kiss' kayo.

A: Nag-abala ka pa, Kumare. Sabihin mo 'thank you', anak. O, sige, pasok kayo sa loob at nang makainom muna kayo. Maingay dito sa labas. Nag-aagawan sa lobo ang mga bata.

(Pagkakain)

B: Laging masarap ang handa mo, Kumare.

A: Simple lang.

B: Ikaw ba ang nagluto ng lahat niyan?

A: Hindi, 'imported' ang aking 'cook'. 'Yong pinsan kong 'teacher' ng 'H.E.'

B: Talaga ikaw, laging 'class'.

Vocabulary

1. Words

magpapansit	will make *pansit*
mag-anak	family
kasing-edad	same age
handa	food served at a party

2. Expressions

ang tropa	the group
mag-iilang taon	how old will (Trina) be? lit., will be how many years
katuwaan lang	just for fun, no big deal
pagkakataon na	it's a (good) opportunity
nag-aagawan sa lobo	grabbing balloons (that are being distributed)

Cultural Notes

Pansit, Chinese noodles cooked with meat and vegetables, is served at birthday parties, anniversaries and similar events to insure long life.

'A' prepares a big spread but humbly says that it's just a small party.

'H.E.' is an abbreviation for Home Economics.

Comprehension/Interpretation Questions

1. Sino ang may kaarawan?

2. Mag-iilang taon na si Trina?

3. Ano ang padala ni Tita Rosie?

4. Si Aling Mary ba ang nagluto?

5. Ano ang handa ni Aling Mary?

6. Ano ang kahulugan ng paghahanda ng pansit?

Discussion Question

Ano ang kaibahan ng handaan dito sa Amerika at sa Pilipinas?

Grammar Notes

Ilan, a question word meaning 'how many?', can be verbalized when prefixed with *mag-*. However, it only occurs in the contemplated form.

Example:

Mag-iilang taon na ba si Trina?

'How old will Trina be?'

The response is also a *mag-* verb in the contemplated form with a numeral as base.

Example:

Magdadalawang taon na.

'(She) will be two soon.'

Exercise

In response to a question with *mag-iilang,* translate the following sentences using a *mag-* verb expressing how old the subject is:

1. Luis is almost ten years old.

_____

2. Lydia is almost twelve years old.

_____

3. Kenny is about twelve.

_____

457

4. Kim will be ten years old.

Dialog Variation

Expressions used at birthday parties:

Greetings:

Maligayang bati.

Akala ko di na kayo darating.

Gift-giving:

Pasensiya ka na rito (referring to the gift).

Naku, nag-abala pa ito. (setting gift aside and not opening it till after the guests have gone)

Salamat.

Feeding the guests:

Upo kayo. Ano ang gusto niyong inumin?

Halina. Nakahanda na ang pagkain.

Ang sarap! Busog na busog na ako.

Sige pa. Baka nahihiya ka lang.

Kumuha ka pa ng *morkon*. (litson, pansit)

Talagang hindi na (ho) puwede.

Kaunti pa. Natikman mo na ba ang *halayang ubi?* (makapuno, 'leche flan', etc.)

Kaunti lang (ho)...Naku po...Ubod ng dami.

Other activities

Sumayaw naman kayo.

Magkantahan tayo. Kumanta tayo ng 'Happy Birthday'.

Recreate or improvise a variation of the dialog at the beginning of this lesson by making the celebrant an eighteen-year-old girl. Use the expressions given above. Include an American guest who wonders why the gifts are not opened as soon as they are received.

Cumulative Exercise

1. Ano ang kadalasang sagot kapag may nagsabing 'ako ang taya'?

   _____

   _____

2. Kailan sinasabi ang 'blow-out' naman diyan?

   _____

   _____

3. Sino ang nagbabayad kapag ang nangumbida ay Pilipino?

   _____

   Amerikano? _____

4. Kapag ang isang binata ang nangumbida ng dalaga sa probinsiya, ano ang karaniwang sagot nito?

   _____

   _____

5. Ano ang tawag sa di tunay o tapat na imbitasyon?

   _____

   _____

6. Paano nalalaman na ang imbitasyon ay tunay o taos-puso?

   _____

   _____

7. Anong klaseng salu-salo ang 'tayu-tayo lang'?

   _____

8. Anong uri ng 'party' ang ibinibigay para sa isang

    bagong dating? _____ _____

    papaalis? _____

9. Ano ang karaniwang sagot sa tanong na 'kumbidado
    ka ba', kung hindi nakumbida ang tinanong?

    _____

    _____

10. Ang mga taong umaasa nguni't di nakukumbida ay

    _____ nagagalit

    _____ naghihinanakit

    _____ naiinis

       (Pumili ng isa.)

PAKIKIPAGKAPWA-TAO AT PAKIKISAMA

Lesson 109

Dialog

HINDI MARUNONG MAKISAMA

(Nag-uusap ang mga magkakaibigang binata.)

A: Bakit wala sa 'party' kagabi si Jaime?

B: Hindi pumunta dahil masama raw ang pakiramdam
niya. May sakit yata.

A: Ano bang maysakit? Nakita ko kanina na naka-
istambay kina Aling Rosa. May inaabangan yata
doon.

K: Laging ganoon si Jaime. Hindi talaga sumasama
sa ating mga lakaran.

A: Hindi na siya marunong makisama.

B: Hayaan na natin kung iyon ang hilig niya.

Vocabulary

1. Words

maysakit	sick
nakaistambay	hanging around, goofing off (from English 'stand by')
lakaran	activities
hilig	inclinations, likes (n.)

2. Expressions

masama ang pakiramdam	does not feel well
may inaabangan	is waiting for someone who is not expecting him/her

461

Peer pressure to go along with the group, *makisama,* is strong. A does not believe Jaime's alleged excuse for not going with the group.

Comprehension/Interpretation Questions

1. Bakit wala raw sa 'party' si Jaime?

2. Naniwala ba si A sa paliwanag ni B?

3. Bakit hindi raw marunong makisama si Jaime?

4. Ano ang gagawin nila kay Jaime?

Discussion Question

Anu-ano ang katangian ng isang taong marunong makisama?

Grammar Notes

Subjectless Sentences in Discourse

Tagalog non-initial sentences leave out their subjects if reference was made to them in previous sentences.

Examples:

Hindi pumunta dahil masama raw ang pakiramdan niya.

May sakit yata.

Nakita ko kanina na nakaistambay kina Aling Rosa.

Hindi talaga sumasama sa ating mga lakaran.

Hayaan na natin kung iyon ang hilig niya.

Exercise

Supply the missing subjects of the sentences above by re-reading the dialog at the beginning of this lesson.

Example;

Hindi pumunta (si Jaime) dahil masama raw
ang pakiramdam niya.

Dialog Variation

Expressions used for persuading others to join
an activity:

Sige na, sumama ka sa amin.

Masaya pag kasama ka.

Pag hindi ka sumama, wala ka talagang pakikisama.

Sayang na lang ang pagsasamahan natin.

Sige ha, pag ikaw ang nag-aya, sumasama kami.

Hala, pag nag-aya ka, hindi kami sasama.

Nag-iiba ka na yata.

May galit ka yata sa amin.

Huwag ka nang pakipot.

Excuses given for refusing to go:

'Sorry', may iksamen ako, e.

Gusto ko sana, pero sasamahan ko ang *kapatid*
ko sa doktor. (nanay, lola, tiya...)

Hindi puwede, kasi may nasagutan na akong
pupuntahan.

Sa susunod na.

Kundi sana may lakad ang mga magulang ko. Walang
tao sa bahay, e. Alam mo naman ako, kung maaari
hindi na kayo dapat magsabi, kaya lang...

Recreate or improvise a variation of the dialog at the beginning of this lesson by adding another part which centers on the gang trying to persuade Jaime to go with them to a party. Have him refuse their invitation without hurting their feelings.

Lesson 110

Dialog

SOBRANG MATAMPUHIN

(Nag-uusap ang dalawang magkaibigang babae.)

A: Naku, hindi na naman ako binabati ni Josefa. Bakit kaya?

B: Siguro nagtatampo na naman. Pasensiya ka na. Sobrang matampuhin. Madaling sumama ang loob.

A: Ano kaya ang ipinagtatampo?

B: Siguro dahil hindi natin isinama sa ating lakad noong Linggo.

A: E hindi naman plano 'yon. Nagkatuwaan lang bigla.

B: 'Yon nga ang paliwanag ko sa kanya pero nagtatampo pa rin. Hayaan mo, lilipas din 'yon.

A: Sumama kaya sa atin sa sine bukas?

B: Subukan mo. Kung nagtatampo pa, hayaan mo't aamuin natin.

Vocabulary

1. Words

paliwanag	explanation
lilipas	will pass, will go away
matampuhin	given to *tampo*
aamuin	will be cajoled out of one's feeling of hurt or anger

2. Expressions

hindi binabati	is not being spoken to, ignored
nagkatuwaan lang bigla	it's just a spur of the moment thing

Magtampo, is usually translated as 'to sulk' but it does not quite mean that. 'Sulk' seems to have a negative meaning which is not expressed in *magtampo*. It is a way of withdrawing, of expressing hurt feelings in a culture where outright expression of anger is discouraged. For example, a child who feels hurt or neglected may show *tampo* by withdrawing from the group, refusing to eat, and resisting expressions of affection, such as touching or kissing, by the members of the family. A woman may also show *tampo* if she feels jealous or neglected by her loved one.

The person who is *nagtatampo* expects to be *aamuin*, cajoled out of the feeling of being unhappy and left out. Parents usually let a child give way to *tampo* before he/she is cajoled to stop feeling hurt.

Comprehension/Interpretation Questions

1. Ano ang ipinagtatampo ni Josefa?

2. Bakit hindi nasama si Josefa sa lakaran?

3. Ano ang ginagawa sa taong nagtatampo?

Grammar Notes

Naku as an interjection has been mentioned in a previous lesson. Other interjections of this type used to express surprise are *Ay*, 'Oh', *Susmaryosep*, (lit., Jesus, Mary, Joseph' sometimes altered to *Sus* 'Jesus', and *Maryosep*, 'Mary and Joseph') and *Aba!* 'Oh'.

Exercise

The following events are unexpected. Add and vary the interjection to express surprise.

1. Nahulog ang bata.   Naku, nahulog ang bata!

2. Nasusunog ang bahay.   _____

3. Lumipad ang sampay.   _____

4. May suntukan. _____

5. Nabali ang sanga. _____

Dialog Variation

Expressions used to describe 'tampo':

Bakit hindi *kumikibo* (kumakain, sumasama) si Josie? Nagtatampo siguro.

Bakit tayo iniiwasan ni Alex? Siguro may tampo sa atin.

Bakit hindi na sumasama sa atin si Helen? Baka nagtatampo.

Bakit hindi ako *binabati* ni Gina? (kinakausap, tinatawagan) Siguro nagtatampo.

Bakit ayaw makipagkita sa akin si Anita?

Masyado namang *matampuhin* si Betsy. (maramdamin)

Madaling sumama ang loob niya.

Napakamaramdamin naman.

Talagang matampuhin. Wala kang magagawa.

Expressions used to stop 'tampo':

Hayaan mo siya. Lilipas rin iyan.

Amuin mo naman. Nagtatampo si Gary.

Itanong mo kung bakit siya nagtatampo.

Itanong mo kung ano ang nagawa natin.

Dialog Improvisation

Recreate or improvise a variation of the dialog at the beginning of this lesson by having A and B discuss at length Josefa's *tampo* behavior and later conclude by cajoling her out of feeling hurt or slighted.

Lesson 111

Dialog

MAGBATI NA KAYO

(Tinutulungan ang isang kaibigan na makipagbati sa isa pang kaibigan.)

A: Kausap ko si Amy kanina. Hindi raw kayo nag-babatian. Bakit nga ba?

B: Ewan ko sa kanya.

A: Nasisira ang ating 'triumvirate'. Magsine tayong tatlo sa Linggo at nang magbati na kayo uli.

B: Ayoko. May lakad ako.

A: Ano nga ba ang ikinagalit mo?

B: Itanong mo kay Amy.

A: Hindi nga raw niya alam, kaya niya ako pinaki-usapang linawin ang nangyari. Sige na, magsine tayo. Tapos, ako ang taya sa meryenda. Kung ano man ang pinagkagalitan ninyo, kalimutan na ninyo.

B: Madali akong kausapin. Na kay Amy na 'yon...

A: O sige. Basta sasabihin ko kay Amy dadaanan ko kayong dalawa sa Linggo.

Vocabulary

1. Words

tinutulungan	is/are helping
makipagbati	to make friends with again
pinakiusapan	has asked me (to clear things up)
pinagkagalitan	the cause of the quarrel
kalimutan	forget it

2. Expressions

ang ikinagalit	what caused the anger
hindi nagbabatian	not on speaking terms
madali akong kausapin	I am easy to talk with/ deal with, i.e., I'm not hard to please
na kay Amy	it depends on Amy

Cultural Notes

Silence to show hurt, displeasure or anger is a way of avoiding a verbal confrontation.

Inevitably, a mutual friend plays the role of an intermediary and tries to effect a reconciliation. It is not considered meddling and is a socially approved way of helping patch up disturbed relations.

In this dialog, A is acting as intermediary to help patch up the quarrel between her two friends. She suggests going to a movie and eating out afterwards to make it easy for the reconciliation to take place.

Comprehension/Interpretation Questions

1. Sino ang di-magkabati?

2. Ano ang pinagkagalitan nila?

3. Ano ang plano ni B para magbati ang kanyang mga kaibigan?

4. Sa palagay ba ninyo nagbati si Amy at si B?

Grammar Notes

The Instrumental Causative Focus Affix *ika-*

The instrumental causative focus affix *ika-* selects as causer-subjects inanimate nominals whose non-subject phrase counterpart is marked by *(dahil) sa*, 'because of'.

Example:

Ano nga ba ang ikinagalit mo?

'What made you angry?'

Ika- is prefixed to the root of an *um-* or *ma-* verb; *ikapag-* to a *mag-* verb; and *ikapang-* to a *mang-* verb.

Examples:

Ikapunta	cause to go (*pumunta*, 'to go')
Completed:	*ikinapunta*
Incompleted:	*ikinapupunta*
Contemplated:	*ikapupunta*
Ikapagkagalit	cause to become enemies (*magkagalit*, 'to be enemies')
Ikapanginig	cause to tremble (*manginig*, 'to tremble')

Exercise

Change the following into instrumental causative focus sentences:

1. Nagkagalit sina Ben at Carlos (dahil) sa maliit na bagay.

   Ikinapagkagalit nina Ben at Carlos ang maliit na bagay.

2. Nag-away sina Marina at Ester dahil sa tsismis.

3. Sumama ang loob ni Mario kay Resty sa panghihiram ng kotse.

4. Nanlambot si Rosie sa dami ng trabaho.

5. Naghiwalay ang mag-asawa dahil sa hindi pag-kakasundo.

Expressions used by 'intermediaries':

Inquiry:

Ano ba ang pinagkagalitan ninyo ni Amy?

Bakit raw hindi kayo nagbabati ni Amy?

Bakit ka nga ba nagalit?

Ano ang pinagmulan ng inyong tampuhan?

Responses to inquiries or probes:

Wala. (initial response)

Ewan ko sa kaniya.

Si _____ kasi... (revelation of problem)

Reconciliatory expressions:

Huwag mong intindihin iyon. Magliliwanag din ang kaisipan niya.

Pinapatulan mo kasi, e. Hayaan mo, lilipas rin iyan.

Pasensiya ka na. Alam mo naman talagang ganoon iyon, e.

Baka naman hindi mo siya naiintindihan.

Oo nga, ano? Huwag mo nang *pansinin* (dibdibin). Siguro may problema iyon sa bahay.

Sige na, magbati na kayo. Pati kami nahihirapan. Hindi tuloy tayo makapag-'enjoy'.

Huwag kang mag-alala. Hayaan mo at *lilinawin* ko. (tatanungin)

Kalimutan na ninyo ang nangyari. Para namang di tayo matalik na magkaibigan.

Dialog Improvisation

Recreate or improvise a variation of the dialog at the beginning of this lesson by giving the intermediary 'A' a longer role.

A1. Isulat ang mga linya ni 'A':

WALANG PAKIRAMDAM

A: _____

B: Ewan ko sa iyo.

A: _____

B: Aba, ikaw ang magtanong sa tatay ko. Baka ako pa ang makagalitan.

A: _____

B: Kasi yata, wala ka raw pakiramdam. Hindi mo iniisip ang ginagawa mo. Pabigla-bigla ka.

A: _____

B: Hayaan mo na. Hindi mo kasalanan kung hindi ka sanay sa pakiramdaman. Hayaan mo't ipaliliwanag ko kay Tatay na wala kang masamang tangka.

Vocabulary

1. Words

biyenan	father/mother-in-law
ipaliliwanag	will explain
kasalanan	fault, sin
sanay	used to
pakiramdam	sensitivity to what is going on
pakiramdaman	feeling each other out
pabigla-bigla	do things abruptly and without thinking

2. Expression

masamang tangka	bad intention

2. Isalin sa Ingles ang 'dialog' mo.

3. Sagutin ang mga tanong.

a) Ano ang nangyayari sa 'dialog'?

b) Kung parehong Amerikano ang magbiyenan, sa palagay ba ninyo magkakaroon ng ganitong di-pagkakaunawaan? Ipaliwanag.

B1. Ayusin nang sunud-sunod ang mga linya ng 'dialog' at ilagay kung si 'A' o si 'B' ang nagsasalita.

a) Napansin ko, hindi yata kayo nag-iimikan ni Mary Jo. Bakit ba?

b) Bakit nga kaya? Mahirap ang lagay ko sa gitna. Dati ang saya-saya nating tatlo.

c) O, sige. Pareho kayong sumpungin. Kung hindi ko lang kayo mahal na pareho...

d) Aba, ewan ko sa kanya. Siya itong biglang-biglang nagbago.

Vocabulary

1. Words

napansin	noticed
sumpungin	given to tantrums, moody
nag-iimikan	talking to each other

2. Expressions

biglang-biglang nagbago	changed suddenly
ang lagay ko sa gitna	my situation being in the middle (of a fight)

B2. Isalin ang ayos na diyalogo sa Ingles.

B3. Sagutin ang mga tanong.

a) Sino ang di nag-imikan?

b) Sino raw ang biglang-biglang nagbago?

c) Sino ang nahihirapan?

d) May pinapanigan ba si A?

PANLILIGAW

Lesson 112

Dialog

PAANO BA LUMIGAW SA PILIPINA?

(Nagtatanong ang Amerikano sa kaibigang binata
 tungkol sa pagligaw sa Pilipina.)

A: Paano ba lumigaw sa dalagang Pilipina? Hindi
    ako maka-'first-base'. Ni ayaw makipagkape
    sa akin ni Amelia.

B: Binibigla mo naman yata.

A: Hindi nga, e. Ano ba ang dapat kong gawin?

B: Duda siya sa iyo dahil maraming mga 'chicks'
    na humahabol sa iyo. Ma'nong sa akin humabol
    ang iba!

A: Akala ko hindi na kagaya ng unang panahon ang
    ligawan ngayon.

B: Depende. Kahi't nagmamadali ang Maynila, marami
    pa ring mahinhing dalaga na hindi makukuha sa
    bilis.

A: Ano ang ibig mong sabihin?

B: Kailangan kang magtiyaga at ipatunay na tala-
    gang tunay ang iyong pagmamahal.

A: Paano nga?

B: Tutulungan kita. Pakikiramdaman ko muna kung
    may gusto rin si Amelia sa iyo.

A: Maaari ko kayang ayain sa konsiyerto sa Linggo?

B: Hayaan mo muna... Teka, baka sumama kung
    iimbitahin mo rin si Lita, ang pinsan niya.

A: Sige, mag-'double date' tayo, kung ganoon.
    Papayag ba si Litang sumama sa iyo?

B: Oo, kung kasama si Amelia.

475

A: Ikaw na ang mangumbida. Bibili na ako ng apat
    na tiket.

B: Magastos ligawan ang Pilipina, ano?

Vocabulary

Words

lumigaw	to court
binibigla	to be abrupt with someone
duda	suspicious; unsure of (from Spanish *duda* 'doubt')
mahinhin	modest, shy
magtiyaga	to persevere, to be patient
ipatunay	to prove
tunay	true, sincere
papayag	will agree

Cultural Note

An American asks his Filipino friend for advice
on how to court a Filipina. The Filipino
suggests a low-key approach because he thinks
that traditional ways of courtship still pre-
vail in spite of the more hectic pace of life.

Comprehension/Interpretation Questions

1. Bakit hindi maka-'first base' si A kay Amelia?

2. Ano ang ibig sabihin ng 'kahi't nagmamadali
    ang Maynila?'

3. Totoo pa ba na mahirap ligawan ang mga Pilipina
    sa ngayon?

4. Ano raw ang dapat na katangian ng manliligaw?

5. Paano niya ipakikita ito?

6. Saan gustong kumbidahin ni A si Amelia?

476

7. Ano ang naisipan ni B para sumama si Amelia?

8. Bakit daw magastos ang lumigaw sa Pilipina?

Pareho ba ang hinahanap na katangian sa manli-
ligaw ng Amerikano at Pilipino?

Grammar Notes

Review on Sentence Combining

A   Review of connectors: *dahil (sa)*, 'because of',
kaya, 'therefore', *kahi't (na)*, 'even though',
habang, 'while', *kung*, 'if', *kapag*, 'whenever',
kasi, 'because', *bago*, 'before', *nang*, 'when',
na, 'that'.

Exercise

Combine the following sentences using the
appropriate connectors from those mentioned above.

1. Umalis siya. Bumagyo.

   _____

2. Magpahinga ka. Natutulog ang maysakit.

   _____

3. Hindi siya nakaalis. Wala siyang pera.

   _____

4. Pinalo siya ng tatay. Lumayas si Mario.

   _____

5. Nagalit muna ang maestra. Sumagot ang estud-
   yante.

   _____

6. Patay na ang ilaw sa bahay. Dumating siya.

   _____

7. Isusi mo ang pinto. Aalis ka.

   _____

8. Pumutok ang goma ng aking kotse. May pako sa kalye.

_____

9. Malakas ang ulan. Nagputik ang kalye.

_____

10. Nabasag ang ulo ng babae. Nadulas siya sa balat ng saging.

_____

B   Review of comparative constructions: *kasing, magkasing, mas- -kaysa (kay), pinaka-*

Exercise

Combine the following sentences using *kasing, mas- -kaysa (kay), magkasing* and *pinaka-*:

1. Maganda si Maria. Mas maganda si Rosa.

_____

2. Malaki ang bahay ni Nick. Mas malaki ang bahay ni Vic.

_____

3. Maputi si Clara. Maputi rin si Ana.

_____

4. 80 libra si Perla. 120 libra si Carla. 200 libra si Grace. (mabigat/magaan)

_____

5. May $80 si Carlos. May $1 milyon si Ernesto. May $3 bilyon si Jorge. (mayaman/mahirap)

_____

Dialog Variation

Expressions used to describe a good traditional suitor:

Nagsisilbi sa pamilya ng babae.

Matiyaga at mapagmahal.

478

Maalalahanin.

Magalang sa magulang at kamag-anak ng dalaga.

Galante at laging may dalang pasalubong.

Malinis at makisig.

Di mapagsamantala.

Umaakyat ng ligaw sa takdang oras.

Iginagalang ang dalaga.

Marunong makiramdam.

Expressions used to describe a traditional model Filipina:

Mahinhin.

Hindi ipinaaalam kaagad kung napupusuan ang binata.

Hindi nakikipag-'date' sa iba't ibang lalaki.

Ipinauubaya ang pagpili ng mapapangasawa sa magulang.

Hindi nakikipagtagpo nang palihim sa manliligaw.

Dialog Improvisation

Recreate or improvise a variation of the dialog at the beginning of this lesson by having B advise an American friend how to court a Filipina. Tell him how a Filipina behaves when courted.

Prepare a dialog, this time having A ask an American how to date an American.

Communicative Activity

Break up into groups (or pairs) and discuss if the qualities mentioned above are still considered desirable among men and women in modern Manila.

Composition

Write a group composition summarizing the results of your discussion.

Lesson 113

Dialog

TULAK NG BIBIG

(Tinutukso si Cristina tungkol sa pagligaw-tingin
ni Bernie.)

A: Oy, Cristina, panay yata ang pasyal ni Bernie
dito sa tindahan ninyo. May ibig yatang sabihin.

B: Alin? Ni hindi ko napapansin na madalas dito.

A: Araw-araw yata.

B: E paano? Naglalaro sila ng dama ng mga kapuwa
niya binata.

A: Alam ko 'yon, pero masama talaga ang tama sa
iyo. Panay yata ang sulyap sa iyo. Ligaw-
tingin.

B: Mahilig ka naman sa kuwentong hindi totoo.
Sino ba ang papatol sa Bernie na 'yon? Sobrang
magalang--siguro pakitang-tao.

A: Oy, tulak ng bibig, kabig ng dibdib.

Vocabulary

1. Words

tinutukso	is being teased
ligaw-tingin	to court a woman silently i.e., just by looking
napapansin	to notice
dama	checkers
sulyap	stolen glances
papatol	will take (him) seriously
magalang	respectful
pakitang-tao	for show, not genuine

2. Expressions

may ibig sabihin	it is significant, maybe it is no coincidence
masama ang tama sa iyo	lit., the blow is bad, i.e., has fallen for you in a big way
tulak ng bibig, kabig ng dibdib	the lips push away, the heart pulls in, i.e., Cristina is 'bad-mouthing' Bernie but in reality loves him

Cultural Notes

The traditional Filipino maiden is secretive about her real feelings for a suitor and denies it even though she is in love with the man.

Teasing (and a girl's reaction to it) is a means of 'feeling out' a girl's attitude about a potential suitor. If the denial is vehement, and the girl starts avoiding the boy, then he gets the message that it is a hopeless case. He does not get embarrassed because he has not started courting the girl in earnest, *tuksuhan lang*, 'it was just teasing'.

However, if the girl he is after 'encourages' him (if she does not get angry with the 'teasers', does not avoid the suitor, answers his letters, etc.) then, the man can court in earnest and the *tuksuhan* eventually ends. The courtship has become 'for real'.

Comprehension/Interpretation Questions

1. Sino ang tinutukso?

2. Ano ang napansin ni A tungkol kay Bernie?

3. Ano ang paliwanag ni B?

4. Paanong ligaw ang ginawa ni Bernie?

5. Ipaliwanag: 'tulak ng bibig, kabig ng dibdib'.

Grammar Notes

More on Sentence Combining to Form Complex Sentences

Simple sentences can be combined by using linkers and connectors. In the essay 'Ang Manok', below, for example, sentences 1 through 7 can be combined into one sentence. Thus,

May isang (1) maman*g* (2) matanda *na* (3) naka-tira*ng* mag-isa sa (4) maliit *na* bahay *na* (7) nasa tuktok ng (6) mataas *na* (5) bundok (1) sa bukid.

Exercise

Continue combining the sentences in the rest of the essay, starting with number 8.

ANG MANOK

1. May isang mamang nakatira sa isang bahay sa

bukid. 2. Matanda siya. 3. Nakatira siyang

mag-isa sa bahay. 4. Maliit ang bahay. 5. Nasa

bundok ang bahay. 6. Mataas ang bundok. 7. Nasa

tuktok ng bundok ang bahay. 8. Nagtatanim siya

ng gulay. 9. Nagtatanim siya ng palay. 10. Kina-

kain niya ang mga ito. 11. Isang araw, nagbubunot

siya ng damo. 12. May nakita siya. 13. Tinutuka

ng isang manok ang kanyang palay. 14. Bagong ani

ang palay. 15. Hinuli niya ang manok. 16. Ipina-

sok niya ito sa kulungan. 17. Nasa ilalim ng

bintana niya ang kulungan. 18. May binalak siya.

19. Kakanin niya ang manok sa almusal. 20. Sumapit

ang kinabukasan. 21. Maaga noon. 22. May ingay

na gumising sa mama. 23. Dumungaw siya. 24. Nakita

niya ang manok. 25. May nakita siyang itlog.

26. Pumutak ang manok. 27. May naisip ang mama.
28. Kakanin niya ang itlog sa almusal. 29. Pinakain
niya ang manok ng isang tasang palay. 30. Kinausap
siya ng manok. 31. Kinausap niya ang manok.
32. Lumipas ang araw. 33. May naisip siya.
34. Papakainin niya ng mas marami ang manok.
35. Papakainin niya ito ng dalawang tasang palay.
36. Papakainin niya ito sa umaga. 37. Papakainin
niya ito sa gabi. 38. Siguro mangingitlog ito ng
dalawa araw-araw. 39. Pinakain niya ang manok ng
mas maraming palay. 40. Tumaba ito. 41. Naging
tamad ito. 42. Lagi itong natutulog. 43. Hindi
ito nangitlog. 44. Nagalit ang mama. 45. Pinag-
bintangan niya ang manok. 46. Pinatay niya ito.
47. Inalmusal niya ito. 48. Wala na siyang manok.
49. Wala na siyang itlog. 50. Wala na siyang
kinakausap. 51. Wala nang kumakausap sa kanya.

Dialog Variation

Expressions used to tease girls being courted:

Panay yata ang bisita ni Bernie sa inyo.

Hindi raw mapagkatulog.

Bakit kapag nagkikita kayo, pareho kayong
namumula?

May gustong mangharana sa inyo.

Masama ang tama sa iyo ni Bernie.

Lagi ka raw napapanaginipan.

May taong tanong nang tanong tungkol sa iyo.

Pagbigyan mo na.

Kailan ba ang mahabang dulang?

Panay ang tingin sa iyo ni Bernie.

Expressions used by girls denying the courtship:

Kayo naman, para nakikipagkaibigan lang ang tao.

Hindi yata. Ang magulang ko ang kinakaibigan niya.

Bakit walang sinasabi? Kung may gusto iyon, nagsabi na.

Ano ba naman kayo --- masyadong malakas ang inyong 'imagination'.

Responses to the denial:

Naku, 'hele, hele, bago kiyere'.

Tulak ng bibig, kabig ng dibdib.

Huwag ka nang magkaila, halatang-halata na.

E, ano ang masama roon? Dalaga ka, binata naman siya.

Dialog Improvisation

Recreate or improvise a variation of the dialog at the beginning of this lesson by having A tease Cristina about Bernie. Have Cristina deny the courtship.

Comprehension and Translation Exercises

1. Ayusin nang sunod-sunod ang mga linya ng 'dialog'.

PAGBIGYAN MO NA

(Tinutulungan ng Nanay ang binatang lumiligaw sa anak niyang dalaga.)

1. Bakit tila masama yata ang mukha ni Jaime?

2. Kasi, Inay, ayokong sumama sa inyo sa sarsuwela mamayang gabi.

3. E bakit ayaw mo namang sumama?

484

4. Sige ho, alang-alang sa inyo. Pero ngayon lang.

5. Aba at sinasagot pa ako nang pabalang. Kung ayaw mo siyang pagbigyan, ako ang pagbigyan mo. Sumama ka.

6. Di kayo na lang ang sumama sa kanya.

7. Tinatamad ho ako. Masarap pa ho ang matulog.

8. Minsan ka lang pakiusapan, pagbigyan mo na. Kaawaawa naman si Jaime. Mabait na bata. Gusto ko ang kanyang ugali.

Vocabulary

1. Words

sarsuwela	play set to music
tinatamad	to feel lazy, not have interest in
pagbigyan	do someone a favor, give in to someone as a favor
ugali	behavior, manner of acting and talking

2. Expressions

masama ang mukha	face looks glum
masarap pa ang matulog	it's more fun to sleep
sinasagot nang pabalang	to answer disrespectfully
alang-alang sa inyo	for your sake

2. Isalin sa Ingles ang ayos na 'dialog'.

3. Sagutin ang mga tanong:

   a) Bakit masama ang mukha ni Jaime?

   b) Bakit raw ayaw sumama si B?

c)   Ano ang sinabi ng nanay niya?

d)   Bakit sa palagay ninyo gusto niyang sumama si B kay Jaime?

e)   Sumama ba si B? Bakit?

PAGBABALIK-ARAL

A   Mag-usap kayo tungkol sa

1.   Panahon
2.   Pagdidyeta
3.   Pagkain
4.   Pagtratrabaho
5.   Pagluluto
6.   Paglilibang

B   Ilarawan ang kaugaliang Pilipino tungkol sa

1.   Pag-aalaga ng bata
2.   Pagtitinda at pamimili
3.   Pangungumbida
4.   Pamimista
5.   Pakikipagkilala

C   Ipaliwanag sa di-Pilipino ang tungkol sa

1.   Pakikisama
2.   Panliligaw

IKATLONG BAHAGI

MGA BABASAHIN

ANG PAG-AARAL NG ISANG WIKA

Ang pag-aaral ng isang wika ay madali sa ilang tao at napakahirap para sa iba. Sino ang nahihirapan at sino ang nadadalian?

Ang nahihirapan ay mga taong mahiyain at mahina ang loob. Ayaw nilang magbukas ng bibig dahil natatakot magkamali. Ayaw nilang mapintasan ang maling pagbigkas o maling pagsasamasama ng salita. Hindi sila magsasalita hangga't sa palagay nila ay tamang-tama na ang sasabihin nila.

Ang nadadalian ay ang hindi nahihiyang magkamali. Kahi't balubaluktot, pinipilit nilang magsalita. Malakas ang kanilang loob.

Madali ring matuto ang mga taong mahilig makipagkaibigan. Dahil gusto nilang makipagkaibigan sa mga mamamayan ng bayang kanilang binibisita, nagsasalita sila sa salitang banyaga. Kahit a la 'ako Tarzan, ikaw Jane'.

Anong uring mag-aaral (estudyante) kayo?

Talasalitaan

balubaluktot	crooked
banyaga	foreign
mapintasan	to be criticized
pagbigkas	pronunciation

1. Anong uri ng tao ang mahihirapang mag-aral
   ng wika?

2. Sino naman ang madadaliang mag-aral ng wika?

3. Sagutin ang huling tanong sa sanaysay.

PANAHON

Ang panahon sa isang bansang tropiko ay kakatwa. Dadalawa lamang ang masasabing tunay na panahon dito: ang panahon ng tag-init mula Abril hanggang Hunyo, at ang panahon ng tag-ulan mula Hulyo hanggang Oktubre. Ang natitirang limang buwan ay naroong maghati sa init at ulan.

Sa tag-init ay manaka-naka lamang ang ulan. Kung minsan ay wala pa. Natutuyo ang mga pananim at lubhang mahaba ang araw. Ito ang mga buwan ng bakasyon. Nakapinid ang mga paaralan at nagsisiuwi sa kani-kanilang probinsiya ang mga mag-aaral. Tigang rin ang mga bukirin at karaniwang ang inaani ay mga prutas at gulay: ang mangga, bayabas, santol, abokado, melon at pakwan. Sa panahon ding ito dinaraos ang mga piyesta at siyempre pa, ang Mahal na Araw para sa mga Kristiyano.

Dahil sa tuyo ang lupa ay makapal ang alikabok. Dahil din sa init ng araw, panay ang tulo ng pawis ng tao. Kapag naghalo ang dalawa ay malaking hirap. Kung minsan, para makatakas sa init, natutulog ang mga tao pagkapananghalian hanggang ikatlo o ikaapat ng hapon. Ang tawag nila rito'y siyesta--isang kaugaliang nakuha nila sa Kastila. Karaniwan nang gumigising nang maagang-maaga ang mga Pilipino para makatapos ng trabaho habang hindi pa sukdulan ang init ng araw. At karaniwan ding nagtratrabaho sila sa gabi upang matapatan ang oras na nawala sa siyesta. Mangyari'y mahirap talagang kumilos kapag nasa tuktok ang araw.

Bigla ang pagdating ng tag-ulan. Kadalasan ay sinisimulan ito ng isang bagyo. Mula sampu hanggang dalawampung bagyo ang dumarating sa Pilipinas taun-taon. Ang malalakas na hangin nito'y nakapipinsala ng mga bahay, gusali at mga tanim. Ang ulan naman na kasama nito ay nagpapabaha.

Mayroong maliliit at malalaking mga bagyo. Kapag di gaanong malakas ang bagyo ay naglalabasan ang mga bata at naglalaro sa tubig na umaapaw sa kalye. Naliligo rin sila sa ulan. Kapag malakas naman ang bagyo ay nagtutulung-tulong ang mga tao upang masaklolohan ang mga napinsalaan.

Kasabay ng bagyo ang pagpatak ng tinatawag na 'monsoon'. Ito ang dumidilig sa mga bukirin. Inihuhudyat nito ang simula ng pagtatanim lalo na ng palay. Kaya ang mga magsasaka ay akay na ang kanilang mga kalabaw tungo sa bukid. Inihahanda nila ang lupa para sa binhi. Masasabing may dalang malas at suwerte ang panahong ito.

May kalamigan ang mga natitirang buwan. At sapagka't kung umulan man ay di gaanong malakas, marami ring kapistahan sa panahong ito. Puno pa rin ang mga patubigan sa bukid kaya pagkaani ng palay na itinanim noong Hunyo, sisimulan na ang ikalawang pagtatanim. Bihira ang bagyo sa mga buwang ito. Tiwala ang mga magsasaka na hindi masasalanta ang kanilang palay.

Dahil sa ganitong pagkakaayos ng panahon, iba ang kamalayang Pilipino tungkol sa oras. Hindi niya masyadong pansin ang paglipas nito. Kaya nga may sinasabing oras Pilipino--na ang ibig sabihin ay laging huli.

Talasalitaan

akay	lead (v.)
alikabok	dust
apaw	overflow
araw	day, sun
bakasyon	vacation
bagyo	typhoon
bukirin	fields
buwan	moon, month
kalabaw	water buffalo
kasabay	together with
kaugalian	custom
kilos	action
hirap	suffering
hudyat	signal
lamig	cold
mahaba	long

makapal	thick
malas	bad luck
manaka-naka	seldom
matapatan	match
panahon	season
pananim	plants
pananghalian	lunch
patubigan	irrigation
pawis	sweat
pinsala	damage
prutas	fruits
salanta	destroy
suwerte	good luck
takas	escape
tag-init	summer
tag-ulan	rainy season
taon	year
tigang	dry
tulo	drop
tulog	sleep
tuktok	point, apex
tuyo	dry

Mga Tanong

1. Kailan ang tag-init?
2. Bakit ito tinatawag na tag-init?
3. Kailan ang tag-ulan?

4. Ano ang dumarating kapag panahon ng
   tag-ulan?

5. Ano ang ginagawa ng mga tao sa tag-init?
   Sa tag-ulan?

ANG PAMILYA

Una sa lahat, ang isang Pilipino ay bahagi ng kanyang pamilya. Kahit na siya ay doktor, manunulat, siyentipiko o ano pa man, nananatili siyang ama o anak, pamangkin o apo sa loob ng kanyang pamilya. Dito ay iba ang kanyang katungkulan at ang pagkakakilala sa kanya. Sa lahat ng oras ay pangunahin sa kanya ang kanyang tungkulin bilang kasapi ng isang pamilya.

Ang pinakaubod ng pamilyang Pilipino ay ang ama, ina at mga anak. Ang ama ang pinakapuno ng pamilya. Siya ang nasusunod at nagpapasya para sa pamilya. Sa kabilang dako ay tungkulin niyang pakainin, bigyan ng matitirhan at pag-aralin ang mga miyembro ng kanyang pamilya. Kaya siya ang nagtratrabaho at kumikita ng pera. Ang ina naman ang bahala sa bahay at sa pag-aalaga ng mga bata. Siya ang humahawak ng pera ng pamilya at pinagkakasya ito sa pangangailangan ng pamilya. Ang mga anak naman ay may responsibilidad rin. Sagutin nila ang mahusay na pag-aaral at ang pagtulong sa bahay.

Kasama rin sa pag-aalala ng pamilya ang lolo at lola, ang mga kapatid ng ama at ina, lalo na't ang mga ito'y nakababata. Kadalasa'y sama-sama sa isang bahay ang lolo at lola, ang ama at ina at ang mga anak. Kung minsa'y kapisan din ang wala pang asawang kapatid ng ama o ina. Kapag ganitong kumpleto ang pamilya'y tatlong salin-lahi ang nakatira sa iisang bahay. Tulung-tulong sila sa mga gawain at sa paghahanap-buhay.

Masinsin ding inaalala ng pamilya ang bawa't kaarawan at anibersaryo. Sa mga okasyong ito ay may mga salu-salo't pagtitipon. Ang may kaarawan o may anibersaryo ay binibigyan ng regalo. Nagbabalitaan ang pamilya at ikinukwento ang buhay-buhay ng isa't isa. Gayun din ang buhay-buhay ng mga iba pang kamag-anak. Sa ganitong paraan, alam ng lahat ang halos lahat ng nangyayari sa iba pang pinsan o pamangkin. Masasabing tsismis ang ganitong pagbabalitaan subali't may mabuti itong aspeto. Kung may nangangailangan ng tulong ay nalalaman kaagad ng pamilya.

Ang pagtulong ay isang malaking bahagi ng samahan ng magkakamag-anak. Sa pananaw na ito, hindi maaring umangat nang nag-iisa ang isang tao. Kailangan niya ang tulong ng kanyang pamilya--

sapagka't lubhang mahirap ang buhay sa mundo. Sa
kabilang dako, ang taong may pag-aaruga sa kanyang
pamilya ay kinakasiyahan ng kapalaran. Ganito
halos ang nangyayari lalo na sa mga pamilya ng
dukha. Nagtutulong-tulong ang mga nakababatang
anak, ang ama at ina, upang mapaaral ang pinaka-
matanda. Pag nakatapos na ito, tungkulin naman
niyang paaralin ang kanyang mga kapatid. Kung
mag-aasawa man siya ay inaasahan na tutulong din
ang mapapangasawa niya.

May mabuti at masamang aspeto ang ganitong tra-
disyon sa Pilipinas. Kung minsan ay nagsasamantala
ang ibang kamag-anak. Sapagka't lagi silang may
matatakbuhan ay hindi sila natututong maging res-
ponsable sa kanilang buhay. Pangalawa'y nahihirapan
ang isang Pilipino na makaabot sa kanyang mga layunin
sa buhay. Magyari'y dala-dala niya ang problema ng
kanyang buong pamilya.

Sa dabilang dako, ang pagtutulungang ito marahil
ang pinakamatibay na sandata laban sa trahedya. Ang
mga naulilang mga bata ay may maaasahan. At kahit
na mahirap ang isang pamilya'y nakararaos din kahit
paano. Ang pamilya rin ang nagtataguyod ng mahuhusay
na pagpapahalagang sosyal. Itinataguyod nito ang
pagiging responsable, ang pagtutulungan, ang pag-
kakaisa at pagtatangi sa isa't isa. Matibay din
itong sanggalang laban sa tinatawag na 'alienation'
at iba pang karamdaman ng isip at damdamin.

Talasalitaan

aako	will be responsible for
angkop	apt
aspeto (Sp.)	aspect
bahagi	part
kakayahan	skill
kapisan	living with
kinakasiyahan	favored by
kumikita	earn a living
lola	grandmother
lolo	grandfather
masinsin	assiduous

matitirhan	a place to live in
pag-aalaga	the care of
pag-aaruga	the care of
pamangkin	nephew, niece
pinsan	cousin
salu-salo	party, gathering
salin-lahi	generation
siyentipiko	scientist
trahedya	tragedy

Mga Tanong

1. Ipaliwanag kung paano ang sistemang pampamilya sa Pilipinas.

2. Ano ang katungkulan ng mga miyembro nito?

3. Paanong nagkakabalitaan ang mga mag-anak?

4. Mabuti ba o masama ang sistemang pampamilya sa Pilipinas?

ANG PAGKAING PILIPINO

Masasabing ang kultura ng isang bansa ay nalala-
rawan sa kanyang lutuin. Ang taal na pagkaing
Pilipino ay payak. Pero ito ay nadagdagan na ng
mga putaheng Kastila at Tsino, Amerikano at Bumbay.
Liban pa rito, bawa't rehiyon o probinsiya ay may
kani-kaniyang espesyal na luto at panlasa. Mayroon
ding kaibhan ang pagkaing pang-araw-araw at pagkaing
pampista.

Di masyadong palakain ng karne ang mga Pilipino.
Marahil dahil sa dami ng uri at yaman ng ani mula
sa dagat. Karamihan ng katutubong putahe ay ukol
sa isda, alimango, talaba at hipon. Sinasabing ang
mga pagkaing-dagat na mula sa tubig ng Pilipinas
ay isa sa pinakamalinamnam sa mundo. Dalawa ang
pinakatampok na isda sa arkipelagong ito: ang
bangus at ang lapu-lapu.

Ang tradisyonal na putahe sa pista ay ang litson.
Karaniwan nang iniihaw ito sa araw mismo ng kasaya-
han. Tinutusok ng kawayan ang kinatay na baboy at
pinapaikut-ikot sa ibabaw ng nagbabagang uling. Ang
pinaka-atay ay ginagawang salsa. Umaabot nang walo
hanggang sampung oras ang paglilitson ng baboy kaya
isang malaking okasyon ang paghahanda nito.

Mahilig rin sa gulay ang mga Pilipino. Ginagamit
nila itong pansahog sa baboy at karne, at kung minsan
ay bilang pinakatampok na putahe. Kapag sa huli,
ginigisa itong kasama ng piraso ng baboy at hipon.
Marahil ang pinakatanyag na putaheng gulay ay ang
pinakbet ng mga Ilokano.

Ang mga katutubong panghimagas ay gawa sa gini-
ling na bigas, mais, ube o kamote. Minamatamis rin
ang ilang prutas na tulad ng saging, santol, langka
at iba pa. Makikita sa panghimagas ang impluwensiya
ng Kastila. Karamihan sa mga putaheng ginagamitan
ng itlog at gatas ay halaw sa lutuing Kastila,
tulad ng *leche flan, brazo de mercedes* at *pastillas*.
Mayroon ding tinatawag na halu-halo ang mga Pilipino.
Ito'y iba't ibang pinagsamang prutas at gulaman
na may kinaskas na yelo, gatas at asukal.

Mula sa Tsina, nakuha ng Pilipino ang pansit
bagama't ang pagluluto nila rito ay may kaibahan.
Mayroon din namang pagkaing Amerikano sa lutuing
Pilipino. Ang pinakakaraniwan dito ay ang bistik--

maninipis na hiwa ng karne na may toyo at kalamansi, at pinirito at sinahugan ng sibuyas.

Masasabi ngang nilalarawan ng lutuing Pilipino hindi lamang ang kanyang kultura kundi pati na ang kanyang kasaysayan.

Talasalitaan

ani	harvest
atay	liver
karaniwan	usual
kaibahan	difference
kaskas	shave
giniling	ground
gisa	saute
gulaman	gelatin
ikot	turn
larawan	image
liban	aside
malinamnam	delicious
panghimagas	dessert
panlasa	taste
payak	simple
pinaka-	the most
putahe	dish
sarsa (Sp.)	sauce
taal	pure
tampok	featuring
tanyag	famous
tusok	pierce

uling	charcoal
yaman	wealth

Mga Tanong

1. Magustuhin ba ng karne ang Pilipino?

2. Ano ang litson?

3. Anu-anong aning-dagat ang gusto ng Pilipino?

4. Magbigay ng dalawang pinakatampok na uri ng isda sa Pilipinas.

5. Ano ang pinakatampok na putaheng gulay?

6. Ano ang natutunan mula sa pag-aaral ng lutuing Pilipino?

PISTANG BAYAN

Magkahalo ang relihiyon at kasayahan sa buhay ng mga Pilipino. Namana nila ito sa mga Kastila na sumakop sa Pilipinas ng may apat na raang taon.

Ang pista ay kainan, inuman, mga palabas, pa-ligsahan palaro at paseyo ng mga banda ng musiko. May nobena at rosaryo sa loob ng siyam na araw. Nagdarasal ang mga tao sa kanilang patron. Sa ikasiyam na araw ng kapistahan, nagpapasalamat sila sa nakaraang taon at humihingi ng isa pang mabuting taon, o ng masaganang ani.

Sa araw ng pista, ginigising ng musiko ang mga tao. May misa sa simbahan. Maraming tao. May mga palaro at paligsahan. Maingay kung pista.

May prusisyon sa gabi. Iginagala ang imahen ng patron sa baryo o sa poblasyon. May prusisyon din sa ilog, kung malapit ang bayan doon. Isinasakay ang imahen sa bangka. Ang bangka ay may dekorasyon o palamuti. Ang mga taong sumasama sa prusisyon ay nakasakay din sa bangka.

Sa ilang mga bayan, ang mga tao ay sumasayaw sa prusisyon. Mayroon pang pintado ang mga mukha. Umiinom din sila ng alak o tuba para maalis ang masamang ispiritu o inhibisyon sa kanilang katawan.

Kung bisperas ng pista, may koronasyon ng reyna at ng kaniyang mga dama. May sayawan pagkatapos ng pista.

Ang kagandahang-loob ng mga Pilipino ay higit na nakikita kung may pista. Maraming handa sa lahat ng bahay. May litson, adobo at iba pang ma-sasarap na luto. Malaki ang gastos kung pista. Masaya naman ang mga tao.

Ilang araw bago magpista, ang mga tao ay nag-lilinis ng kanilang mga bahay at mga paligid. May magagandang kurtina sa mga bintana. Ang mga walang silya ay humihiram o umuupa nito. Bumibili o humi-hiram sila ng mga plato, kubyertos at mga gamit sa kusina at pagluluto. Magaganda ang mga bahay kung pista.

Hindi lamang mga bahay ang may dekorasyon. Ang mga kalye ay may dekorasyon din. May mga ginupit-gupit na makukulay na papel. Nakakabit ang mga ito sa pisi na ibinibitin sa mga daan.

Karaniwan kung pista, ang maybahay ay hindi nakakakain o nakakasimba dahil sa dami ng mga bisita. Hindi rin nila nakikita ang mga pagdiriwang dahil pagod na pagod sila pagdating ng gabi.

Karaniwan din, pagkatapos ng pista, ubos ang handa at malaki ang utang ng naghanda. Minsan, umaabot ng isang taon bago nila matapos bayaran ang kanilang utang.

Talasalitaan

bisperas	eve
kagandahang loob	hospitality
kubyertos	silverware
kurtina	curtain
dama	ladies in court
gastos	expense
ginupit-gupit na makukulay na papel	paper buntings
humihiram	borrowing
imahen	likeness
pintado	painted
pisi	twine/string
umuupa	renting
utang	debt

Mga Tanong

1. Ano ang pista sa mga Pilipino?

2. Ano ang mga ginagawa ng mga tao kung pista?

3. Paano naghahanda ang mga tao para sa pista?

4. Ano ang iba't ibang resulta ng pista?

5. Paano kaya maiiwasan ang mga di-dapat na mga pangyayari na resulta ng pista?

6. Sa Amerika ba'y may mga pista rin? Ihambing ito sa mga pista ng mga Pilipino.

ANG PASALUBONG

Ang pagbibigay ng pasalubong ay isang kaugalian ng mga Pilipino. Ang pasalubong ay isang alaala na ibinibigay ng isang nanggaling sa paglalakbay sa kanyang dinaratnan.

Ang pasalubong ay kadalasa'y pagkain o anumang bagay na katutubo sa isang lugar. Halimbawa, ang isang galing sa Hawaii ay maaaring magpasalubong ng 'macadamia nuts', 'Kona coffee' o mga bulaklak gaya ng 'orchids', 'anthuriums' o 'birds of paradise'. Mula sa Pilipinas, maaaring magpasalubong ng mga damit na burdado o kagamitang gawa sa akasya o kapis. Mula sa 'States' naman ang kinalulugdang pasalubong ay mga pampaganda gaya ng 'lipstick' o 'eye make-up' o kaya laruan ng bata.

Tinatawag ring pasalubong ang kahi't anong maliit na bagay na iniuuwi ng isang ama sa anak pagkagaling sa trabaho, gaya halimbawa ng mani o kendi, o ang dala ng isang ina para sa bunso mula sa pamimili sa palengke. Halimbawa, kakanin gaya ng suman o bibingka.

Maaari ding tawaging pasalubong ang isang salu-salo na alay sa bagong dating mula sa malayong lugar. Halimbawa, binibigyan ng pasalubong na malaking pig-ing ang isang nanggaling sa Amerika. Ito'y upang ipabatid sa dumating ang katuwaan ng kanyang mga kaibigan sa kanyang maluwalhating pagbabalik. Ang ganitong pasalubong ay tinatawag ding 'bienvenida'.

Hindi kailangang maging malaki o mamahalin ang isang pasalubong. Ang mahalaga ay ang alaala. Ang pasalubong ay tanda na ang iniwan ay hindi nalilimutan ng umalis at ang umalis ay hindi nalilimutan ng naiwan.

Talasalitaan

kaugalian	custom
kinalulugdan	favored, most liked
ipabatid	to let someone know
maluwalhati	without mishap

pasalubong	a gift, usually brought by someone returning from a trip
piging	banquet

Mga Tanong

1. Ano ang kadalasang ipinasasalubong?

2. Ano ang madalas na pasalubong mula sa Hawaii? Sa Pilipinas? sa 'States'?

3. Ano ang kadalasang pasalubong ng ama o ina sa anak?

4. Ang dumarating lang ba ang nagbibigay ng pasalubong?

5. Ano ang kahalagahan ng pasalubong?

ANG SABONG

Isang matandang kaugalian na ang pagsasabong sa Pilipinas. Mayroong naghahambing dito sa *Corrida de Toros* ng Espanya. Hindi tiyak kung nagsimula nga ang sabong noong panahon ng Kastila. May mga lumang alamat ang Pilipino tungkol sa paglalaban ng isang ibon at butiki noong panahon ng Dilubyo. At isa naman ay tungkol sa pinakabanal na ibong Tigmamanukin.

Sa anu't ano pa man, ang sabong ay isang pamban-sang aliwan. Karaniwang idinadaos ito sa Linggo at araw ng kapistahan. Ang mga tandang na inilalahok ay pag-aari ng mga taong may hilig sa larong ito. Ang tandang na panlaban ay iba sa karaniwang manok. Higit itong malaki at mabigat; ang palong nito'y tinatapyas ng sadsad sa ulo. Ito'y para walang makapitan ang tuka ng kalaban.

Malaking atensiyon ang binibigay sa lahi ng tandang na pansabong. May mga tinatawag na lahing Teksas, na sabi ay mula sa nasabing pook at mayroon namang lahing labuyo, na sabi'y mula sa manok gubat. Ang tandang na panlaban ay inaalisan ng sobrang balahibo at pakpak. Ito'y para gumaan ang manok at makalipad nang mataas at mabilis.

Ang sabong ay dinaraos sa sabungan. Ito'y isang gusali na pabilog tulad ng arena. Nasa pinakagitna ang mga may-ari ng tandang, dala ang kanilang pan-laban. Kasama nila ang mga *kristo* na tumatanggap at sumisigaw ng mga taya. Walang lapis at papel sa sabungan. Gayon man, kahit na daandaan ang nanonood, hindi nagkakamali ang *kristo* sa pagbilang ng taya. Natatandaan niya kung sino ang sumesenyas ng taya at kung magkano.

Kapag sapat ang taya, ang mga tandang ay pag-lalabanin. Ang mga tahid nito ay tinatalian ng tari--dalawang animo'y maliliit na espada na gawa sa bakal. Nangingintab ang mga tari sa talim. Sa oras na pakawalan ang mga tandang, magsasalubong ang mga ito at maglalaban. Dahil sa tari, bawa't sipa ng tandang ay nakasusugat at nakamamatay. Kapag bumagsak na ang isang manok, ipatutuka sa nanalong tandang ang patay na manok. Pagkatapos ng huling tukang ito lamang masasabing panalo ang buhay na tandang. Kapag hindi tumuka, tabla ang laban kahit na patay na ang isang tandang.

Ang tandang ay espesyal sa may-ari nito.
Malaki ang kanyang tiwala sa kanyang alaga. Kaya
kung minsan, itataya niya ang kanyang buong kabu-
hayan sa tandang. Madalas ay uutang pa ito.

Kapag natalo ang tandang ay mauuwi ito sa lutuan
bilang hapunan.

Talasalitaan

alaga	care
alamat	legend
alis	remove
aliwan	entertainment
bakal	steel
balahibo	feathers
banal	holy
bilang	count
bilóg	round
kabuhayan	property
kalaban	enemy
kaugalian	custom
kapit	hold
daos	occur
dilubyo	deluge
gitna	middle
gubat	forest
hambing	compare
hapunan	supper
hilig	liking
laban	fight
lahi	lineage

lahok	participate
lipad	flight
magkano	how much
may-ari	owner
mali	wrong
panahon	time
sadsad	to the bone
salubong	meeting
sapat	enough
senyas	signal
sigaw	shout
sipa	kick
sugat	wound
tabla	ends in a draw
tahid	spurs
tanggap	receive
tapyas	slice
taya	bet
tari	small daggers
tiwala	trust
tuka	beak
utang	debt

Mga Tanong

1. Kailan dinadaos ang sabong?

2. Ano ang kaibhan ng tandang na panabong sa ordinaryong manok?

3. Anong mga lahi ng manok ang sinasabing mahusay?

4. Sino ang tumatanggap ng taya?

5. Ano ang dapat gawin ng nanalong manok?

6. Bakit nakamamatay ang sipa ng panabong na tandang?

7. Ano ang nangyayari sa natalong manok?

ANG LIGAWAN

Espesyal ang babae sa Pilipinas. Hangga't hindi siya nag-aasawa'y nakatira siya sa bahay ng kanyang mga magulang. At kung hindi siya makapag-asawa, malamang na hindi na siya humiwalay sa mga ito. Sapagka't ang estado ng dalaga'y bale isang protektadong uri, hindi rin siya maaring mauna sa pagpapahayag ng kanyang pag-ibig. Kailangang maghintay siya hanggang lumapit ang lalake at mamintuho. Ang babaeng hindi marunong maghintay nang tahimik at nagpapahalatang gusto niya ang isang lalake ay ipinapalagay na magaspang--isang atrebida. Malamang na takbuhan siya ng mga lalake.

Kapag napusuan ng isang lalake ang isang babae ay mangyayari ang ligawan. Una'y humihingi ng pahintulot na makadalaw sa bahay ng babae ang lalaki. Kapag pumayag ito, ibig sabihin ay may pag-asa ang lalaki. Sa pagpanhik ng lalaki, malamang na salubungin siya ng mag-anak. Uusisain muna ang kanyang angkan at pinagmulan, kung ano ang trabaho niya at sino ang mga kaibigan niya. Kung dati nang kilala ang manliligaw ay malamang na sandali lamang ang usapang ito. Pagkatapos ay tatawagin na ang dalaga at hahayaan nang mag-usap ang dalawa.

Ang oras ng pag-akyat ng ligaw ay sa hapon o sa gabi. Pagkatapos ng siyesta at bago maghapunan; o kaya'y sa gabi, matapos ang hapunan. Kapag dumating nang wala sa oras ang isang manliligaw ay sasabihing ugaling Tsino ito o Tsino na nga. Ang ibig ipahiwatig ay tila hindi nakakaintindi ng ugaling Pilipino ang taong ito. Ang mga oras na ito'y itinakda sa ligawan dahil sa ilang kadahilanan. Una'y tapos na ang gawaing may kinalaman sa pagluluto at pagsisinop ng bahay. Ikalawa, kung gusto ng dinadalaw na umalis na ang bisita, madaling sabihin na pasensiya't kailangang maghanda na ng hapunan o kaya'y dapat nang matulog. Saka pa, sa mga oras na ito'y nakaayos na ang babae at malayong datnan ng namimintuho na mukhang mangkukulam.

Sa probinsiya ay may kaugalian ng paninilbihan. Ang isang lalaking nanliligaw ay nagtratrabaho sa bahay ng babae habang tinitingnan ng mga magulang kung mahusay na tao nga siya. Naroong mag-igib siya ng tubig, magputol ng kahoy, magtanim, mag-ayos ng bakuran. Pagkatapos ay uuwi siya't magbibihis

at dadalaw na sa babae. Ang ligawan ay simple lamang.
Maghaharap ang lalaki't babae sa isang mesilya sa
balkon o sa sala. Siyempre, palagi silang natatanaw
ng mga nakatatanda. Kundi man ay may bantay na
nakababatang kapatid ng babae.

Kung lumabas ang nagliligawan, mayroon din
silang bantay--isang kapatid na bata o nakatatanda.
Mangyari'y hindi dapat mapulaan ang reputasyon ng
babae. Kung hindi man magkatuluyan ang dalawa'y
hindi masasabi ng lalaki na nagalaw niya ang babae.

Itong huli ang pinakadominante sa panahon ng
ligawan. Bawa't kapritso ng babae'y sinusunod ng
lalake. Panay rin ang regalo't dalaw ng nanliligaw.
Madalas ay pinahihirapan muna ng babae ang lalaki
bago siya pumayag na pakasal rito. Bale ba'y
bumabawi lamang siya. Pagkatapos ng kasal ay ang
lalaki kasi ang nasusunod sa tahanan.

Talasalitaan

bantay	chaperon, guard
kapritso (Sp.)	fancy
dominante (Sp.)	dominating
estado (Sp.)	status
hahayaan	allow
itinakda	set, assigned to
lakas	strength
magaspang	rough
mamintuho	court, woo
mangkukulam	witch
nagalaw	touched
natatanaw	can be seen
pagsisinop	arrange
pagpapahayag	to tell, announce
pahintulot	permission
palagi	always
panay	frequent

Mga Tanong

1. Ano ang oras ng ligawan? Bakit?

2. Ano ang paninilbihan?

3. Nakalalabas ba ang mga nagliligawan?

4. Saan ginagawa ang ligawan?

5. Bakit palaging may kasama ang nagliligawan?

MAKALUMANG PARAAN NG PAG-AASAWA

Ang makalumang paraan ng panliligaw ng Pilipino ay hindi mabisang paraan upang magkakilala ang babae't lalaki ng tunay na ugali ng bawa't isa. Ang lalaki ay hindi nagpapakita ng masamang ugali at ang babae naman ay walang ipinakikita kundi kahinhinan. Wala ring pagkakataong malaman nila kung ano ang iniisip ng bawa't isa tungkol sa mga bagay na mahalaga sa mabuting pagsasamahan. Hindi nila pinag-uusapan kung gaano karami ang gustong anakin o kung kailan kaya pasisimulan ang pagkakaroon ng mga anak. Ang kaugalian ay magkaroon ng anak kaagad, at mas mabuti kung lalaki ang panganay.

Hindi rin gaanong iniintindi kung ano ang kanilang magiging kabuhayan pagka't may maaasahan silang magulang na matutuluyan at matatakbuhan kung sakali man. Sa madaling salita, kadalasan ang alam lang nila ukol sa isa't isa ay sila'y nag-iibigan. Ang iba pa nga ay nagpapakasal ayon sa kasunduan ng kanilang magulang.

Nguni't bakit nagiging isang tagumpay ang ganitong paraan ng pag-aasawa? Marahil siguro'y dahil sa itinuturing na 'sagradong sakramento' ang pag-aasawa. Walang diborsiyo sa mga Katolikong Pilipino at kung kasal na ang isang babae't lalaki, pinag-susumikapan nilang maging mabuti ang kanilang pagsasamahan. Natututo silang magbigayan sa isa't isa at magpasensiya kung may hindi pagkakaintindihan. Mula pa sa pagkabata, tinuturuan na ang anak na babae ng wastong pamamahay, kaya't hindi na mahirap masanay magbahay. Ang pinakamahalaga niyang tungkulin ay sa kanyang pamilya.

Ang lalaki man ay inaasahang maging ulirang asawa at butihing ama, nguni't kung siya'y matuksong maglagalag, siya ay pinatatawad at hinahayaang bumalik sa sinapupunan ng kanyang pamilya.

Ang isa sa pinakamahalagang pakay ng pag-aasawa ay ang magkaroon ng mga anak na maipagmamalaki at siyang magiging gabay sa katandaan ng sa kanila'y lumalang.

Talasalitaan

kasunduan	agreement
gabay	support

511

lumalang	one who created, creator
mabisa	effective
makaluma	old-fashioned
maglagalag	to wander
maipagmalaki	to be proud of
pakay	purpose
pagkakataon	chance, opportunity
pagsasamahan	relationship
pinagsusumikapan	exert efforts
sinapupunan	womb
uliran	ideal

Mga Tanong

1. Bakit hindi mabisang paraan ang panliligaw ng Pilipino upang magkakilala ang mga mag-aasawa sa Pilipinas?

2. Bakit tagumpay pa rin ang ganitong paraan?

3. Sang-ayon ba kayo? Bakit?

Pagsasanay sa Pakikipagtalo

Maghanda ng 'pagtatalo' tungkol sa paksang ito. Pumili ng katunggali.

DIBORSIYO

Walang diborsiyo sa Pilipinas. Mayroong tina-
tawag na 'separasiyong legal'. Pinapayagan ang
separasiyong legal kung:

1. ang isa sa mag-asawa ay nagtangka sa buhay
   ng isa sa kanila;

2. ang asawang lalaki ay ayaw magbigay ng pera
   para sa kanilang ikabubuhay;

3. ang isa sa kanila ay 'may gusto' sa iba.
   Ang tawag dito ay pakikiapid.

Ang asawang nakikiapid ay pinarurusahan. Ang
parusa ay bilibid o pagkabilanggo. Nagbibigay ito
ng iskandalo, kaya marami ang hindi kumukuha ng
separasiyong legal.

Ang mag-asawang nabibigyan ng separasiyong legal
ay naghihiwalay. Nguni't hindi sila maaaring mag-
asawang muli.

Walang diborsiyo sa Pilipinas dahil din sa batas
ng relihiyon. Tulad ng nabanggit na, bihira rin ang
kumukuha ng separasiyong legal. Subali't marami sa
mga may asawang lalaki ang nakikisama sa iba o nakiki-
apid. Sila ay tinatawag na may babae o pangalawang
asawa o kaya ay may 'querida'. Ang asawang babae
na naaapi ay maaaring maghabla sa korte. Kung
mapatunayan na ang asawa ay nagkasala, ito ay
maaaring mabilibid o mabilanggo. Subali't dahil
nga sa ayaw ng asawang babae ng iskandalo, ito ay
kanila na lamang pinag-uusapang mabuti o ipinakaka-
tagong mabuti.

Talasalitaan

bilibid	prison
bihira	seldom, few
nakikisama	living with
naaapi	being maltreated
nagtangka	attempted

513

napatunayan	proved to be true
pakikiapid	adultery
pinag-uusapang mabuti	serious talk, amicable settlement
ipinakakatagong mabuti	being concealed, kept private

Pagsasanay sa Pagkatha

Sagutin ang mga sumusunod na tanong upang magamit sa pagkatha ng isang maikling talata (paragraph) sa diborsiyo sa Amerika.

1. May diborsiyo ba sa Amerika?

2. Kailan pinapayagan ang diborsiyo?

3. Marami bang mag-asawang naghihiwalay o nagdidiborsiyo?

4. Ano sa palagay ninyo ang kahulugan sa mag-asawa ng ganitong kaugalian?

ANG BINYAG

Ang unang seremonyang dinadaanan ng isang Pilipinong Katoliko ay ang binyag. Sanggol pa lamang ito na isa o dalawang buwan ay inihahanda na ang kanyang pagpasok sa relihiyong Katoliko. Subali't ang okasyong ito ay di lamang isang pang-relihiyong gawain. Ito ay isa ring mahalagang kaugaliang pang-sosyal.

Unang suliranin ng mga magulang ang pagpili ng ninong at ninang ng bata. Mahalaga ito sapagka't ang pagiging ninong o ninang ay katugma ng pagiging pangalawang ina o ama ng bata. Kung anu't-ano man ang mangyari sa tunay na mga magulang ay aakuin ng ninang o ninong ang katungkulan nito, lalo na ang responsibilidad na tungkol sa sustento o pananalapi. Ikalawa'y espesiyal ang pakikipagtunguhan ng ama at ina ng bata at ng ninang at ninong nito. Sinasabing magkumpare at magkumare ang mga ito at halos ay magkamag-anak na. Tinatanggap na kapag humingi ng tulong ang isa ay hindi makatatanggi ang kumpare o kumare. Kung minsan pa nga ay itinuturing na ring kumpare o kumare ang asawa ng ninong o ninang ng bata, kahit na hindi talaga ito kasama sa binyagan.

Isang malaking karangalan na mapiling ninong o ninang ng isang sanggol. Tanda ito ng pagtatangi at paggalang ng mga magulang para sa taong napili. Sinasabi rin nitong ibig ng mga magulang na higit na malapit pa sa taong ito. Ang samahang pagkukumpare at pagkukumare ay bilang paniniguro na magiging tapat, malapit at permanente ang mabuting pagpapalagayan ng mga taong nasasangkot.

Kung minsan naman ay ginagamit ang binyag ng sanggol upang makaunlad ang pamilya ng bata. Kukunin ng mga magulang na ninong at ninang yaong mga taong mayaman, o nasa mataas na posisyon o mga politiko. Kahit na di nila ito kilala--lalung-lalo na yaong mga nasa politika. Sinusulatan nila ang mga alkalde, gobernador o senador at hinihiling itong maging ninong ng kanilang mga anak. Sa ganitong paraan ay masasabing nagkakaroon sila ng 'kapit' sa may kapangyarihan. Kung minsan din ay kinukuha nilang kumpare o kumare ang kanilang mga pinuno o 'boss' sa opisina.

Malaking handaan ang binyagan. Tulad ng iba pang okasyon sa buhay ng Pilipino, ito ay idinaraos kasabay ng kainan at inuman. Ang mga kaibigan at kamag-anakan at ilang importanteng tao ang mga panauhin. Ang ninong ang bibili ng damit pambinyag kapag ang sanggol ay lalaki; ang ninang naman, kung ang sanggol ay babae. Asul para sa sanggol na lalaki; rosas para sa sanggol na babae. Karaniwan nang nagbibigay ng regalong pera ang ninong at ninang. Itinatabi ito ng mga magulang para sa bata. Nagbibigay rin ng regalo ang ibang panauhin.

Ang seremonya ay isang pag-alala sa pagbibinyag na ginawa ni San Juan Bautista sa Ilog Jordan. Ito rin ay bilang pag-alala sa binyag ni Hesus bago siya nagsimulang mangaral. Ang sanggol na binibinyagan ay binubuhusan ng banal na tubig sa noo. Nilalagyan ng kaunting asin ang bibig nito bilang simbolo ng luha at pasakit sa daigdig. Sa ilang pook, kapag labis sa isa ang sanggol na binibinyagan ay naguunahan ang mga ninong at ninang na makalabas ng simbahan. Dala nila ang sanggol na kanilang inaanak. Ang mauna raw na makalabas ay siyang magkakaroon ng pinakamahabang buhay.

Tasasalitaan

aakuin	will assume the responsibility
binubuhusan	pour water over
kapit	hold
karangalan	honor
katugma	partner
makaunlad	improve
pakikitunguhan	relationship
pagtatangi	value
San Juan Bautista	St. John the Baptist
suliranin	problem
sustento (Sp.)	financial support
tanda	sign

Mga Tanong

1. Bakit mahalaga ang binyag?

2. Kailan at saan ito sinimulan?

3. Sinu-sino ang pinipiling ninong at ninang?
   Bakit?

4. Sino ang bumibili ng damit pambinyag?

5. Bakit nag-uunahan ang mga ninong at ninang
   palabas sa simbahan?

KAILANGAN NGA KAYANG LISANIN

ANG PUGAD?

Isa sa malaking kaibahan sa paraan ng pagpapalaki sa anak ng mga Pilipino at mga Amerikano ay magkakaibang palagay tungkol sa pagsasarili. Sa pagpapatulo ng sariling pawis, o gaya ng wika sa Ingles, 'standing on one's own two feet.'

Mula pa sa pagkamusmos, ito na ang binibigyan ng diin ng mga Amerikano; ang matutong magsarili. Hayaan mong umiyak ang bata; huwag mong kargahin. Mamimihasa ng karga. Hahayaan mong tumayo mag-isa kung ang bata ay nadapa. Hindi naman nasaktan. Hayaan mong ang bata ang magtali ng sapatos niya. Malaki na siya. Maaari nang iwan ang bata sa 'nursery school' nang mag-isa. Kailan pa niya matututunang mag-alaga sa kanyang sarili? Bakit tatlong taon, sumususo pa sa bote? Ang ibig mong sabihin, dalawang taon na ang anak mo, hindi pa marunong pumunta sa kasilyas nang mag-isa? Kung takot sa dilim, lagyan mo ng 'night light' ang silid tulugan, pero huwag na huwag mong itatabi sa iyong pagtulog.

Ikumpara natin ito sa karamihan ng mga batang Pilipino. Kahi't malaki na, sinusubuan pa, nililinis, binibihisan, kinakarga kung umiiyak o naglalambing, pinaghehele bago matulog, inihahatid at sinusundo sa iskwela, pinatutulog sa tabi ng magulang, ng Lola o ng katulong, pinasasamahan sa anumang lakaran, at kapag mayroon nang sariling pamilya, tinutulungan pa ring matira sa bahay ng magulang.

Ito kaya'y labis na pagpaparaya? Ito kaya'y labis na pagbibigay sa mga kagustuhan ng bata? Kailan pa sila matututong magsarili, magbanat ng sariling buto, kung umaasa pa rin sa magulang o kapatid na nakatatanda?

Sa Amerika, kapag labimpito o labingwalong taon na ang isang anak, kailangan na niyang ipakilala na ganap na ang kanyang pagkatao at kailangan niyang lisanin ang sariling pugad. Kailangan na niyang magtrabaho at buhayin ang sarili na walang tulong ng mga magulang. Kung siya man ay tulungan, ito ay utang na dapat niyang bayaran. Kung mananatili siya sa bahay ng kanyang magulang, kailangang bayaran niya ang tulugan at pagkain. Kung hindi niya ito gagawin, lalaki siyang parang musmos, nakatali sa pundya ng Nanay niya, sa Ingles, 'tied to Mom's apron strings', magiging 'Mama's boy (or girl)'.

Sapagka't ang anak ay nilisan na ang pugad, wala na siyang katungkulan o obligasyon sa kanyang mga magulang. Ang katwiran nga ay 'hindi ko naman sa inyo sinabing ako ay ipanganak ninyo'. 'I did not ask to be born'. Sa Pilipino, anong laking kawalan ng utang na loob ang magsabi ng ganito! Sa halip, ang sinasabi ay 'Utang ko po sa inyo ang aking buhay at ito'y utang na hindi ko mababayaran'.

Malaking pasasalamat ng magulang na Amerikano kung sila'y mananatiling magkaibigan ng kanilang anak. Pinasasalamatan ng magulang kung tumatawag sa telepono o sumusulat ang kanilang anak. Malaking bagay kung umuwi ng bahay ang anak at bisitahin ang magulang.

Ang magulang naman ay nagiging parang ibang tao. Kung pumunta sila sa bahay ng kanilang anak na nagsasarili, itinuturing silang bisita. Kung maglakas sila ng loob na payuhan ang kanilang anak, ito'y itinuturing na pakikialam. Bilang pagpapalubag-loob, kinakatwiran ng magulang 'may buhay ang anak kong sarili; may buhay kaming sarili'.

Tama marahil na kailangang matutong mamuhay nang sarili. Tama na kailangang magpasya sa sarili. Tama na kung nasa edad na, huwag maging parang linta na laging naninipsip ng dugo ng may dugo. Tama na hindi dapat laging umasa sa iba.

Nguni't kung mabuti ang tinuturuang mag-isa ang anak at magsarili, mula sa pagkamusmos, bakit kaya maraming lumalaki sa lipunang ito na tinatawag na 'insecure', 'neurotic', at nangangailangan ng tulong ng 'psychiatrist'? Bakit kaya maraming lumalaking walang tiwala sa sarili, madaling malunod sa isang basong tubig, madaling matakot sa dagok ng buhay?

Bakit kaya ang mga magulang na iniiwan ng kanilang anak ay parang nauulila at nawawalan ng pag-asa sa buhay? Totoo nga na may natutuwang mawala na ang intindihin ukol sa pag-aalaga sa kanilang anak at nang sa gayo'y magagawa na nila ang kahi't anong gusto nilang gawin. Nguni't bakit maraming mga tahanang nawawasak kapag nag-aalisan ang mga anak? Bakit sa kanilang katandaan ang mga magulang na nag-iisa ay namamatay sa lungkot? Kapag matanda na ang isang tao at sa palagay niya'y wala na siyang silbi, nawawala na ang nasang mabuhay pa.

Sa Pilipinas, kapag matanda na ang tao, ang kanilang anak na pinag-aral at inaruga ang siya namang nag-aalaga sa magulang. Sa halip na akalain nilang sila'y wala nang silbi, sinasangguni pa at binibigyan ng halaga. Hinahayaan silang mag-alaga ng apo at tinuturing na mahalagang bahagi ng pamilya.

Kung totoo na hindi mainam na hayaang manatiling nasa sinapupunan ng magulang ang anak habang panahon, at kung hindi rin mainam na piliting magsarili kaagad ang anak at lisanin ang pugad pagdating ng ika-17 taon, marahil mayroong ibang paraan na makabubuti sa anak at sa magulang man. Marahil may paraan na magtuturo sa anak na mag-isa at makisama, magpasya sa sarili at humingi ng payo sa iba, tulungan ang iba, magtiwala sa sarili at maniwala sa iba, sa madaling salita, pagsamahin ang mabuti sa kaisipang Amerikano at Pilipino.

Talasalitaan

dagok	blow
ganap	complete
inaruga	took care of
lisanin	to leave
magbanat	to stretch
magpasiya	to decide
mamimihasa (bihasa)	will get used to
mananatili	will stay/remain
nasa	desire, wants
pagkamusmos	childhood
pagpapalubag-loob	calm one's mind, soothe one's feelings
pagpaparaya	indulgence
pagsasarili	independence
pinaghehele	sing lullabies to (a child)
sinasangguni	is being consulted

1. Ano ang isa sa malaking kaibahan sa paraan ng pagpapalaki sa anak ng mga Pilipino at mga Amerikano?

2. Sa anu-anong paraan hinahayaang manatiling bata ang Pilipino? Ikumpara ito sa pag-aalaga ng Amerikano.

3. Ano ang kaibahan ng pagtitinginan ng anak at magulang kung ang anak ay nasa edad na sa Pilipinas at sa Amerika?

4. Ano sa palagay ninyo ang mabuting paraan upang matuto ang isang anak na mamuhay ng sarili na hindi tinatalikuran ang dating tahanan?

Pagsasanay sa Pagkatha

1. Sumulat ng maikling talata na naglalarawan ng inyong sariling palagay tungkol sa tanong, 'Kailangan nga kayang lisanin ang pugad'?

2. Ano ang inyong karanasan tungkol sa katanungang ito?